असमानी

वैज्ञानिक पार्श्वभूमी लाभलेल्या उत्कंठापूर्ण कथा

शुभदा गोगटे

मेहता पब्लिशिंग हाऊस

Please contact us at **Mehta Publishing House,** Pune 411030.
✆ +91 020-24476924 / 24460313 / Mob. No. 9545000513
Email : production@mehtapublishinghouse.com
Website : www.mehtapublishinghouse.com

◆ *या पुस्तकातील लेखकाची मते, घटना, वर्णने ही त्या लेखकाची असून त्याच्याशी प्रकाशक सहमत असतीलच असे नाही.*

ASMANI by SHUBHADA GOGATE

अस्मानी : शुभदा गोगटे / कथासंग्रह

Email : author@mehtapublishinghouse.com

प्रकाशक : सुनील अनिल मेहता, मेहता पब्लिशिंग हाऊस,
१९४१, सदाशिव पेठ, माडीवाले कॉलनी, पुणे – ४११०३०.

मुद्रक : ट्रिनिटी ॲकॅडमी फॉर कॉर्पोरेट ट्रेनिंग लिमिटेड

मुखपृष्ठ : फाल्गुन ग्राफिक्स

प्रकाशनकाल : ऑगस्ट, २००९ / पुनर्मुद्रण : ऑक्टोबर, २०१६

किंमत : ₹ २४०

P Book ISBN 9788184980493
E Book ISBN 9789386175564
E Books available on : amazonkindle Apple Books Google Play Books

आभार

'अस्मानी' या कथासंग्रहातील कथा विविध मासिकांमध्ये, नियतकालिकांमध्ये वेळोवेळी प्रसिद्ध झालेल्या आहेत. त्या आता एकत्रित स्वरूपात पुस्तकरूपानं प्रकाशित होत आहेत. त्यासाठी प्रकाशक श्री. सुनील अनिल मेहता यांची मी आभारी आहे. पुस्तकाचं मुखपृष्ठ सजवणारे श्री. चंद्रमोहन कुलकर्णी व 'मेहता पब्लिशिंग हाऊस'चा कर्मचारी वर्ग यांचीही मी आभारी आहे.

अनुक्रमणिका

बकाबक

सुहिता ऑफिसशी पोहोचली तेव्हा साडेदहा वाजून गेले होते. आज तिला खूपच उशीर झाला होता. खरं म्हणजे सध्या ती रोज सकाळी आठ वाजताच कामावर येत होती आणि रात्री नऊ-साडेनऊपर्यंत थांबत होती. त्यामानानं आज खूपच उशीर झाला होता. सगळे सहकारी कामात बुडलेले असतील आणि आपल्याला मात्र उशीर झाला असं वाटून थोडीशी ओशाळी होत ती ऑफिसमध्ये शिरली; आणि बघतच राहिली.

ऑफिसमध्ये एकच गोंधळ सुरू होता.

त्यांची कंपनी संगणक सॉफ्टवेअर क्षेत्रातली एक नावाजलेली कंपनी होती. त्यामुळे त्यांच्याकडे नेहमीच भरपूर काम असायचं; पण सध्या तर कामाची खूपच घाई असल्यामुळे बहुतेक सगळे जण लवकरच येऊन कामाला जुंपलेले असत. त्यामुळे आपल्याला सगळे कामात बुडलेले बघायला मिळतील असं सुहिताला वाटलं होतं; पण बघते तो काय, जवळजवळ सगळीच माणसं आपल्या जागेवरून उठून घोळक्या-घोळक्यानं कसलीतरी चर्चा करत उभी होती. सगळे जण हातातलं काम अर्धवट टाकून उठले होते हे नक्की, कारण सगळ्यांच्या मॉनिटर्सवर स्क्रीन सेव्हर्स नाचताना दिसत होते. सुहितानं पर्स आणि हातातलं पुस्तक तिच्या टेबलवर ठेवलं आणि ती मीनलकडे वळली. मीनलभोवती तीन-चार जण जमले होते आणि मीनल तावातावानं काहीतरी सांगत होती. सुहिताकडे तिचं लक्ष गेलं आणि तिच्याकडे वळून ती रागारागानंच म्हणाली,

"सुहे, त्या तुझ्या मानसला काहीतरी सांग जरा. उगाच कोणावर तरी संशय घेत जाऊ नकोस म्हणावं. मला काय करायचं आहे त्याचे प्रिंटआऊट्स घेऊन? मला माझी कामं काय कमी आहेत का?"

“कसले प्रिंटआऊट्स? काय म्हणते आहेस तू?” सुहितानं गोंधळून विचारलं.

“काल त्यानं म्हणे, त्यानं लिहिलेल्या नवीन कोडची प्रिंट्स काढली होती, घरी नेण्यासाठी. त्याला त्याच्यावर अजून विचार करायचा होता म्हणे; आणि शहाणा ते कागद घेऊन जायला मात्र विसरला. आज तो कामावर आला आणि बघितलं, तर ते कागद त्याला सापडत नाहीयेत. त्याला आता मी काय करणार?”

“सापडत नाहीयेत?... आणि, नाही पण, तो तुला म्हणतोय का की तू ते कागद घेतलेस म्हणून?” सुहितानं विचारलं.

“हो ना! त्याला वाटतंय की मी त्याचे कागद कुठेतरी लपवून ठेवले आहेत, त्याची गंमत करण्यासाठी म्हणून, आणि ते देत नाहीये.”

“पण ते तू लपवले आहेस असं त्याला का वाटतंय?”

“कारण ही काल सगळ्यात शेवटी, मानसच्याही मागून ऑफिसमधून बाहेर पडली आणि आज सगळ्यात आधी कामाला आली. त्यामुळे तिनंच ते लपवले असं त्याला वाटतंय.” मीनलच्या ऐवजी पंकज म्हणाला.

“नाही, पण काहीतरी गोची आहे बरं का,” संभाषणात भाग घेत शबीर म्हणाला. “मानसचे कागद गेले, माझं एक पुस्तक दिसत नाही आहे, विकासनं काही नोट्स त्याच्या कॉम्प्युटरशेजारी ठेवल्या होत्या, त्या नाहीयेत आणि कोपऱ्यातल्या टेबलवरची सगळी वर्तमानपत्रं आणि मासिकंही नाहीशी झाली आहेत. आरतीच्या टेबलवर तिनं ठेवलेले पेपर नॅपकिन्सही दिसत नाहीयेत म्हणे.”

“म्हणजे? म्हणजे काय सगळे कागद कोणीतरी पळवले आहेत की काय?”

“पण मी कशाला त्याचे प्रिंटआऊट्स घेऊ? मला काय करायचा आहे त्याचा कोड? उगाच काहीतरी आरोप करायचे म्हणजे काय?” मीनलचा राग अजून धुमसत होता.

तेवढ्यात दुसऱ्या एका घोळक्यातून बाजूला होऊन मदाने त्यांच्याकडे येत म्हणाला, “वुई हॅव टू गेट टू द बॉटम ऑफ थिस थिंग, यार. कम, लेट अस हॅव ॲन इन्फार्मल मीटिंग.”

बोलताना सारखं फाड-फाड इंग्लिश फाडण्याच्या आणि प्रत्येक गोष्टीचा बाऊ करण्याच्या मदानेच्या सवयीला ऑफिसमधले सगळेच वैतागत असत, पण आत्ता मात्र तो म्हणत होता त्याला सर्वांनी मान डोलावली. तो म्हणत होता ते खरं होतं. ऑफिसमधल्या बऱ्याच जणांचे कामाचे कागद, पुस्तकं, वर्तमानपत्रं असं काहीकाही दिसत नव्हतं. म्हणजे कोणीतरी ऑफिसमध्ये घुसून ते सगळं चोरलं होतं की काय?

त्यांचा सॉफ्टवेअर चोरण्याचा तर तो प्रयत्न नव्हता? असं असलं, तर ती गंभीर बाब होती.

ऑफिसच्या तीन मजली इमारतीतल्या त्या पहिल्या मजल्यावरची सगळी जागा

सुहिताच्या डेव्हलपमेंट सेक्शननं व्यापली होती. सेक्शन मॅनेजर मानसची केबिन आणि मीटिंग रूम या दोनच बंदिस्त करता येण्याजोग्या खोल्या सेक्शनमध्ये होत्या. त्या जरा मोठ्या आणि सुशोभित केलेल्या होत्या. बाकीच्या जागेत साडेचार फूट उंचीच्या पार्टिशन्सनी खोल्यावजा केबिन्स केल्या होत्या आणि एकेका केबिनमध्ये चार कोपऱ्यात चार जणांची टेबल्स होती. ऐसपैस मोठं टेबल, त्यावर संगणकाच्या सगळ्या संसारासाठी आणि शिवाय फोनसाठी, लिहिण्यासाठी जागा, टेबलाला सोयीचे ड्रॉवर्स अशी सगळी व्यवस्था होती. जागा भरपूर असल्यामुळे कामाचे कागद, पुस्तकं अशा वस्तू टेबलवरच सोडून जाण्याची सर्वांना सवय होती. आतापर्यंत तरी त्यामुळे कधी काही गहाळ झालं नव्हतं. त्यांच्या ऑफिसची सुरक्षा व्यवस्थाही चांगली होती. असं असताना कागद, पुस्तकं, वर्तमानपत्रं नाहीशी होणं, ही म्हटलं तर तशी गंभीर बाब होती.

त्यामुळे ही काय भानगड आहे हे बघायलाच हवं होतं. शिवाय अशा काहीतरी वेगळ्या विषयावर चर्चा करण्यात सगळ्यांना रस होताच. मदानेची मीटिंगची सूचना त्यामुळे सर्वांनी उचलून धरली आणि बोलतबोलत सगळे मीटिंगरूममध्ये गेले. सुहिता तेवढी मागे रेंगाळली. कारण सगळ्यांच्यात तिला मानस तेवढा दिसत नव्हता. तो रागावून आपल्या खोलीत बसला होता की काय?

ती मानसच्या खोलीत गेली. तिच्या अपेक्षेप्रमाणे तो संगणकासमोर बसून काम करण्यात बुडला होता. ती आत गेली तरी त्यानं वळूनसुद्धा पाहिलं नाही. तीच म्हणाली, ''मानस, अरे काय झालं?''

''तू आहेस होय? मला वाटलं...'' तिच्याकडे वळत आणि हात हलवत तो म्हणाला.

''काय, झालं काय?''

''अगं माझे इथले सगळे कागद नाहीसे झालेत. काल संध्याकाळी इथे ठेवले होते. आणि आज...''

''अरे पण, मीनल कशाला घेईल ते?''

''नाही गं, ती कशाला घेईल? मला आपलं आधी वाटलं की ती माझी चेष्टा करते आहे म्हणून. पण तसं नाही हे माझ्या लक्षात आलं आहे. कारण इथलं माझं कोऱ्या कागदांचं पॅडही नाहीसं झालं आहे.''

''पण कोण कशाला घेईल ते पॅड? आणि एक कोड चोरला जाऊ शकेल; पण जुनी वर्तमानपत्रं चोरून काय उपयोग?''

''हो ना! आधीच कामाची इतकी घाई आहे आणि त्यात आता हे नवीनच लचांड उपटलं आहे; आणि आज तर सगळे या चर्चेतच गुंतले आहेत. मी सोडून कुणीही कामाला अजून हातही लावलेला नाही. कसं वेळेत सगळं पुरं होणार आहे...''

मानसच्या स्वरातला वैताग ऐकून त्याला जरा शांत करावं म्हणून सुहिता म्हणाली, "अरे, होईल सगळं वेळेत. आपण किती वेळा असं तातडीनं काम पूर्ण करून दिलं आहे. आत्ता गमावलेला वेळ रात्र-रात्र काम करून भरून काढण्यात आपली टीम अगदी तय्यार आहे... बरं ते जाऊ दे. मी आल्यापासून अजून चहासुद्धा घेतला नाहीये. आपण चहा घेऊया का? की तुला कॉफी घ्यायची आहे? मीटिंग रूममध्ये जमून सगळे याच विषयाची चर्चा करताहेत. आपण तिकडे लवकर गेलो नाही तर बोलावणं येईलच. त्याआधी चहा तरी घेऊ या बाई."

आणि तिनं त्याच्या होकाराची वाट न बघता चहाची ऑर्डर देण्यासाठी बकाबकचं बटन दाबलं.

'बकाबक' हा त्यांच्या ऑफिसचा हरकाम्या यंत्रमानव होता. तो एक यंत्रमानव होता यात विशेष काही नव्हतं; पण तो गवत खाऊन काम करत होता ही गोष्ट मात्र अचंबित करणारी होती.

यंत्रमानवाचा वापर ही काही तशी नवीन गोष्ट नव्हती. कित्येक दशकांपासून यंत्रमानव अस्तित्वात आणि वापरात होता. पण यंत्रमानव निर्माण करण्याचा आणि तो चालवण्याचा खर्च इतका मोठा असायचा की मोठाल्या व्यापारी कंपन्या, काही देशांची संरक्षण खाती यांनाच यंत्रमानव परवडायचा. शिवाय त्याला लागणारी ऊर्जा पुरवण्यासाठी मोठ्या प्रमाणावर वीज लागत असल्यामुळे त्याच्या वापरण्यावर साहजिकच मर्यादा यायची.

पण २००० साली साखरेवर चालणारा, जैविक विद्युतघट असलेला यंत्रमानव निर्माण करण्यात शास्त्रज्ञांना यश आलं आणि त्याच्या विकासाला एकदम गती आली. थोड्याच काळात हलक्या, पण टिकाऊ प्लास्टिकपासून यंत्रमानवाचं शरीर बनवण्यास सुरुवात झाली. हळूहळू त्या शरीराचा आकार कमी होत गेला आणि दोन वर्षांपासून तर एखाद्या छोट्या कपाटाच्या आकाराचा आणि साखर खाऊन काम करणारा यंत्रमानव बाजारपेठेत चक्क विक्रीला उपलब्ध झाला होता. मानवी आवाजातल्या आज्ञा स्वीकारून तो काम करायचा. त्याचा लहान आकार, त्यामुळे बेताची किंमत, विजेची गरज नसणं आणि त्याच्या संरचनेत सतत झालेल्या सुधारणांमुळे अनेकविध कामं करण्याची क्षमता या गोष्टींमुळे यंत्रमानवांचा खप एकदम वाढला होता.

आणि काही महिन्यांपूर्वी चक्क गवताचा वापर करून ऊर्जा निर्माण करणाऱ्या, माणसाच्या शरीराकृतीशी साम्य असणाऱ्या यंत्रमानवाची निर्मिती करण्यात भारतीय शास्त्रज्ञ यशस्वी झाले होते.

असाच एक यंत्रमानव त्यांच्या कंपनीनं घेतला होता आणि तो व्यवस्थित काम करत असलेला पाहून २-३ महिन्यांपूर्वी प्रत्येक मजल्यासाठी एका यंत्रमानवाची खरेदी करण्यात आली होती. कंपनीच्या आवारात, इमारतीभोवती अशी सगळीकडे

वेगानं वाढणाऱ्या गवताची मुद्दाम लागवड करण्यात आली होती - त्या सगळ्यांना खाद्य पुरवण्यासाठी.

गंमत म्हणजे गवत कापून आणून ऊर्जापेटीतल्या एका ठरावीक खणात ते भरून घेण्याचं कामही ते यंत्रमानवच करत असत. फक्त त्यासाठी त्यांच्या मेंदूत योग्य त्या सूचना दिलेल्या असाव्या लागत.

ऑफिसची झाडलोट करणं, फर्निचर पुसणं, खुर्च्या, टीपॉय वगैरे इकडेतिकडे पडलेलं असलं तर ते जागेवर आणून मांडणं, ऑर्डरप्रमाणे चहा, कॉफी, सरबत वगैरे करून पुरवणं, कर्मचारी सांगतील त्याप्रमाणे कागद किंवा इतर वस्तू इकडून तिकडे नेऊन पोहोचवणं अशी सगळी कामं ते करत. कामात खर्च होणारी ऊर्जा भरून काढण्यासाठी रोज एका ठरावीक वेळेला, त्यांच्यासाठी मुद्दाम तयार केलेल्या उतारावरून खाली जाऊन गवत कापून ते ऊर्जापेटी भरून घेत आणि परत आपल्या नेमलेल्या जागी येऊन कामासाठी तयारीत उभे राहत. ऊर्जापेटीच्या एका खणात गवतावर जगणारे आणि वाढणारे जिवाणू ठेवलेले होते. पेटीतील गवत हळूहळू त्या कप्प्यांत सरकत राही आणि त्या गवताचा फडशा पाडून ते ऊर्जानिर्मिती करत. ती ऊर्जा पुढच्या कप्प्यात असलेल्या घटांमध्ये साठवली जाई आणि मग तिथून ती यंत्रमानवाच्या विविध हालचालींसाठी वापरली जाई.

कधीकधी एखाद्या यंत्रमानवाचं काम जास्त झालं तर त्याचं गवत लवकरच संपायचं. अशा वेळेला गवताचा साठा एका विशिष्ट वजनापेक्षा कमी झाला, तर एक सूचक शिट्टी वाजू लागायची. ती ऐकू येऊ लागली की कोणीतरी जाऊन ती बंद करायचं आणि त्याला गवत कापून आणण्याची आज्ञा द्यायचं. अशा वेळी त्याच्याकडे थोडा राखीव साठा असायचा. तो साठा एका ठरावीक पातळीपर्यंत कमी होईपर्यंत तो यंत्रमानव काम करायचा. त्यामुळे त्याच्या हातात सुरू असलेलं काम पुरं व्हायचं आणि मग तो जाऊन गवत कापून भरून घ्यायचा.

सुहिताच्या विभागात असलेला यंत्रमानव त्याच्या या गुणांमुळे सर्वांचा फार लाडका झाला होता. गवत कापून ते आपल्या पेटीत भरून घेण्याचा त्याचा वेग पाहून, तो बकाबक गवत खातो असं ठरवून त्यांनी त्याचं नाव 'बकाबक' ठेवलं होतं. बकाबकशिवाय ऑफिसमधल्या कुणाचं पानही हलत नसे. त्याला ऑर्डर देण्यासाठी प्रत्येकाच्या संगणकाच्या जवळ एक खास बटण होतं. ते बटण दाबून त्यासमोर बोललं की बोलणाऱ्याचा आवाज ओळखून त्यानं सांगितलेलं काम बकाबक करत असे. ऑफिसच्या एका कोपऱ्यात बकाबकची खोली होती. खोलीला चार भिंती आणि दाराची चौकट होती. मात्र त्या चौकटीत दार बसवलेलं नव्हतं. त्यामुळे बकाबक मुक्तपणे वावरू शकायचा आणि सांगितलेलं काम झालं की आपल्या खोलीत ठरावीक जागी जाऊन उभा राहायचा, पुढच्या आज्ञेची वाट बघत.

सुहितानं बकाबकचं बटन दाबून त्याला दोन कप चहा आणायला सांगितलं. पण नेहमीप्रमाणे ''यस मॅडम, दोन चहा घेऊन येतो'' असं उत्तर येण्याऐवजी ''सॉरी मॅडम, आधीची तेरा कॉफीची ऑर्डर पूर्ण करून दोन चहा घेऊन येतो. साधारण अकरा मिनिटं लागतील.'' असं उत्तर बकाबकनं दिलं.

म्हणजे मीटिंगरूममध्ये गेल्यागेल्या सर्वांनी आधी कॉफीची ऑर्डर देण्याचं काम केलं होतं तर!

''मानस, आपणही मीटिंगरूममध्येच कॉफी घेऊ या का?'' सुहितानं विचारलं.

''ठीक आहे, चल.'' मानसनं म्हटलं. नाहीतरी सगळे जमले होते तिथे जाऊन चर्चा करणं भागच होतं. सेक्शन मॅनेजर म्हणून त्याची ती जबाबदारी होती.

आपल्यासाठी दोन कॉफी मीटिंगरूममध्ये घेऊन येण्याची ऑर्डर बकाबकला देऊन सुहिता आणि मानस तिकडे गेले.

मीटिंगरूममध्ये चर्चा चालली होती असं म्हणण्यापेक्षा गप्पा चालल्या होत्या असं म्हणणंच बराबेर ठरलं असतं. सुहिताबरोबर मानसही तिथे पोहोचल्यामुळे गप्पांमध्ये जरा खंड पडला; नाही म्हटलं तरी मानस त्यांचा साहेब होता.

''मीनल, सॉरी. तू माझे कागद घेतलेस असं मला म्हणायचं नव्हतं. मला आपलं वाटलं की, तू माझी चेष्टा करते आहेस म्हणून.'' मानसनं गेल्यागेल्या सांगून टाकलं. त्यामुळे वातावरण मोकळं झालं आणि कागद, पुस्तकं, वर्तमानपत्रं या गोष्टी नाहीशा होण्याची चर्चा सुरू झाली. तेवढ्यात बकाबक कॉफी घेऊन आला आणि प्रत्येकाच्या हातात एकेक कप देऊ लागला. त्यानं चौथा कप दिला आणि त्याची सूचक शिट्टी वाजू लागली.

''आँ, ह्याचं गवत एवढ्या लवकर संपलं?'' कोणीतरी उद्‌गारलं. साधारणपणे दिवसाभराचं काम आटोपत आलं की बकाबकला गवत गोळा करण्यासाठी पाठवायची वेळ यायची. त्या मानानं आजची शिट्टी फारच लवकर वाजली होती, पण या गोष्टीवर फार विचार करत बसण्याचं कारण नव्हतं. शबीर बकाबकच्या जवळ होता. त्यानं बकाबकची शिट्टी बंद केली आणि म्हणाला,

''ऊर्जापेटी भरून घे.''

बकाबक उरलेले कप एकेकाच्या हातात देऊ लागला. सगळे कॉफीचे घोट घेत बोलू लागले. ऑफिसमधले कागद नाहीसे का होऊ लागले होते याचा छडा लावायलाच हवा होता.

एकाएकी मदाने ओरडला, ''ए, काय आहे? माझा शर्ट कोण ओढतंय?'' आणि तो गर्रकन मागे वळला. त्याचं हे असं ओरडणं इतकं अनपेक्षित होतं की सगळे एकदम बोलणं थांबवून त्याच्याकडे बघू लागले.

आणि बघतच राहिले!

कारण मदानेच्या शर्टचा पँटमध्ये खोचलेला भाग बाहेर निघालेला होता आणि बकाबक तो कापत होता! गवत कापण्यासाठी असलेल्या कात्रीसारख्या दांड्यामध्ये पकडून तो सरसर कापड कापत होता.

"ए, अरे... हे, हे काय चाललंय?" "ह्या बकाबकला काय झालं आता?" असे विविध उद्‌गार निघत असतानाच मदाने शर्ट ओढून घेण्याचा प्रयत्न करत होता आणि बकाबकची कात्री भराभर चालत होती. मदानेनं जोरात ओढल्यावर शर्ट टरटर फाटला आणि मदाने बकाबकच्या तावडीतून सुटला. तशी बकाबकनं त्याच्याशेजारी उभ्या असलेल्या देवधरकडे मोर्चा वळवला. देवधर एकदम मागे झाला. तशी त्याच्याजवळ उभ्या असलेल्या मीनलच्या ओढणीचं टोक पकडून तो कापू लागला. ती किंचाळू लागली आणि एकच गोंधळ उडाला.

दोघातिघांनी मिळून बकाबकला मागे ढकललं; पण तो त्याच्या चाकांवर फिरत परत पुढे येऊ लागला; तशी मानसनं पुढे होऊन त्याचं मुख्य बटण बंद केलं, पण तरी तो पुढे सरकतच राहिला! बटण बंद केलं तरी त्याला ऊर्जा मिळायची बंद झाली नव्हती.

क्षणभर सगळे स्तंभित झाले. तेवढ्यात बकाबकनं मीनलची ओढणी ओढून घेऊन ती कापून आपल्या खाद्यपेटीत भरून घेतली होती आणि शेजारच्या सुहिताकडे मोर्चा वळवला होता. त्याचा रोख बघून ती पळून टेबलाच्या दुसऱ्या टोकाला जाऊन उभी राहिली आणि विस्फारलेल्या नेत्रांनी त्याच्याकडे पाहू लागली.

प्रसंगावधान राखून मानसनं आणि देवधरनं बकाबकला पाठीमागून गच्च पकडलं। आणि तो इकडे-तिकडे वळून जवळचे कपडे आपल्या कात्रीत पकडण्याचा प्रयत्न करत असतानाच त्याला ढकलत ते मीटिंगरूमबाहेर घेऊन गेले.

पण आता प्रश्न होता, त्याला कुठे न्यायचं? कारण त्याला बंद करणं आवश्यक होतं आणि बंदिस्त करता येईल अशी आणखी एकच खोली त्यांच्या ऑफिसमध्ये होती; मानसचं ऑफिस. थोडं घुटमळून शेवटी त्या दोघांनी त्याला तिथे ढकललं आणि घाईघाईनं दरवाजा लावून घेतला. दरवाजा लावला तरी बकाबकच्या आतल्या हालचालींचे आवाज येत होते.

तो आता आतमध्ये काय कापत होता?

एव्हाना बाकी सगळेही त्यांच्यामागोमाग तिथे जमा झाले होते. बकाबक बंदिस्त झालेला बघून सर्वांनी सुटकेचा निःश्वास सोडला आणि मग सगळे एकदम बोलू लागले; तशी मानसनं आवाज चढवला आणि तो मोठ्यानं म्हणाला,

"थांबा, थांबा. एकदम सगळे बोललात तर कोणालाच काही कळणार नाही आणि या प्रॉब्लेममधून मार्ग निघणार नाही आणि तातडीनं काहीतरी मार्ग तर काढलाच पाहिजे. बकाबकच्या आज्ञावलीत कोणीतरी फेरफार केले आहेत आणि

गवताच्या ऐवजी कापड वापरून ऊर्जा निर्माण करण्याची आज्ञा त्याच्या आज्ञावलीत आता नोंदवलेली आहे.''

''मला वाटतं, त्याच्यात केलेल्या फेरफारांमध्ये आधी त्याला कागद खाऊन काम करायची आज्ञा दिलेली असावी आणि तुझे नाहीसे झालेले प्रिंटआऊट्स, वर्तमानपत्रं, पुस्तकं या गोष्टीही त्यानंच गिळंकृत केल्या असाव्यात.'' सुहितानं विचार करत म्हटलं.

''हो, हो, असंच झालं असावं, नक्की. तो कागद खाऊ लागला आणि मग कापडही खाऊ लागला.'' एकदम उत्तेजित होत मीनल म्हणाली.

''अरेच्चा! म्हणजे अगदी बकासुरच झाला की तो! सगळंच स्वाहा करायला लागला.''

''पण असं होणं कसं शक्य आहे? बकाबकचा जैविक ऊर्जाघट हा खास गवतावर काम करणारा होता. बकाबकमध्ये ऊर्जानिर्मितीसाठी असलेले जिवाणू गवतावर जगणारे होते. गवताच्या ऐवजी कागद किंवा कापड त्यात घातलं, तर ते कसे काम करतील?'' मदाने म्हणाला.

''याचा अर्थ सरळ आहे. त्याची ऊर्जापेटी कोणीतरी बदलली आहे.''

''ऑ! अरे, पण अशी कशी बदलता येईल त्याची पेटी? आणि कागदावर किंवा कापडावर काम करणारा घट अजूनतरी कोणी बनवलेला नाही.''

''बनवलेला नाही म्हणजे, आपल्यापर्यंत ती बातमी अजून पोहोचलेली नाही, असंही असू शकेल. कारण, कोणत्याही नवीन संशोधनाला प्रसिद्धी मिळण्याच्या कितीतरी आधी ते प्रयोगशाळेत सिद्ध झालेलं असतं. तसंच याच्या बाबतीतही असू शकेल. गवत खाऊन ऊर्जा निर्माण करणाऱ्या जिवाणूंसारखे कागद किंवा कापड खाऊन ऊर्जा निर्माण करणारे जिवाणू वापरण्यात कोणालातरी यश आलेलं असेल आणि...''

''अरे, पण बकाबक नेमका कापडाच्या दिशेनं वळून जवळच्या माणसाचे कपडे कसे पकडतो?''

''मला वाटतं, या नवीन जिवाणूंना कापडाचा वास येत असावा. त्यामुळे बकाबक त्या दिशेनं निघत असावा. पण हे कोणी केलं असेल...''

''मला माहीत आहे, हे कोणी आणि का केलं आहे ते.'' सुहिता एकदम म्हणाली. तशी सगळे तिच्याकडे आश्चर्यानं बघू लागले.

''माहीत आहे?'' मानसनं विचारलं.

''हो. नक्की डॉ. पानसेंचाच हात आहे बकाबकला बकासुर बनवण्यात.''

''पानसेंचा?... हं... असू शकेल. कारण हा बकासुर आपण त्यांच्याकडून घेतला आहे आणि गवतावर चालणारा यंत्रमानव तयार करणाऱ्या संशोधकांच्या मूळ

टीममध्ये ते होते असं मी ऐकलेलं आहे आणि हुशार तर ते आहेतच; पण ते हे असं कशाला करतील?'' मानस म्हणाला.

''नाही, म्हणजे मला आपलं वाटतंय की...'' सुहिता जरा घुटमळली तशी मानस म्हणाला,

''अगं, पण का वाटतंय तुला असं? एवढा हुशार शास्त्रज्ञ... आणि तो असं काहीतरी करेल?''

''सांगते. ते हुशार आहेत, पण त्याचबरोबर विक्षिप्तही आहेत हे तुम्हा सर्वांनाही माहीत आहे... आणि शिवाय किती मोठे आहेत ते... पण तरीसुद्धा गेल्या तीन-चार महिन्यांपासून ते माझ्या फार मागे लागले आहेत. मी त्यांच्याबरोबर फिरायला जावं, जेवायला जावं, त्यांचं घर बघायला जावं असा सारखा आग्रह ते करत असतात. कधी प्रत्यक्ष भेटून, तर कधी फोनवरून. दोनतीन वेळा तर त्यांनी माझ्या घरीसुद्धा फोन केला होता. मी जाम वैतागले आहे. परवा त्यांनी मला माझ्या घराबाहेर गाठलं तेव्हा मी त्यांना स्पष्टच सांगितलं की माझं आणि मानसचं लग्न ठरलं आहे आणि मी त्यांना हेही सांगितलं की, हे असं वागणं त्यांच्यासारख्या विद्वान आणि वयस्क माणसाला शोभत नाही म्हणून; आणि यापुढे जर मला त्रास देण्याचा प्रयत्न केला तर मी सरळ पोलिसात तक्रार करेन असंही मी म्हणाले. तेव्हा ते खूप रागावले आणि अद्वातद्वा काहीतरी बोलले. म्हणाले, ''तुम्ही तरुण मंडळी फार माजला आहात. तुम्ही लोक स्वत:ला कोण समजता? माझ्यासारख्याला तू आवडलीस याचा आनंद मानायचा सोडून तू त्या मानस का फानस त्याच्या नादी लागली आहेस. माझ्या जोड्याजवळसुद्धा उभं राहायची लायकी नाही त्याची...''

''स्साला... दाखवतोच म्हाताऱ्याला...'' मानस असं म्हणाला तशी मीनल म्हणाली, ''अरे म्हातारचळ लागला आहे त्याला. पण तरी तो असं कशाला करेल?''

''ते पुढे म्हणाले, थांबा, तुम्हां सगळ्यांना चांगली अद्दल घडवतो, मग झक्कत येशील तू माझे पाय पकडायला...'' सुहितानं बोलणं पुरं केलं.

''अरे, हरामखोरा! चांगलं जोड्यानं हाणलं पाहिजे बुढ्ढ्याला.'' शबीर म्हणाला.

''हे सगळं खरं. पण बकाबकमध्ये बदल करून आपल्याला अद्दल कशी घडणार?'' देवधर म्हणाला.

''बकाबकच्या कापड खाण्याला घाबरून आपण त्याला बंद करून ठेवू आणि मग त्यांना बोलावणं पाठवू असं त्यांना वाटलं असेल. मग ते यायला लवकर तयार होणार नाहीत, गावालाच निघून जातील किंवा वेळ नाही असं सांगतील; आणि आले तरी कदाचित् आणखी काही बिघाड करून ठेवतील. मग आपण त्यांच्या गयावया करू, त्यांच्यावाचून आपलं काम अडतं आहे, कामं धड होत नाहीयेत असं

त्यांना सांगू असं वाटलं असेल. बकाबकमुळे आपली जी सोय झालेली आहे, ती नाहीशी झाली की, आपली कामं मागे पडतील, आपण चिडचिड करू, कामं पुरी न झाल्यामुळे वरिष्ठांची बोलणी आपल्याला खावी लागतील मी या विभागाचा प्रमुख असल्यामुळे माझं रेकॉर्ड खराब होईल असं काहीतरी त्या मूर्खाला वाटलं असेल कदाचित्. पण त्या चळ लागलेल्या म्हाताऱ्याला आपल्या बकाबकचा असा बकासुर करायची संधी तरी कशी मिळाली? गेल्या आठ-दहा दिवसात तर तो इकडे फिरकलेलाही नाही.'' मानस म्हणाला.

''काल आला होता ना तो.'' मीनल असं म्हणाली आणि सगळे आश्चर्यानं तिच्याकडे पाहू लागले. ती पुढे म्हणाली,

''काल मी उशीरापर्यंत बसले होते. तुम्ही सगळे गेल्यानंतर जवळजवळ तासाभरानं पानसे आले. त्यांना बघून मी चकितच झाले आणि वैतागलेही. कारण तोपर्यंत माझं काम पुष्कळ उरकलं होतं आणि मी निघण्याचा विचार करत होते, पण ते आल्यामुळे ते जाईपर्यंत मला थांबणं भाग होतं. मी शेवटी निघणार असल्यामुळे ऑफिस बंद करण्याच्या सूचना बकाबकला देण्याची जबाबदारी माझी होती आणि त्यासाठी आधी पानसे जायला हवे होते. मी वैतागलेली बघून ते म्हणाले, ''तुमचं काम चालू दे. मी आपली सहज चक्कर मारली. आता आलोच आहे तर माझ्या मानसपुत्राला भेटून घेतो.'' असं म्हणून हसत ते बकाबकच्या खोलीत गेले. मग माझं आवरेपर्यंत ते तिथेच होते.''

''आणि तेव्हाच त्यांनी त्याची ऊर्जापेटी आणि आज्ञावलीची चकती बदलली. शिवाय विद्युत आरेखातली मुख्य बटणाची जागाही बदलली. आता ते बटण नक्की कुठे बसवलं आहे, ते शोधावंच लागणार आहे. ते बंद करेपर्यंत तो त्याचं काम, म्हणजे निदान त्याच्या अन्नाचा म्हणजे आता कापडाचा शोध तो करतच राहणार.''

मानसच्या या म्हणण्याला पुष्टी देण्यासाठी म्हणून की काय, त्याच्या बंद खोलीतून खुर्ची-टेबल पडल्याचे आवाज आले. खुर्चीच्या सीटला आणि पाठीला असलेलं पॅडिंग आणि कव्हर बकाबक खात होता की काय?

बकाबकचा बकासुर कोणी आणि का केला होता हे आता उलगडल्यासारखं होतं, पण त्यावर काय उपाय करायचा हा प्रश्न होता.

''वुई मस्ट टीच दॅट स्काऊंड्रल अ लेसन, यार.'' मदाने म्हणाला आणि सगळेच त्याच्याशी सहमत झाले. मग सगळ्यांनी मिळून एक ॲक्शन प्लॅन तयार केला.

''हे आपलं ठरलं तर.'' मानस म्हणाला. ''पण हे सगळं प्रत्यक्षात यायला दोनतीन दिवस, कदाचित आठवडासुद्धा लागेल. तोपर्यंत आपलं काम थांबून चालणार नाहीये. आधीच आज निम्मा दिवस वाया गेला आहे. आता आपल्या

दिमतीला यंत्रमानव असणार नाहीये. तेव्हा प्रत्येकानं आपलं बारीकसारीक काम स्वत: करणं आणि आपल्या कामात दिरंगाई न करणं आवश्यक आहे. आपलं काम मागे पडलं नाही, की पानसेंचा हेतू सफल होऊ शकणार नाही.''

"तू काही काळजी करू नकोस. आम्ही मुळीच काम मागे पडू देणार नाही. आणि आता आपल्या दिमतीला यंत्रमानव नाही हे खरं आहे, पण आपण इतके मानव आहोत ना कामं करायला. आपले हात काय मोडलेयत का?'' मीनल ठामपणे म्हणाली.

पण बकाबकचं काय करायचं?

मानसच्या खोलीच्या काचेच्या खिडकीतून त्यानं आणि दोघा-तिघांनी आत डोकावून पाहिलं तेव्हा त्यांना आतल्या दोन्ही खुर्च्या अस्ताव्यस्त पडलेल्या दिसल्या. त्यांची कव्हर्स, आणि आतला कापूस बकाबकनं फस्त केलेला असावा कारण त्या दोन्ही उघड्या पडलेल्या दिसत होत्या. ते खाऊन बकाबक स्वस्थ उभा होता.

पण त्याच्या जवळ जाणं धोक्याचं होतं, कारण त्याला पुरेसं कापड मिळालं होतं की नाही कुणास ठाऊक! त्याच्या पेटीत ठरावीक पातळीपर्यंत खाद्य भरलं गेलं नसलं तर तो जवळ येणाऱ्या माणसाच्या अंगावरचा कपडा ओढून खाऊ लागला असता. त्यामुळे मानसला खोलीत जाता येत नव्हतं.

पण शबीरनं त्याच्यावर एक युक्ती शोधून काढली. त्याच्या कपाटात त्याचा रेनकोट ठेवलेला होता. त्यानं तो घातला, पँट गुडघ्याच्या वरपर्यंत दुमडली आणि मानसच्या खोलीचं दार उघडून तो आत गेला.

काय होतं ते बघायला खिडकीच्या काचेशी गर्दी जमली होती, पण बकाबकनं शबीरची दखलही घेतली नाही. कारण कापड खाण्याचीच आज्ञा त्याच्या आज्ञावलीत होती. शबीर बकाबकजवळ गेला आणि त्यानं त्याच्या मुख्य बटणाची जागा शोधून काढली. त्यानं ते बंद करताच खोलीचं दार उघडून मानस आणि इतर सगळे आत शिरले. आता बकाबक म्हणजे एका मोठ्या निर्जीव बाहुल्यासारखा दिसत होता. कापडापासून ऊर्जा तयार करण्याचं जिवाणूचं काम चालू होतं, पण त्या ऊर्जेचा प्रवाह खंडित झालेला होता.

त्या निर्जीव बाहुल्याला ढकलत त्याच्या खोलीत नेऊन उभं करण्यात आलं आणि मग हळूहळू प्रत्येक जण आपापल्या जागी जाऊन कामाला लागला. एकदा त्या सर्वांवर नजर फिरवून मानसनं सुस्कारा सोडला. परत एकदा नेहमीप्रमाणे काम सुरू झालं होतं.

चार दिवस गेले आणि पाचव्या दिवशी कडक सुटातले डॉक्टर पानसे अकरा वाजण्याच्या सुमारास ऑफिसमध्ये अवतरले. बकाबकविषयी काहीही तक्रार चार दिवसात न आल्यामुळे अस्वस्थ होऊन ते स्वत: आले होते. सुहिताकडे त्यांनी

दुर्लक्ष केलं आणि सगळीकडे एक चोरटी नजर टाकून त्यांनी मीनलकडे मोर्चा वळवला. जवळजवळ पूर्ण टक्कल पडलेल्या, जाड भिंगांचा चष्मा लावलेल्या आणि पोक काढलेल्या पन्नशीच्या पानशांना आपल्या दिशेनं येताना बघून मीनल एकदम सावध झाली. पानसे तिच्या टेबलाशी पोहोचल्यावर तिनं त्यांचं अगदी गोड हसून स्वागत केलं आणि समोरच्या खुर्चीकडे हात करत म्हटलं, "बसा ना, सर."

"काय, कसं काय चाललंय?" तिच्या समोरच्या खुर्चीवर बसत त्यांनी विचारलं.

"मस्त! खूप काम आहे सध्या. आम्ही सगळे अगदी बुडून गेलो आहोत कामात."

"आणि आमचा मानसपुत्र काय म्हणतो आहे?" तिच्याकडे रोखून बघत त्यांनी पुढे विचारलं. बकाबकनं काय गोंधळ उडवून दिला आहे, त्याचा किती त्रास होतो आहे हे बघायला तर ते आले होते.

"तोही मस्त आहे. खरंच सर, इतका बहुपयोगी आणि कार्यक्षम आहे तो की त्याच्यावाचून... सर, तुमची खरंच कमाल आहे हं! जगातल्या मोठ्यामोठ्या शास्त्रज्ञांना जमलं नाही ते तुम्ही किती सहजपणे.... सर, त्याची नवी करामत बघायची आहे का तुम्हाला?" असं म्हणत मीनल उत्साहानं उठली आणि बकाबकच्या खोलीकडे जाऊ लागली. पानसे जरासे गोंधळले. ती नक्की काय करते आहे हे त्यांच्या लक्षात येईना, पण मग स्वाभाविकपणेच ते तिच्यामागे जाऊ लागले.

ते दोघं बकाबकच्या खोलीशी पोहोचण्यापूर्वीच शबीरनं त्यांना गाठलं आणि म्हणाला, "मीनल, तुला मानसनं बोलावलं आहे. मी दाखवतो सरांना बकाबकची गंमत."

काही न बोलता मीनल मागे वळली. पानसे आणि त्यांच्या मागोमाग शबीर बकाबकच्या खोलीत शिरले.

पानसे बकाबकच्या जवळ गेले आणि त्याच्या वेगवेगळ्या भागांवरून सहज हात फिरवू लागले. काही झालं तरी ती त्यांची निर्मिती होती आणि त्यामुळे त्या यंत्राविषयीसुद्धा त्यांना ममत्व वाटत होतं.

शबीर चटकन बकाबकच्या मागे गेला आणि त्यानं त्याचं बटण सुरू केलं.

व्हर्र ऽऽऽ ऽऽ असा आवाज करत बकाबकची चक्रं फिरू लागली आणि त्याच्या कात्रीसारख्या दांड्यांमध्ये पकडून त्यानं पानसेंचा कोट कापायला सुरुवात केली.

"ए, ए, काय... हे काय... सोड, सोड माझा कोट..."

असं काहीतरी ओरडत पानसे मागे जाण्याचा प्रयत्न करू लागले, पण बकाबकची पकड पक्की होती. धरलेला कोट तो सोडेना. उलट तो कोट आणखी

ओढला आणि कापला जाऊ लागला.

"अरे, अरे, बंद कर ना त्याचं बटण, बघतोस काय? आणि ...हसतोस काय गाढवा?" एकीकडे कोट सोडवण्याचा प्रयत्न करत पानसे शबीरवर ओरडले आणि तेव्हा प्रथम त्यांच्या लक्षात आलं की, शबीरनं अंगात प्लास्टिकचे कपडे घातले होते!

शबीर आणखी जोरात हसू लागला आणि बकाबकच्या हातातून कोट सोडवण्यासाठी धडपडणाऱ्या पानसेंच्या कोटाची लक्तरं होऊन लोंबू लागली. बकाबक शर्ट कापतच होता. पानसे धडपडत असतानाच शर्ट आणि टायच्या चिंध्या झाल्या. मग बकाबक त्यांचा गंजीफ्रॉक ओढून कापू लागला.

आता आपल्या कपड्यांची धडगत नाही आणि शबीर आपल्याला मदत करणार नाही हे पानसेंच्या लक्षात आलं. त्यांनी धडपडत, अंग वेडंवाकडं करत गंजीफ्रॉक काढून बकाबकच्या हातात दिला आणि दाराकडे धाव घेतली.

ऑफिसातला सगळा स्टाफ रेनकोट घालून दारात गर्दी करून उभा होता!

गंमत बघत उभ्या असलेल्या त्या घोळक्याकडे बघून, आता आपली सुटका नाही हे त्यांच्या लक्षात आलं आणि ते गयावया करू लागले. "अरे, मला जाऊ द्या रे! हा राक्षस माझे सगळे कपडे फाडेल आणि मला उघडा पाडेल. मी पाया पडतो तुमच्या. जाऊ द्या मला."

एव्हाना बकाबकनं त्यांचा गंजीफ्रॉक कापून पेटीत भरून घेतला होता आणि तो त्यांच्या पाठीशी येऊन पोहोचला होता. त्यानं बरोबर त्यांच्या पँटला हात घातला. त्याबरोबर ते ओरडू लागले. "ए, ए, अरे, असं काय करता? अरे ऽऽऽ"

"शबीर, बंद कर त्याला." मानस म्हणाला. तशी शबीरनं बकाबकचं बटण खटकन बंद केलं आणि पानसेंची पँट कात्रीत धरलेल्या स्थितीत बकाबक गप्प उभा राहिला.

"सर, कसं वाटतंय आपल्या मानसपुत्राचं कर्तृत्व बघून? अगदी तुमच्या आज्ञेबरहुकूम काम करतो आहे की नाही तो?"

"माझ्या आज्ञे.... काहीतरी बोलू नकोस... मी कशाला..." बटारलेल्या डोळ्यांनी मानसकडे बघत पानसे उद्‌गारले.

"तुम्ही नाही तर कोणी? तुमच्याशिवाय दुसरं कोण करू शकणार आहे हे काम? बकाबकच्या ऊर्जापेटीत आणि आज्ञावलीत फेरफार करण्याइतकी हुशारी तुमच्याजवळच आहे आणि संधीही तुम्हालाच होती. तुम्ही नाकारून काही उपयोग नाही, डॉक्टर. चटकन कबूल करणं तुमच्या हिताचं आहे. नाहीतर..."

"नाहीतर... नाहीतर काय? कशावरून मी हे केलं आहे? काय पुरावा आहे तुमच्याजवळ?" पानसे त्याही स्थितीत गुरकावले.

“पुरावा? पुराव्याची गरज आहे असं मला वाटत नाही. कारण पुरावा नसला तरी तुमची पँट आहे ना... बकाबकच्या हातात.” असं म्हणून मानस आणि त्याचे सगळे सहकारी खिः खिः करून हसू लागले. पानसे रागानं आणि शरमेनं लालबुंद झाले. मानस पुढे म्हणाला,

“पोलिसात तुमच्याविरुद्ध तक्रार करता येईल आम्हाला. आमच्या परवानगीशिवाय आमच्या यंत्रमानवात फेरफार करणं हा गुन्हा आहे आणि पोलीस बरोबर पुरावा गोळा करतील. पण या सगळ्या भानगडीत आम्हाला वेळ वाया घालवायचा नाहीये. तेव्हा तुम्ही मुकाट्यानं आपला अपराध... पाहिजे तर आपण त्याला चूक म्हणू; तर आपली चूक कबूल करावीत. चूक कबूल करून प्रायश्चित्त घेणं हे तुमच्याच हिताचं आहे.”

“माझी चूक? काहीतरी आरोप करू नका माझ्यावर.”

“डॉक्टर पानसे, तुमच्या या गुन्ह्याला सगळीकडे भरपूर प्रसिद्धी मिळेल आणि माहितीतंत्रज्ञान क्षेत्रात राहणं तुम्हाला अशक्य होईल अशी व्यवस्था मी करू शकतो. शिवाय बकाबक आहेच. शबीर सोड बकाबकला...”

“नाही. नाही... नको. मला कबूल आहे, तू काय म्हणतोस ते.” पानसे घाईघाईनं म्हणाले, तशी सुहितानं तिच्या हातातले कागद मानसकडे दिले. ते त्यानं पानसेंच्या समोर धरले आणि म्हणाला,

“ठीक आहे. याच्यावर सही करा.”

“हे... हे काय आहे?”

“तुमचा कबुलीजबाब आणि चुकीचं परिमार्जन. बकाबकचे तुम्ही काढून टाकलेले भाग तुम्ही दोन तासात परत बसवून देणार आहात, परत कधीही असला खेळ आमच्या कुठल्याही यंत्रणेशी करणार नाही आहात आणि येती पाच वर्ष आमच्या ऑफिसातल्या तुम्ही दिलेल्या सगळ्या यंत्रमानवांचं फुकट सर्व्हिसिंग करणार आहात, असं लिहिलेलं आहे यात.”

हतबुद्ध होऊन पानसे काही क्षण तसेच उभे राहिले. मग म्हणाले, “पण, पण असा पाच वर्षांचा करार... आमच्या कंपनीच्या व्यवस्थापक मंडळाची संमती लागते अशा कराराला आणि इतक्या दीर्घ मुदतीचा करार म्हणजे लक्षावधी रुपयांचा प्रश्न आहे. आमचं मंडळ मान्य करणार नाही हा करार.”

“तुम्हाला त्यांचं मन वळवावं लागेल आणि तरी त्यांनी नाहीच मान्य केलं तर तुमच्या खिशातून भरावे लागतील ते पैसे. नाही का?” आणि मानस हसू लागला.

आपण पुरते कात्रीत सापडलो आहोत हे पानसेंच्या लक्षात आलं. दात ओठ खात त्यांनी कागद हिसकावून घेतले. मानसनं तत्परतेनं आपलं पेन आणि

सुहितानं कागदाखाली धरायला एक पुस्तक पुढे केलं. पानसेंनी रागारागानं आपली सही खरडली तशी शबीरनं त्यांना बकाबकच्या तावडीतून मोकळं केलं.

तरी पानसे जाण्यासाठी हालचाल करेनात. तेव्हा हसतहसत देवधरनं आपल्या अंगावरचा रेनकोट काढून त्यांना दिला. ते तो घालत असताना शबीर म्हणाला, "पँटही दुमडा डॉक्टर, बकाबकनं परत तुम्हाला धरलं म्हणजे?" आणि परत एकदा सगळे मोठ्यानं हसले.

लाजेनं आणि रागानं अर्धमेले झालेले पानसे दाराशी जमलेल्या त्या सगळ्या तरुणांमधून वाट काढत बाहेर पडले तेव्हा "शेम, शेम" असं ओरडत सगळ्यांनी त्यांचा दारापर्यंत पाठलाग केला.

पानसे गेले. थोडा वेळ त्यांच्याविषयी आपापसात गप्पा झाल्यावर मानस म्हणाला, "मंडळी, आता वेळ फुकट घालवणं बास. आपलं काम बरंच मागे पडलं आहे. कामाला लागू या आता." एवढं बोलून तो त्याच्या खोलीकडे वळला. जरा अनिच्छेनेच जो तो आपल्या जागेकडे जाऊ लागला. करमणुकीचा कार्यक्रम समाप्त झाला होता. पण पुढे कितीतरी दिवस पानसेंच्या आठवणीनं त्या सर्वांची करमणूक होत राहणार होती!

(विज्ञानयुग - दीपावली २०००)

◆

अस्मानी

उत्तररात्री केव्हातरी धर्मा पवाराला जाग आली तेव्हा प्रथम त्याला जाणीव झाली, ती कुत्र्यांच्या केकाटण्याची. मळ्याची राखण करायला त्यानं चार कुत्रे पाळले होते. अगदी लहान पिल्लं असल्यापासून त्यांना शेतावरच वाढवलं होतं. तिथे रात्रीचा पहारा करण्यात त्यांना तरबेज केलं होतं. त्यांच्याखेरीज भाकरतुकड्याच्या आशेनं, जमिनीतून उगवल्याप्रमाणे अचानक आलेली आणि टाकलेल्या तुकड्यासाठी तिथेच चिकटून राहिलेली दोन बेवारशी, मरतुकडी कुत्रीही होती; आणि ती सगळी मिळून आत्ता एकदम रडत-विव्हळत होती.

धर्मा पवार ताडकन खाटेवर उठून बसला. उठाताउठताच त्याला जाणवलं की, आपली खाट हलते आहे. तो उठून उभा राहिला तेव्हा त्याच्या लक्षात आलं की, आपल्या भोवतालच्या सगळ्याच वस्तू किंचित थरथरत आहेत.

'धरणीकंप होतोय की काय परत? कालच्यासारखाच?'

अंगात सदरा चढवून धर्मानं पायाताण घातलं आणि दरवाजा उघडून तो खोलीबाहेर आला. बाहेरच्या पडवीत सहादू आणि नाम्या दोघेही ढाराढूर झोपलेले होते.

'हे दोघे पिकाची काय राखण करणार?' – धर्माच्या मनात येऊन गेलं.

"ए नाम्या! ऊठ! सहादू, अरे उठा लेकाच्यांनो, उठा!" त्यानं हाक मारली, पण झोपलेल्या दोघांच्या कानात ती शिरलीच नाही.

जमीन आणि जमिनीबरोबर ती छोटीशी तीन खोल्यांची पडळ अजूनही थरथरत होती. कुत्र्यांचं विव्हळणंही चालू होतं.

"अरे, उठा उठा! कुंभकर्णाचे बाप आहात काय रे? उठा म्हणतो ना!" धर्मानं दोघांच्या अंगावरची पांघरुणं हिसकली.

नाम्या डोळे चोळत उठून बसला आणि मालकाला समोर उभा बघून दचकला. मग त्यानं सहादूला गदगदा हलवलं. "एऽ साध्याऽ! ऊठ ऊठ! ऊठ लौकिर. मालक बोलावतात बघ."

सहादू कसाबसा उठून बसला. धर्माला समोर बघून तोही दचकला. मग दोघेही धडपडत उठून उभे राहिले.

त्यांचे अजूनही झोपाळलेले चेहरे बघून धर्माचा पारा चढला. "अरं, इतकं गुडूपगार झोपायचं असलं तर जा की घरी जाऊन झोपा जावा निवांत! राखणीला येताय आणि कुंभकर्णाच्या बापासारख्या झोपा काढताय!"

नामा आणि सहादू गप्प उभे राहिलेले पाहून धर्मा पुढे म्हणाला, "अरे, मी काय म्हणतोय? आं? एवढा धरणीकंप होतोय तरी तुम्हाला पत्ता नाही त्याचा, काय झोप आहे का काय आहे?"

धरणीकंप शब्दासरशी दोघेही बावचळून इकडेतिकडे बघू लागले. जमीन अजूनही थरथरत होती.

'किती वेळ चाललाय हा भूकंप!' धर्माच्या मनात आलं. 'आपल्याला जाग आली तेव्हापासून आत्तापर्यंत पाच मिनिटं तरी झाली असतील. इतका वेळ चालतो भूकंपाचा धक्का?'

"हां मालक! धरणीकंप होतोय वाटतं खराच!" सहादू मान डोलवीत म्हणाला.

तो असं बोलत असतानाच एकाएकी थरथर थांबली. हळूहळू कुत्रीही केकाटायची बंद झाली.

सगळेजण काही वेळ तसेच गप्प उभे राहिले. मग धर्मा खवळून म्हणाला, "काल पण असाच भूकंप झाला होता, रात सरतासरता. तुम्ही लेको झोपला होतात गुडूपगार! बाकी अख्खी धरणी फाटली तरी झोपाल तुम्ही! तुम्हाला राखणीला नेमलं हेच चुकलं आमचं!"

बोलतबोलतच धर्मानं दरवाजा उघडला आणि बाहेर पाऊल टाकलं.

मावळतीच्या चंद्राचं फिकुटलेलं चांदणं सगळीभर सांडलेलं होतं आणि त्या चांदण्यात भोवतालची झाडं ध्यानस्थ उभी असल्यासारखी दिसत होती. किंचित चावरा, गार वारा सुटला न सुटला इतपतच वाहत होता.

अंगणातल्या रांजणातलं पाणी घेऊन धर्मानं खळखळून चुळा भरल्या आणि काही वेळ तो तसाच उभा राहिला. त्याची झोप आता पार उडून गेली होती. छान ताजंतवानं वाटत होतं.

आता परत जाऊन झोपण्यापेक्षा सरळ गावातच जावं. भूकंपामुळे गावही जागं झालेलं असेल. त्याची चर्चा चालू असेल. कुठे काही पडझड झाली असली, तर त्याची सव्वाहात लांबीची वर्णनं लोक एकमेकांना ऐकवत असतील.

आपल्या घराची काही पडझड झाली नसेल ना? आतल्या सामानसुमानाचं काही नुकसान तर नसेल झालं? इथे रानातल्या घरी आपण बिस्तऱ्याखेरीज सामानच आणलेलं नाही. पण गावातल्या घरी काहीतरी पडझड झाली असली तर? द्रौपदी आणि पोरं एकटीच घरी आहेत. त्यातून आबा दोन दिवसांपूर्वीच कामठीला आत्याकडे गेला आहे.

घराचा विचार मनात येताच धर्माला राहवेना. त्यानं नाम्याला हाक मारून आपण गावात जात असल्याचं सांगितलं आणि तो झपझप चालू लागला. मोटारसायकल दुरुस्तीला पडली होती. त्यामुळे चालत जाणं भाग होतं.

दीड-दोन कोसांचं अंतर तुडवून तो एस.टी.च्या थांब्याजवळ आला. इथं कुणीतरी माणसं भेटतील ही त्याची अटकळ बरोबर होती. थांब्याशेजारच्या चहाच्या हॉटेलचा मालक भिकू नांगरे नुकताच उठून हॉटेलची फळी उघडत होता.

“काय मालक! धरणीकंपानं उठवलं काय तुम्हाला?” धर्मानं विचारलं.

फळी उघडताउघडता नांगरे थबकला आणि म्हणाला, “धरणीकंप? आणि तो कुठे झाला?”

“म्हणजे काय? तुम्हाला पत्ताच नाही वाटतं? हा काय, थोडा वेळापूर्वी भूकंप होत नव्हता का? म्हणून तर उठून आलो मी रानातून!” धर्मानं खुलासा केला.

“नाय बा! आपल्याला काही माहीत नाही. आपण तर झोपलो होतो. पण काय रे–”

“भलेऽ!” नांगरेला बोलू न देता धर्मा म्हणाला, “आमच्या सहादूसारखीच दिसत्येय तुमची झोप!” आणि तो पुढे सटकला. त्याला घरी जायची घाई झाली होती. मारुतीच्या मंदिराजवळचा चढ चढून तो वर पोहोचला आणि एकदम थबकला. त्याच्यासमोर पसरलेलं गाव चिडिचूप होतं. कुठे कसली गडबड दिसत नव्हती, कुठं एखादा दिवा लागलेला नव्हता की बोलण्याचे आवाज येत नव्हते.

धर्मा घाईघाईनं गावात शिरला, तर सगळीकडे गाढ सामसूम! घरांचे दरवाजे बंद होते. पुसटशीही जाग नव्हती. झोपलेल्या गावाचं मनाशी आश्चर्य करत तो घराशी पोहोचला आणि त्यानं मोठ्या मुलाच्या नावानं हाका मारल्या. त्याचा आवाज ओळखून द्रौपदीनं दार उघडलं. तिच्या मागोमाग घरात शिरत त्यानं विचारलं, “काय गं! धरणीकंप झाल्याला कळला की नाही तुम्हाला कुणाला?”

“धरणीकंप?” बायकोनं आश्चर्यानं विचारलं, “आन् तो कवा झाला?”

“हे काय, आत्ता थोडा वेळापूर्वी धरणी कापत नव्हती का? कितीतरी वेळ तशीच थरथरत होती की. तू झोपली असशील ढाराढूर! मग तुला कसं माहीत असणार?”

"अहो, नाही! मी जागीच आहे केव्हाची. ही तानी सारखी रडरड करत्येय. ताप चढलाय तिला. म्हणून मांडीवर घेऊन बसल्येय. दोन घंटे तरी झाले असतील बगा. मी जागीच आहे."

"मग धरणीकंप झालेला कसा कळला नाही तुला?"

"अहो, पण इकडे धरणीकंप झालाच नाय ना!"

धर्मा तिच्याकडे बघतच राहिला. मघाशी हॉटेलमालक नांगरेही काही माहीत नसल्याचं म्हणत होता. द्रौपदी तर ठामपणे म्हणत्येय की, धरणीकंप झालाच नाही! उभा गावही चिडिचूप झोपलेला आहे. म्हणजे गावात हा भूकंपाचा धक्का जाणवलेलाच नाही का? आपल्या शेतात कितीतरी वेळ जमीन थरथरत राहते आणि एक-दीड कोसावरच्या गावात मात्र त्याचा पत्ता नाही! आश्चर्य आहे!

धर्मानं अविश्वासाच्या सुरात पुन्हा बायकोला विचारलं, "आणि काल गं?"

"काल काय?" न समजून द्रौपदीनं विचारलं.

"काल तरी झाला होता का धरणीकंप?"

"नाही हो! झालाच नाही म्हणून सांगते ना."

"बरं, चल, च्या ठेव." असं म्हणून धर्मानं तापलेल्या मुलीजवळ बैठक मारली. तिच्या कपाळावर हात फिरवीत तो उजाडायची वाट बघू लागला.

सकाळ होताच धर्मा बाहेर पडला आणि त्यानं आसपास चौकशीला सुरुवात केली.

प्रत्येकानं सांगितलं, "भूकंप वगैरे काही झालाच नाही."

त्याच्या मित्रांनी तर त्याची टिंगलच केली. एकजण म्हणाला,

"आरं, रातच्याला थंडी फार पडती ना हल्ली. त्यामुळे तुझी जमीन थंडीनं काकडून थरथरली असेल बघ."

तर दुसरा म्हणाला, "तसं नाही लेका! रातच्याला यानं जरा जास्तीच घेतली असेल आणि मग स्वारीचे पाय कापायला लागले असतील न् काय! त्याला वाटलं असेल की, धरणीच कापत्येय म्हणून."

शेवटी वैतागून धर्मा घरी परतला.

बारीकसारीक कामं करण्यात सकाळ कशी सरली ते त्याला कळलंही नाही. तानीसाठी त्यानं दवाखान्यातून औषध आणलं. द्रौपदीला काहीबाही सामान आणून दिलं. संतोषला एक वही आणि खोडरबर घेऊन दिलं. असं काहीबाही करण्यात त्याची सकाळ संपून गेली आणि मग जेवण करून दोन प्रहरी तो शेतावर परतला.

आल्यावर धर्मा आधी पेरूच्या बागेकडे गेला. ही बाग त्याची फार लाडकी होती. त्याच्या ऐंशी एकरांपैकी जवळजवळ आठ-नऊ एकरात पेरू होत होते. पेरूची लागवड केल्यापासून फार दक्षतेनं त्यानं त्याची जोपासना केली होती. त्याचं

फळही आज त्याला उत्तम मिळत होतं. त्याच्या बागेतले रसरशीत, गोल, मोठे आणि साखरेसारखे गोड पेरू आसपासच्या दहा गावात प्रसिद्ध हाते.

पेरूच्या बागेजवळच्या चार एकरात धर्मा भाज्या घेत होता. भाज्यांचा मळा आणि बाग यांच्या मध्ये त्याची विहीर होती.

ही विहीर मुळात त्याच्या आज्यानं खोदली होती. तिला बऱ्यापैकी पाणीही असायचं पण गेल्या काही वर्षांत मात्र तिचं पाणी कमीकमीच होत गेलं होतं आणि गेल्या उन्हाळ्यात तर ती पार कोरडी पडली होती. पावसाळ्यातल्या पावसानंसुद्धा तिला फारसं पाणी आलं नव्हतं.

पाण्याअभावी आपल्या शेतीचं-मळ्याचं कसं होणार या विचारानं धर्माची झोप उडाली होती. बरेच दिवस विचार करकरून थकल्यावर आणि आसपासच्या लोकांचे उलटसुलट सल्ले ऐकून कंटाळल्यावर शेवटी त्यानं त्याच विहिरीत आणखी खोल जाऊन बघण्याचा निर्णय घेतला होता.

देवाचं नाव घेऊन धर्मानं कामाला सुरुवात केली होती आणि नशिबानं त्याला हात दिला होता. चार दिवसांपूर्वीच पस्तीसचाळीस फुटांवर पाणी लागलं होतं; भरपूर पाणी लागलं होतं आणि त्यामुळे त्याची विहीर तुडुंब भरलेली होती.

यंदा त्यानं अतिशय हौसेनं शंभर-दीडशे गुलाबांची कलमं आणून मळ्याच्या एका कडेला लावली होती. मग गुलाबांच्या लागवडीवरची पुस्तकं आणून वाचली होती. माहीतगार लोकांचा सल्ला घेतला होता. जमवलेल्या माहितीप्रमाणे तो खतपाणी करीत होता. गुलाबांपासून लगेच काही उत्पन्न मिळू लागेल असं त्याला वाटत नव्हतं. पण योग्य निगा राखून चांगली जोपासना केली, तर काही वर्षांनी त्यापासून चांगलं उत्पन्न मिळालं असतं. रोकडा पैसा हातात आला असता आणि खरं म्हणजे गुलाबांची लागवड ही त्याची हौस होती.

धर्मा पेरूच्या बागेत आला तेव्हा त्याचे दोन गडी पाणी सोडण्यात गुंतलेले होते. आज पेरूंना पाणी देण्याचा दिवस होता. आपण नव्हतो तरी काम व्यवस्थित सुरू आहे हे बघून त्याला बरं वाटलं. यंदा पेरू चिक्कार आला होता. झाडं फळांनी अगदी लगडली होती. आणखी सुमारे महिनाभरात पेरू उतरवायला सुरुवात झाली असती. अजून तरी फळावर कुठे कीडबीड पडली नव्हती.

धर्मा बागेत चक्कर मारू लागला. झाडाझाडाला लागलेली फळं डोळ्यात साठवीत तो पुढेपुढे जाऊ लागला. अशी आठदहा झाडं त्याच्या नजरेखालून गेल्यावर त्याच्या लक्षात आलं की, फळ आता बऱ्यापैकी मोठं झालं होतं. ते उतरवायला महिनाभर लागणार नव्हता. जेमतेम तीन आठवड्यांतच त्याचा पेरू बाजारात आला असता. चालता चालता एकाएकी धर्मा थबकला. तीन आठवड्यांच्या आतच पेरू उतरवायला हवा होता!

परवा दिवशी त्यानं चक्कर मारली होती. तेव्हापेक्षा आता पेरू बरेच मोठे झालेले दिसत होते. महिन्याभराचा त्यानं केलेला अंदाज परवाचाच तर होता. 'दोनच दिवसात फळ इतकं मोठं झालं अं?' स्वत:शीच नवल करीत धर्मानं बागेची पाहणी आटोपती घेतली आणि तो मळ्यात शिरला.

यंदा त्यानं फ्लॉवर बऱ्याच मोठ्या भागात लावला होता. शिवाय वांगी, मिरची, तोंडली ह्या भाज्या होत्याच. पालक आणि मेथी यांचेही वाफे केले होते.

धर्मा फ्लॉवरच्या वाफ्यांशी पोहोचला आणि बघतच राहिला. परवा मुठीएवढे असलेले फ्लॉवरचे गड्डे आज ओंजळीत मावणार नाहीत एवढे मोठे झाले होते. तो पुढे गेला तेव्हा वांगी, मिरची, तोंडली- सगळ्यांची फळं बरीच मोठी झालेली त्याला दिसली.

आणि गुलाब तर नुसते फुलले होते! जवळजवळ सगळ्याच रोपांवर चारसहा गेंद उमललेले दिसत होते. धर्मानं बारकाईनं गुलाबांची पाहणी सुरू केली. दोनच दिवसांपूर्वी धरलेल्या कळ्या आज टपोऱ्या झाल्या होत्या, आणि मुक्या असलेल्या कळ्या चक्क उमलल्या होत्या. उमललेले गेंदही कसे रसरशीत दिसत होते! हवेमध्ये सुगंधाचा छान शिडकावा दरवळत होता.

त्या टपोऱ्या गुलाबांच्या दर्शनानं आणि त्या सुगंधी वातावरणानं धर्माचं मन प्रसन्न झालं. या वर्षी सगळंच पीक उत्तम येणारसं दिसत होतं. एवढंच नव्हे, तर सर्वांच्या आधी तयार होणार असं वाटत होतं. यंदा देवाची कृपादृष्टी होती तर!

आकाशाकडे पाहून धर्मानं भक्तिभावानं हात जोडले.

आणि त्याचे हात जोडलेले असतानाच त्याच्या पायाखालची जमीन थरथरू लागली!

धर्माचे हात सट्‌कन खाली आले.

पायांखालची जमीन किंचित थरथरत होती. गुलाबांची रोपंही किंचित कापत असल्यासारखी वाटत होती. की हा केवळ त्याला होणारा भास होता?

धर्मा झपाझप विहिरीशी पोहोचला.

जमिनीची थरथर इथे जास्त जाणवत होती.

पेरूंना पाणी सोडणाऱ्या एका गड्याला त्यानं हाक मारली आणि विचारलं, "काय रं, धरणीकंप होतोय नव्हं?"

तो गडी जरा वेळ गप्प उभा राहिला आणि मग मान डोलवत म्हणाला, "हां धनी! धरनीकंपच व्हतोया वाटतं."

म्हणजे खरंच धरणी कापत्येय तर! हा केवळ आपल्याला होणारा भास नव्हे.

पण हा धक्का तरी गावात इतरांना जाणवतोय की नाही? की फक्त याच लहानशा भागात हा धरणीकंप होतोय?...

विचार करत धर्मा उभा राहिला.

धरणी अजून कापतच होती. तिचं कापणं अगदी सूक्ष्म होतं. जाणवावं-न जाणवावं इतपतच होतं, पण होतं हे नक्की!

आणि मग कितीतरी वेळ कापत होती जमीन!

धरणीकंप इतका वेळ चालू राहातो? –पुन्हा रात्रीचीच शंका धर्माच्या मनात उभी राहिली.

त्याचं शिक्षण नववीपर्यंत झालेलं होतं. वाचनाची मुळातच आवड होती आणि आता पुस्तकं विकत घेण्याची ऐपत होती त्यामुळे आणि अंगच्या उपजत चौकसपणामुळे त्याला शेतीखेरीज इतरही विषयांची थोडीफार माहिती होती.

त्याच्या माहितीप्रमाणे धरणीकंपाचे धक्के काही सेकंदाचे किंवा एखाददोन मिनिटांचे असणे अपेक्षित होते. लहानलहान धक्के काही दिवस बसल्यानंतर एखादा मोठा धक्का बसण्याची शक्यता खूप मोठी असते.

'म्हणजे आता मोठा भूकंप होणार की काय?' चिंताक्रांत होऊन धर्मा उभा असतानाच जमिनीची थरथर थांबली. धर्मा परत गुलाबाकडे चालू लागला, काही क्षणातच त्याच्या मनावरचं चिंतेचं सावट दूर झालं आणि प्रसन्न मनानं तो परत गुलाबाच्या ताटव्यात फिरू लागला.

उत्तररात्री धर्माला परत एकदा जमिनीच्या थरथरण्यानं जाग आली. बाहेर कुत्री केकाटत होती. त्यानं कोनाड्यात काढून ठेवलेल्या घड्याळात पाहिलं. सव्वातीन वाजले होते. पहाट व्हायला आली होती. तो चट्कन बाहेर आला.

आदल्या दिवशी धर्मा रागावल्यामुळे सहादू आणि नाम्या आज जागेच होते. घोंगडी पांघरून दोघेही बिड्या फुंकत बसले होते. धर्माला बघून ते उठून उभे राहिले. नाम्या म्हणाला, "धरणीकंप होतोय जनू, मालक."

म्हणजे आज न सांगताच जागे असल्यामुळे, त्यांना धरणी कापत असल्याचं कळलं होतं तर!

मानेनंच नाम्याशी सहमत दाखवीत धर्मा बाहेर पडला. बाहेर आदल्या रात्रीसारखंच मावळतीच्या चंद्राचं फिकुटलेलं चांदणं पसरलं होतं. मंद वारा वाहत होता. आज थोडं धुकंही होतं. आता धर्माला चांगलं ताजंतवानं वाटू लागलं. रांजणातल्या पाण्यानं त्यानं खळखळून चुळा भरल्या, धोतराच्या सोग्याला तोंड पुसलं आणि आजूबाजूला बघत तो उभा राहिला.

पायांखालची जमीन अजून किंचित थरथरत होती.

किती वेळ हा धरणीकंप चालू आहे? असं धर्माच्या मनात आलं मात्र, –त्या क्षणी ती थरथर थांबली!

तो भरभर पडळीत शिरला. खोलीत जाऊन त्यानं कोनाड्यातलं घड्याळ बघितलं. तो धरणीकंपात जागा झाला त्याला तब्बल साडेसात मिनिटं झाली होती!

'गावात हा धक्का जाणवला असेल का?' पण आज त्यानं गावात जाण्याची कालच्या सारखी घाई केली नाही. चांगलं उजाडल्यावर चहा घेऊन मगच तो गावाकडे निघाला.

गावात जाऊन त्यानं आडून चौकशी केली, तेव्हा त्याला कळलं की, तिथे धरणीकंप अजिबात जाणवला नव्हता. आदल्या दिवशी त्याच्या दोस्तांनी केलेल्या टिंगलीचा अनुभव लक्षात घेऊन त्यानं त्याबाबत फारशी चौकशी केली नाही. त्याच पावली तो शेतावर परतला.

पेरू आणि भाज्या आज कालच्यापेक्षाही मोठ्या वाटत होत्या. गुलाब तर नुसते रसरसले होते की हा त्याच्या मनाचा खेळ होता?

मळ्याच्या पलीकडे ज्वारीची शेतं होती. काहीसा अर्धवट विचार मनात येऊन धर्मा तिकडे गेला. त्याची ज्वारी आता छातीभर उंचीची झाली होती. यंदा ज्वारीचं पीकही छान आलेलं होतं.

पण मुख्य म्हणजे दोन दिवसांपूर्वी बघितलेल्या पिकात आणि आजच्या पिकात जाणवण्यासारखा फरक दिसत होता!

धर्मा गोंधळून उभा राहिला.

हे काय आक्रीत घडत होतं? धरणीकंप फक्त त्याच्याच शेतात होत होता; गावात त्याचा मागमूस नव्हता. त्याच्या शेतातली काही पिकं एकदम झपाट्यानं वाढू लागली होती, तर बाकीची नेहेमीसारखीच होती.

पेरूच्या बागेत आणि मळ्यात असं काय विशेष होतं, की तिथली सगळी फळं-फुलं एकदम जोमानं आणि तीही गेल्या दोन-तीन दिवसातच वाढू लागावी?....

गोंधळलेला धर्मा ज्वारीकडे बघतच उभा राहिला. स्वत:चे विचार त्याचे त्यालासुद्धा नक्की उलगडून सांगता आले नसते, पण हे काहीतरी वेगळं घडतं आहे असं त्याला राहूनराहून वाटत राहिलं.

दुपारी परत पायाखालची जमीन थरथरू लागली तेव्हा धर्माच्या लक्षात आलं की, साधारण कालच्याच वेळेला हा धरणीकंप होतोय. त्यानं मनगटावरच्या घड्याळात पाहिलं.

सव्वातीन वाजले होते! पहाटेही सव्वातीन वाजताच धक्का बसला होता.

धर्मा पेरूच्या बागेकडे निघाला. चालताचालता त्याला जाणवलं की, धरणीकंपाच्या धक्क्याची तीव्रता वाढते आहे. तो विहिरीपाशी पोहोचला तेव्हा तिथली जमीन आज चांगलीच थरथरत असल्याचं जाणवत होतं. त्याचे गडी हातातली कामं टाकून उभे होते.

जमिनीचं थरथरणं थांबलं तशी धर्मानं घड्याळात पाहिलं. तीन वाजून बावीस मिनिटं झाली होती. सेकंदाचा काटा सहाच्या पुढे सरकला होता.

म्हणजे सकाळसारखाच हा धरणीकंपही साडेसात मिनिटं टिकला होता.

आधी दोन दिवस बसलेले धक्के केव्हा आणि किती वेळ चालू होते हे कळायला मार्ग नव्हता, कारण त्यानं घड्याळ पाहिलं नव्हतं, पण ते बहुतेक असेच होते. तो भयंकर अस्वस्थ झाला. हे काहीतरी वेगळं घडत होतं आणि ते त्याच्या शेतात घडत होतं.

घडणारी गोष्ट कुणातरी शहाण्या माणसाला सांगायला हवी; पण शहाण्या माणसाला म्हणजे कुणाला? विचार करत धर्मा विहिरीपाशी आला आणि काठावर बसला. विहीर तुडुंब भरली होती. जलदेवता त्याला प्रसन्न झाली होती. असं असताना त्याला काळजीचं काय कारण होतं? विहिरीच्या पाण्याकडे बघताबघता धर्माची चिंता दूर पळाली आणि मन प्रसन्न झालं.

हसण्याचा आवाज आला म्हणून त्यानं वर पाहिलं. त्याचे दोघे गडी गमतीनं एकमेकांना गुद्दे लगावत हसत होते. मळ्यात खुरपणी करणारी तुळसाही त्यांच्याकडे बघून हसत होती. एकंदरीत सगळेच खुषीत दिसत होते.

धर्माच्याही ओठांवर हसू उमटलं.

धर्मा पवाराच्या शेतात रोज दोनदा होणाऱ्या भूकंपाची आणि झपाट्यानं वाढणाऱ्या त्याच्या भाज्या-फळांची बातमी दोन दिवसात सगळ्या गावात पसरली आणि मग दुपारी तीन-सव्वातीनच्या सुमाराला त्याला भेटायला मित्र, परिचित, अपरिचित अशी बरीच मंडळी येऊ लागली. त्याच्या भाज्या, पेरू, गुलाब बघून आश्चर्य व्यक्त करू लागली. आपल्याही शेतात असा धरणीकंप व्हावा अशी इच्छा करू लागली.

रोज दोनदा होणारा भूकंप आणि विश्वास बसू नये इतक्या झपाट्यानं वाढणारी पिकं यांचा सगळ्यांनी आपल्या मनात केव्हाच संबंध जोडून टाकला होता!

शिवाय धर्माच्या मळ्यात आणि बागेत फार प्रसन्न वाटतं, हेही अनेकांच्या लक्षात आलं होतं. "तुझ्या रानात लई ग्वाड वाटतं, गड्या." असं काही जणांनी त्याला सांगितलंही होतं.

मळ्यापलीकडची ज्वारीही आता झपाट्यानं वाढू लागली होती. असे पाच-सहा दिवस गेले आणि बघायला येणारे लोक तो चमत्कार बघून आपसात कुजबुजू लागले. धर्माकडे चमत्कारिक नजरेनं बघून परतू लागले!

धर्माच्या मनात मात्र आता काळजीनं घर केलं होतं. त्याची झोप पार उडाली होती. कारण त्याच्या पिकाबरोबरच भूकंपाच्या धक्क्यांची तीव्रताही वाढू लागली होती!

त्याचे फ्लॉवरचे गड्डे मोठ्या तांबड्या भोपळ्याएवढे झाले होते, मिरच्या

दोडक्याएवढ्या दिसत होत्या, तर गुलाबाची फुलं ओंजळीत मावत नव्हती. गुलाबाची रोपं प्राजक्ताच्या झाडाएवढी दिसू लागली होती आणि पेरूची झाडं तर आंब्याएवढी झाली होती. फांद्यांना लगडलेल्या नारळाएवढ्या मोठ्या पेरूंकडे पाहून त्याला आनंद होण्याऐवजी आता भीती वाटू लागली होती.

धर्मावर आणि त्याच्या शेतावर कुणीतरी चेटूक केल्याची आवई गावात उठली होती!

रोज दोन वेळा न चुकता धरणीकंप होतच होता. तो झाला की, पहाटे आणि दुपारी धर्माची पडळ गदागदा हलत होती. ती अजून पडली कशी नव्हती हेच आश्चर्य होतं. राखणीची कुत्री आणि त्याबरोबरच ती दोन बेवारशी कुत्री केव्हाच पळून गेली होती; राखणीची फारशी गरजही उरलेली नव्हती, कारण चेटुकाच्या भीतीनं चोरी करायला कुणी येऊच धजावत नसत.

एके दिवशी दुपारच्या धक्क्यानंतर त्याच्या शेतातले निम्मे गडी हातातलं काम टाकून पळून गेले, तेव्हा मात्र तो उठला आणि सरळ गावच्या पोलीस-पाटलांकडे गेला. कुणाचा सल्ला मागावा तेच त्याला कळत नव्हतं, पण पाटील यातून काहीतरी मार्ग काढू शकतील अशी त्याला अंधुकशी आशा वाटत होती;

धर्माला येताना बघून पाटील सुखावले. त्याच्या शेतात घडणाऱ्या अद्भुत गोष्टी त्यांच्याही कानांवर आल्या होत्या. प्रत्यक्ष डोळ्यांनी ते सगळं बघण्याची, अनुभवण्याची त्यांना फार इच्छा होती. पण धर्मानं अजून त्यांना बोलावलं नव्हतं आणि बोलावल्याशिवाय जाणं त्यांच्या इभ्रतीला शोभणारं नव्हतं; तरीही मोठेपणाची झूल पांघरून त्याला धीर देण्यासाठी म्हणून जाण्याचा एक बारीकसा विचार त्यांच्या मनात होताच; पण आता स्वत: धर्माच आल्यामुळे प्रश्न मिटला होता.

"नमस्कार, पाटील." हात जोडून धर्मा म्हणाला.

"रामराम, रामराम!" तोंडभर हसत पाटलांनी त्याचा नमस्कार स्वीकारला; आणि मग तेच पुढे म्हणाले, "काय रे, तुझ्या शेतात काय चाललंय म्हणून ऐकतोय मी?"

"खरं आहे बघा ते!" असं म्हणून धर्मानं त्यांना सगळी हकिगत सांगितली.

"असं म्हणतोस? चल, एकदा बघू या तरी काय प्रकरण आहे ते." असं म्हणत पाटील उठू लागले, तशी खिन्न हसत धर्मा म्हणाला, "आज दुपारचा खेळ संपला, पाटीलसाहेब! आता उद्या दुपारीच बघायला मिळेल."

मग दुसऱ्या दिवशी तीन वाजता पाटलांनी पेरूच्या बागेशी यायचं असं ठरवून तो बाहेर पडला.

दुसऱ्या दिवशी पाटील बागेत आले आणि धर्माच्या पेरूच्या झाडांचा आकार बघून अवाक झाले.

“आरं, फळं इक्ती मोठी झालीत तरी उतरली का नाहीस अजून?” त्यांनी धर्माला विचारलं.

“फळं मोठी झालीत, पण अजून पार कच्ची आहेत. अगदी दगड आहे बघा अजून!”

“असं म्हणतोस?” नारळाएवढ्या पेरूंकडे बघत आश्चर्य करीत पाटील पुढे निघाले.

भाज्यांचा आकार बघून ते म्हणाले, “अरे, या भाज्यांची तोडणी तरी का नाही उरकून घेत?”

“दोन-तीन दिवसापासून या रोपांना हात लावायलाच कुणी तयार नाही. काल दुपारी तर निम्मी माणसं काम टाकून पळूनच गेली. कोन तोडणार त्या भाज्या? आता ही तुळसा, नाम्या अन त्याचा भाचा इतकीच माणसं राहिलीयत. तीदेखील जातील पळून भाज्या तोडायला सांगितल्या तर.”

निरुत्तर होऊन पाटील पुढे चालू लागले. फूटफूट व्यासाची गुलाबाची फुलं बघून त्यांचं मन प्रसन्न होण्याऐवजी एक प्रकारचं दडपण त्यांच्या मनावर आलं.

चालतचालत दोघे ज्वारीपाशी पोहोचले. ज्वारी मात्र छान जोमदार दिसत होती. इतरांच्या शेतातल्या पिकापेक्षा ती बरीच मोठी झाली असली, तरी अजून तिला राक्षसी रूप आलं नव्हतं.

जरा वेळ दोघेही गप्प उभे राहिले. मग पाटील म्हणाले, “असं राक्षसासारखं पीक म्या कधी बघितलं नव्हतं गड्या. हे काहीतरी येगळंच हाय बघ.”

“मंग, आता मी काय करावं? आन रोज दोनदा धरणीकंप होतोय. रोज जास्ती जोरात होतोय. असाच होत राहिला, तर मला हे सगळं सोडून द्यायची पाळी येईल, पाटील!”

“आज झाला नाही रे धरणीकंप?” पाटलांनी विचारलं. त्यांच्या विचारणेत धर्माच्या काळजीपेक्षा काहीतरी थरारक अनुभव चुकल्याची निराशाच जास्त होती.

“आनखी एक मिनिटानं होईल बघा.” घड्याळात बघत धर्मानं सांगितलं.

“इतका वेळेवर होतो?”

“हां! एकदम वक्तशीर! बरोबर सव्वातीन वाजता. एक मिनिट पुढे-मागे नाही.” धर्मानं ओढलेल्या आवाजात सांगितलं आणि मिनिटाभरातच जमीन थरथरू लागली, तशी तो म्हणाला, “आपण विहिरीकडे जाऊ या. तिथे जोरात होतो.”

दोघे विहिरीकडे चालू लागले. हलणाऱ्या जमिनीवरून चालताना चमत्कारिक वाटत होतं. कापण्याचा जोर वाढत असल्याचंही जाणवत होतं. ते विहिरीशी पोहोचले आणि काही सेकंदांतच थरथर थांबली.

पाटील काही वेळ गप्प उभे राहिले. मग म्हणाले, "इथे धरणीकंपाचा जोर जास्त असतोय, म्हणजे तुझ्या विहिरीत काहीतरी मिष्टेक असणार धर्मा. तू विहीर खोल केलीस तेव्हा काहीतरी बिघाड झाला असेल."

"पण त्यामुळं रोज दोन वेळा बरोबर वक्तशीर धरणीकंप होईल? माझी पिकं अशी राक्षसासारखी वाढतील?" धर्मानं अविश्वासानं विचारलं.

पाटलांनी यावर काहीच उत्तर दिलं नाही. थोड्या वेळानं ते हलक्या आवाजात म्हणाले, "धर्मा, हा काहीतरी करणीचा प्रकार असेल बाबा! नाहीतर अशी वाढलेली फळं-फुलं कुणी पाह्यलीत का कधी?

"माझ्यावर कोण करणी करणार? आणि करणी म्हणावं तर माझं वाईट व्हायच्या ऐवजी उलट माझी पिकं जास्त वाढलीत की!" धर्मान म्हटलं.

"हां. ते खरं. पण ही काय चांगली वाढ नाही. राक्षसी वाढ दिसत्येय ही." पाटलांनी मत दिलं.

हे मात्र खरं होतं. आपल्या पिकांच्या अचाट वाढीकडे बघून धर्माला हल्ली बरं वाटायच्या ऐवजी भीतीच वाटत होती.

"मग आता काय करायचं?" धर्मानं विचारलं.

"आता ताडोबाला बोलवायला पायजेल. तोच यातून काहीतरी मार्ग काढील."

ताडोबा हा पंचक्रोशीत प्रसिद्ध असलेला मांत्रिक होता. चेटूक करणं, चेटूक उलटवणं, मंत्रतंत्र करणं, मूठ मारणं, मानगुटीला बसलेलं भूतपिशाच्च पळवून लावणं या सगळ्यात त्याचा हात धरणारा दुसरा कुणी नाही अशी बोलवा होती.

तांबारलेले डोळे, पिंजारलेले केस, वाढलेल्या दाढीमिशा, नेसूचं कळकट धोतर आणि खांद्यावर पंच्यासारखं टाकलेलं लाल फडकं या त्याच्या अवताराकडे पाहून बघणाऱ्याच्या मनात भीतीच निर्माण व्हायची. जेमतेम सव्वापाच फूट उंच असलेल्या या पंचेचाळिशीच्या माणसाचं नाव ताडोबा कसं काय पडलं होतं, हे एक गूढ होतं. त्याचं खरं नाव ताडोबा नाही हे मात्र सर्वांना ठाऊक होतं.

अशा या ताडोबाला बोलवायचं म्हटल्यावर भीतीची आणि नाराजीची एक लहर धर्माच्या मनात सळसळली. पण ताडोबाला न बोलावता दुसरा काय उपाय करता येईल, तेही त्याला कळत नव्हतं. तेव्हा ताडोबाकडून मंत्रतंत्रानं काही होतं का ते बघायला हवं होतं.

ताडोबा कुठे आहे, कोणत्या गावात तो जारण-मरण करण्यात गुंतला आहे याचा शोध लावून त्याला घेऊन येण्याची जबाबदारी पाटलांनी स्वत:वर घेतली आणि ते गावाकडे गेले.

धर्मा अजूनही पडळीवरच झोपत होता. घरी जाऊन झोपणं जास्त सुरक्षित ठरलं असतं, पण कसल्यातरी अद्भुत संकटात सापडलेला आपला मळा सोडून त्याला

जाववत नव्हतं. रानातली गुरं मात्र त्यानं लगेच गावात हलवली होती. रात्रीच्या वस्तीला येणाऱ्या दोघांपैकी सहादू येईनासा झाला होता. नाम्या मात्र अजूनही येत होता. त्याच्या फाटक्या शरीरात बरंच खंबीर मन होतं.

पहाटे धरणीकंपाला सुरुवात होण्यापूर्वी तो आणि धर्मा पडळीच्या बाहेर येऊन थांबत आणि धक्का संपल्यावर परत आत जाऊन झोपत. या गोष्टींची त्यांना आता इतकी धास्ती आणि सवय बसली होती, की न चुकता दोघांनाही तीन वाजता जाग येत असे.

धर्माला मदत करण्याचं पाटलांनी मनावर घेतल्यामुळे धर्मा थोडा निश्चिंत झाला. संकटाशी सामना द्यायला आता थोडीथोडी सुरुवात होत होती. घडणाऱ्या गोष्टींचं कारण हळूहळू उलगडलं असतं, काहीतरी उपाय सापडला असता. शिवाय तो आता एकटा नव्हता.

त्यामुळेच की काय, त्या दिवशी पहाटेच्या धक्क्यानंतर धर्माला चांगलीच गाढ झोप लागली. तो जागा झाला तो नाम्याच्या ओरडण्यामुळे!

काय झालं ते बघण्यासाठी तो झट्कन उठून बाहेर आला. नाम्या पडळीत नव्हता. धर्मा पडळीबाहेर पडला आणि समोरून ओरडतपळत येणारा नाम्या त्याला दिसला.

धर्मा एकदम धास्तावला. नाम्या एवढ्यातेवढ्यानं आरडा-ओरडा करणाऱ्यातला नव्हता. तो ओरडत होता त्या अर्थी नक्कीच काहीतरी विशेष घडलं होतं!

"अरे, काय झालं तरी काय? आं? का ओरडतोयस असा?" तो जवळ येऊन पोहोचण्यापूर्वीच धर्मानं ओरडून विचारलं. नाम्या जवळ येऊन पोहोचला आणि हातानं कपाळ बडवत त्यानं खाली बसकण मारली.

"पार वाट्टुळं झालं, मालक! अगदी सत्यानास झाला! आता काय हाती लागणार नाय."

नाम्यानं सांगितलं आणि तो गळा काढून रडू लागला.

"अरे, पण झालं तरी काय? काही सांगशील की नाही? पटपट बोल लेका! काय झालं? कुणाचं वाटोळं झालं? धर्मानं वैतागून विचारलं.

"मालक, आपलं पेरू... आपलं पेरू..."

"अरं, पेरूचं काय? बोल ना!"

"पेरूऽ आन् समद्या भाज्या आन् मालक गुलाबबी..."

"भाज्या आन् गुलाब? त्याचं काय? अरे आता सांगतोस का घालू एक लाथ?"

"मालक, समदं गेलं! त्या समद्याचा नास झाला बघा!" आणि नाम्यानं पुन्हा गळा काढला.

“नास झाला? म्हणजे काय झालं?”

“समदं फुटलं बघा.” हे सांगताना नाम्याला हुंदका आला.

“अरे, ते काय काचेचं भांडं आहे की काय फुटायला?”

“खरंच फुटलं, मालक! समदं फुटलंत! तुम्हीच चला न् बगा हवं तर!”

धर्मा पळतच बागेकडे निघाला. डोळे पुसून नाम्याही त्याच्यामागे धावला. दोघे पेरूच्या बागेपाशी आले. धर्मानं वर नजर टाकली आणि चकित नजरेनं तो बघतच राहिला!

झाडावरचे सगळे मोठेमोठे पेरू आतून स्फोट होऊन फुटावे त्याप्रमाणे फुटले होते. प्रत्येकाचे चार-पाच तुकडे देठापासून लोंबत होते. आणि झाडावरची निम्मीअधिक पानं चिरफळ्या केल्यासारखी फाटली होती. वेड्यासारखा होऊन धर्मा या झाडापासून त्या झाडाकडे पळू लागला! झाडाझाडावर फुटलेली फळं आणि फाटलेली पानं लटकत होती! विहिरीच्या जवळ असलेल्या झाडांची तर जवळजवळ सगळी फळं फुटली होती.

धर्मा आणि त्याच्यामागोमाग नाम्या– असे दोघेही भाज्यांकडे धावले. फ्लॉवर, वांगी, मिरची– सगळ्या फळभाज्या फुटल्या होत्या. पालेभाज्यांच्या तर चिंध्याचिंध्या झाल्या होत्या.

गुलाब तर सगळे झडले होते! उमललेल्या गेंदांबरोबरच कळ्याही झडल्या होत्या. पानांची लक्तरं झाली होती.

धर्मा मटकन् खालीच बसला! आपल्याला भोवळ येणार असं त्याला वाटू लागलं. एका रात्रीत त्याच्या बागेचा आणि मळ्याचा सत्यानाश झाला होता. हे काय घडत होतं तेच त्याला समजत नव्हतं.

त्याच्या ज्वारीची काय परिस्थिती होती? जाऊन बघायला हवं होतं. पायात उसनं बळ आणून धर्मा उठला आणि ज्वारीकडे गेला.

ज्वारी तेवढी अजून चांगली उभी होती. खरं म्हणजे आज ती जास्तच उंच झाल्यासारखी वाटत होती; पण हे किती दिवस टिकणार होतं? काही दिवसांनी ज्वारीची कणसंही पेरूंसारखीच फुटणार होती का? आणि हे कसं थांबणार होतं?

‘ताडोबा! ताडोबाला ताबडतोब आणायला हवं! आजच्या आज, आत्ताच्या आत्ता!...’

धर्मा उठला आणि तरातरा पडळीकडे चालू लागला.

रात्रीचे अकरा-साडे अकरा वाजले होते. धर्मा, पाटील आणि ताडोबा असे तिघे मोटारसायकलवरून धर्माच्या रानाकडे निघाले होते.

ताडोबानं आज विशेष काळजीपूर्वक जामानिमा केला होता. नेहमीपेक्षाही केस

जास्त पिंजारले होते. कपाळावर ओल्या कुंकवाचे लेपावर लेप थापले होते. परतपरत रिठ्यानं धुऊन दाढीचे केस मोकळे, भरभरीत करून फुलवले होते. संध्याकाळी गांज्याच्या चिलमी ओढून त्याचे डोळे तांबडे-लाल झाले होते आणि गळ्यात आणखी दोन रुद्राक्षांच्या माळा घातल्या होत्या. कमरेला लसणीच्या गड्ड्या बांधल्या होत्या आणि नवीन मंतरलेला ताईत जुन्या ताइताच्या जोडीला दंडात बांधला होता.

आपलं भयानक रूप बघून धर्माच्या शेतातलं भूत पळून जाईल अशी त्याला किंचित् आशा वाटत होती. कारण धर्माच्या शेतात घडणाऱ्या गोष्टी कशामुळे घडताहेत आणि त्यांच्यावर उपाय काय करायचा हे खरं म्हणजे त्याला उमजलंच नव्हतं!

दुपारी मोटारसायकलवरून धर्माच्या मागे बसून त्यानं शेताची पाहणी केली होती. त्या वेळी झालेला धरणीकंप अनुभवला होता. हे अघटित आपल्या तंत्रात बसणार नाही हे तेव्हाच त्याच्या लक्षात आलं होतं. कुणीतरी चेटूक केल्यामुळे भूकंप झाल्याचं त्यानं आजवर ऐकलं नव्हतं. 'हे आपल्या आवाक्यातलं काम नाही,' अशी कबुली देऊन मोकळं व्हावं असं एकदा त्याला वाटलं होतं पण तेवढ्यात धर्मा म्हणाला होता, "खर्चाची काळजी करू नका, ताडोबा. लागेल तेवढा खर्च करू आपण; पण हे चेटूक उलटलं पाहिजे! नाहीतर माझा सत्यानास व्हायची वेळ आलीय बघा!"

वाटेल तेवढा खर्च धर्मा करायला तयार आहे हे ऐकून ताडोबाच्या तोंडाला पाणी सुटलं होतं आणि त्यानं काम करण्याचं कबूल केलं होतं.

आधीच्या तयारीसाठी आणि स्वत:च्या गुरूकडून 'स्पेशल पॉवरबाज' ताईत मंत्रून आणण्यासाठी म्हणून त्यानं धर्माकडून आगाऊ पाचशे रुपये घेतले होते. काम फत्ते झाल्यावर त्याला आणखी पाचशे देण्याचं धर्मानं कबूल केलं होतं. ते पाचशे मिळणार नाहीत हे ताडोबाला मनोमन माहीत होतं, पण आधी मिळालेले पाचशेसुद्धा काही कमी नव्हते.

धर्माच्या शेतातलं अरिष्ट विहिरीभोवती केंद्रित झालेलं आहे हे ताडोबाच्या बेरकी नजरेनं ओळखलं होतं. विहिरीजवळच्या भाज्यांची आणि फळांची नासाडी झाली होती आणि शिवाय त्या भागात असताना मनावर दडपण आल्यासारखं, डोकं गरगरल्यासारखं त्याला वाटत होतं. म्हणून आपला प्रयोग विहिरीजवळ करायचं त्यानं ठरवलं होतं. सगळ्या साहित्याचं गाठोडं खांद्याला अडकवून, धर्मा आणि पाटील यांच्या मागे बसून तो आता विहिरीकडेच चालला होता.

विहिरीजवळ पोहोचताच ताडोबानं एका बाजूची चार हात चौरस जमीन साफसूफ करून घेतली. बरोबर आणलेल्या मंतरलेल्या पाण्यानं ती शिंपली. मध्यभागी अग्नी

पेटवण्यासाठी तयारी करून ठेवली. त्याच्याभोवती गुलालाचे पट्टे ओढले. एका बाजूला काळे उडीद आणि तांदूळ यांच्या आकृत्या काढल्या. शेजारी पिठामध्ये कसलंतरी यंत्र काढलं.

मग ताडोबानं पाटलांना आणि धर्माला 'स्पेशल पॉवरबाज' ताईत बांधायला दिले. त्यांना एका बाजूला बसवून त्यांच्याभोवती मंतरलेल्या तांदूळानं रेघा ओढल्या. आणि बिलकूल गडबड न करता आणि कशातही हस्तक्षेप न करता त्यांना बसून राहायला सांगितलं.

इतकं सगळं झाल्यावर बरोबर मध्यरात्री त्यानं अग्नी पेटवला. विहिरीकडे तोंड करून तो उभा राहिला आणि तोंडानं पुटपुटू लागला. थोडा वेळ गेल्यावर तो उठून उभा राहिला आणि पेटवलेल्या होमाभोवती फेऱ्या मारू लागला. हातातले उडीद आणि तांदूळ होमात टाकू लागला. तोंडानं काहीतरी म्हणणं चाललंच होतं.

"ओम्.. ऱ्हाम्... ऱ्होम्..."

हळूहळू ताडोबाच्या फेऱ्यांचा वेग आणि मंत्राचा आवज वाढू लागला. अधूनमधून विहिरीकडे हात करून तो तांदूळ उडवू लागला. शेवटीशेवटी तर तो हातवारे करीत नाचत फिरू लागला!

ताडोबाकडे बघताबघता धर्माला गरगरू लागलं, डोकं ठणकायला लागलं. आपल्याला प्रचंड घाम फुटल्याचं त्याला जाणवलं. त्यानं पाटलांकडे पाहिलं. ते खाली मान घालून, डोळे मिटून घाम पुशीत होते!

जवळजवळ तासभर हा कार्यक्रम चालू होता. मग ताडोबा एकदम विहिरीकडे धावला. हातातलं सगळं त्यानं विहिरीत मारलं. तीनदा हात वर करून विहिरीच्या कठड्यावर आपटले. आणलेल्या सामानातून एक पुरचुंडी काढून त्यातल्या तांदूळानं विहिरीभोवती कडं केलं आणि उरलेली पुरचुंडी धर्माच्या हातात देत तो म्हणाला–

"रोज या तांदूळानं विहिरीभोवती रेघ मारायची. असं सात दिवस करायचं. सात दिवस विहिरीतल्या पाण्याचा थेंबही वापरायचा नाही. आठव्या दिवशी भोवतालचे तांदूळ गोळा करून नदीत नाहीतर ओढ्यात नेऊन टाकायचे आणि मगच पाणी वापरायचं."

धर्मानं मान डोलवत पुरचुंडी घेतली आणि हळूच विचारलं, "बंदोबस्त झाला का पण?"

"हो, तर! अरे, काय साधंसुधं पिशाच्च होतं काय ते? वेताळाच्या हाताखालची सगळी दांडगी भुतं सोडली होती बघ कुणीतरी तुझ्यावर! सगळी या विहिरीत वस्तीला आहेत!"

"अस्सं?" पाटील उद्गारले, "पण सगळ्यांचा बंदोबस्त केलास ना नीट? का परत त्रास देतील ती?"

"हॅ! काय बिशाद आहे कुणाची परत डोकं वर काढण्याची? ताडोबा म्हणतात मला पाटील! तुम्ही काही काळजी करू नका. आता मला घरी पोहोचवायचं तेवढं बघा."

ताडोबाला पोहोचवून धर्मा परत आला तेव्हा जवळजवळ दोन वाजले होते. त्याची वाट बघत नाम्या जागा होता. नाम्याचे गुण धर्माला नव्यानंच कळत होते. धर्मानं त्याला चहा बनवायला सांगितलं.

चहा घेऊन धर्मानं सिगरेट शिलगावली आणि तो विचार करत बसून राहिला. ताडोबानं केलेला बंदोबस्त जर पक्का झाला असेल, तर आता थोडे दिवस घरी जाऊन राहावं. आपल्या काळजीनं द्रौपदीचा जीव रोज अर्धा होतोय. काल तर ती पोरांना घेऊन सरळ इकडेच आली. आपण तिला आल्या पावली परत पाठवलं. घटकाभर इथे बसूसुद्धा दिलं नाही तिला. जाताना बिचारी रडत होती. पण आपण तरी काय करणार? अशा जागी तिला आणि मुलांना कसं राहू देणार?...

बसल्याबसल्या धर्माला पेंग येऊ लागली. उजाडेपर्यंत झोपावं असा विचार तो करीत असतानाच धरणीकंप होऊ लागला!

ताडोबानं दिलेल्या तांदुळातला काही भाग धर्मानं सकाळी विहिरीभोवती टाकला होता, पण त्यांचा काही उपयोग होईल अशी आशा त्याला वाटत नव्हती.

सुन्न होऊन धर्मा पेरूखाली दगडावर बसला होता. काल चांगल्या असलेल्या फळांपैकी बहुतेक आज फुटली होती. फुटलेले पेरू आणि मिरच्या बघून पोपटाचे थवे त्यावर उतरले होते. चिमण्यांचा कलकलाट सुरू होता. पण आसपास दुसरं माणूस नव्हतं. लांबूनलांबून बघून जाणारे पुष्कळ होते, पण आज मात्र त्याच्या बागेकडे कुणी फिरकायला तयार नव्हतं. नाम्या तेवढा इमानानं त्याच्यासाठी थांबला होता. आत्ता तो ज्वारीला पाणी द्यायला गेला होता. शेताच्या ज्या भागात काही त्रास नव्हता तिथली पिकं तरी संभाळायला हवी होती, पण त्या पिकांचं पुढे असंच तर होणार नव्हतं?... विचारानं डोकं फुटेलसं वाटत होतं. गरगरू लागलं होतं.

"मालक!"

बायकी आवाजातली ती हाक ऐकून धर्मानं चमकून वर पाहिलं. तान्ह्या पोराला घेऊन तुळसा समोर उभी होती.

ही कशी काय इथे आली?

"काय गं?" धर्मानं विचारलं.

"मालक, पोर लई तापलंय. माझी सासूबी लई बीमार हाय. शहरात न्यायला होवं. डागदरला दाखवलं पायजे."

"मग?"

"नाय– जरा पैसे पायजे होते."

धर्माच्या डोक्यात तिडीक उठली. आधी एक तर संकटाच्या वेळी सगळे आपल्याला सोडून पळून गेले आणि आता ही पैसे मागायला आली आहे!

"कसले पैसे? आं! आठवडा पुरा भरला का? आणि न सांगताच निघून गेलीस ती त्या दिवशी? आता कसले पैसे द्यायचे तुला?" धर्मानं तडकून विचारलं.

"मालक, पोर लई आजारी हाय बगा. आता न्हाई म्हनू नका. तुमचे लई उपकार होतील. पुढच्या कामात वळतं करून घ्या तुमी पैशे. पन आत्ता न्हाई म्हनू नकासा."

तुळसा गयावया करू लागली, तशी धर्माचं मन द्रवलं. 'ही बिचारी आत्ता अडचणीत आहे. हिला मदत करायला हवी. अडचणीच्या वेळी केलेली मदत देवाकडे रुजू होते.'

"किती हवेत?" त्यानं विचारलं.

तुळसानं काही उत्तर देण्यापूर्वीच जमीन थरथरू लागली.

अविश्वासानं धर्मा उठून उभा राहिला. या वेळी धरणीकंप? इतके दिवस फक्त दोनदाच होत होता. आता आणखी वाढणार की काय तो?

'परमेश्वरा! हे काय अरिष्ट माझ्यावर कोसळलंय? आता यातून सुटायचं तरी कसं? उपाय तरी काय करायचा देवा, तूच मार्ग दाखव!'

पायाखालची जमीन चांगलीच हलत होती. आपला तोल जाणार असं धर्माला वाटू लागलं. तो मट्‌कन खाली बसला आणि त्यानं डोळे मिटले.

जमिनीची हालचाल थांबल्यावर त्यानं डोळे उघडले, तर त्याला भोवळ आल्यासारखं झालं. त्यानं डोळे परत मिटून घेतले. त्याचं डोकं तर भयंकर ठणकू लागलं होतं.

थोड्या वेळानं त्यानं डोळे उघडले तेव्हा भोवळ थांबली होती; पण अतिशय थकल्यासारखं झालं होतं. त्यानं समोर बघितलं, तर तुळसाही डोळे मिटून पोराला मांडीवर घेऊन बसली होती.

"तुळसा!... ए तुळसा!" त्यानं हाक मारली. तिनं डोळे उघडले, तेव्हा त्यानं विचारलं, "काय झालं ग? अशी डोळे मिटून काय बसलीस?"

"नाय.... जरा चक्कर आल्ती...." असं म्हणत पोराला तिनं मांडीवरून उचलून घेतलं. आणि ती एकदम किंचाळली!

"काय झालं गं?" धर्मानं उठत विचारलं.

"मालक! मालक, अवं माझं लेकरू..." आणि तुळसा ओक्साबोक्शी रडू लागली.

"काय झालं पोराला?' तिच्याजवळ जाऊन धर्मानं धास्तावलेपणानं विचारलं.

"माज्या लेकराला काय झालं बगा! असं, आसं काय झालंय तेला? अवं, बगा

तरी मालक. माज्या नंदाला काय झालंय हो! किती रगात आलंय! आसं कसं झालं?'' आणि ती पोराला कवटाळून रडू लागली.

''असं काय करतेस? बघू तरी काय झालंय?'' असं म्हणून धर्मानं कसंबसं तिच्याजवळचं मूल घेतलं आणि तो भेदरलेल्या नजरेनं बघत राहिला.

चार-पाच महिन्यांच्या त्या पोराच्या नाका-डोळ्यांतून आणि कानातून रक्ताचे ओघळ आले होते आणि ते निपचित पडलं होतं.

हे काय आणखी नवीन?

''माज्या लेकराला काय झालं होऽ!'' तुळसा धाय मोकलून रडत होती.

धर्मानं मग वेळ घालवला नाही. पोरासकट तुळसाला मोटारसायकलवर बसवून तो भरधाव गावाकडे निघाला, पण तुळसाचं पोर – तिचा नंदा – कुणाच्याही मदतीपलीकडे पोहोचलं होतं!

धर्मानं मग पाटलांकडे धाव घेतली. पाटलांनी सगळी हकिगत ऐकून घेतली आणि ते म्हणाले, ''धर्मा, हे ताडोबासारख्याचं काम नाही. आता आपण डायरेक्ट डी. एस. पी. साहेबांकडे जायचं.''

''डी.एस.पी. साहेबांकडे? पण त्याला तर फार दिस लागतील पाटीलसाहेब.'' धर्माची काळजी वाढली.

''नाही लागायचे. आज तालुक्याला आलेत साहेब. तासाभरात पोहोचू आपण तिथे. आन् त्यांना पुढे घालूनच घेऊन येऊ या.''

''पण ते कसे येतील लगेच आपल्याबरोबर?''

''येतील. अरे, आपल्यापेक्षा फार शहाणी मानसं असतात ती! त्यांना कळनार नाही का, ही केस अर्जंट आहे! तू आता नसत्या सबबी सांगू नकोस. घरी जाऊन बायकोला सांगून ये फक्त.''

पाटलांच्या म्हणण्याला मान डोलवून धर्मा घरी धावला.

तालुक्याच्या पोलीस-कचेरीसमोर आज कडकडीत इस्त्रीच्या वर्दीतले पोलीस कॉन्स्टेबल विशेष ताठपणानं उभे होते. पाटलांना ओळखून त्यांनी खाड्कन सलाम ठोकला.

डी.एस.पी. साहेब नक्कीच आत होते.

पाटील धर्मासकट आत शिरले. प्रथम त्यांच्या दृष्टीस पडला तो जयदीप साळवी.

जयदीप हा एक वार्ताहर होता. 'महाराष्ट्र टाइम्स' नि 'लोकसत्ता' या दोन प्रतिष्ठित वृत्तपत्रांमधून काम केल्यानंतर तो आता फ्री-लान्सिग करत असे. गेल्या दोन वर्षांत अनेक भानगडी नि प्रकरणं त्यानं उजेडात आणली होती. एखाद्या गोष्टीचा

सुगावा लागला की तो गोचिडीसारखा तिला चिकटत असे, आणि तिचा पुरता छडा लावूनच बाहेर पडत असे. या उपद्व्यापात त्याला गुंडांनी दोनदा ठोकलंही होतं, पण जयदीप त्यांना पुरून उरला. त्यानं पुरवलेलं बातमीपत्र अजूनपर्यंत कोणत्याही वृत्तपत्रानं नाकारलं नव्हतं. डी.एस.पीं.चा मुक्काम असा मधेच तालुक्याला का पडला आहे याचा काही छडा लागतो का ते पाहायला तो कचेरीत आला होता. वृत्तपत्रक्षेत्रातलं त्याचं वजन माहीत असल्यामुळे पोलीसखातं त्याला जरा वचकूनच होतं आणि त्यामुळे त्याला कचेरीतून हुसकावून द्यायला कुणी पुढे झालं नव्हतं.

जयदीपला बघून पाटलांच्या एकदम लक्षात आलं की, घडणाऱ्या गोष्टींचा छडा लावायला हा योग्य माणूस आहे.

त्यांनी पुढे होऊन जयदीपचा दंड धरला आणि ते म्हणाले, "साहेब, देवासारखे भेटलात तुम्ही. आम्ही कसल्या गुंत्यात अडकलोय, काही उलगडा होईनासा झालाय बघा. तुम्ही आम्हाला मदत करा, साहेब."

"का हो? काही बाई-बिईंची भानगड केलीत काय?" आपला दंड सोडवून घेत चष्म्याच्या जाड भिंगांमधून पाटलांकडे निरखून बघत जयदीपनं विचारलं.

"नाही हो साहेब! तसली काय भानगड नाही. हे काहीतरी वेगळंच आहे. सगळं तुम्हाला सविस्तर सांगतो, पण आधी साहेबांकडे निरोप धाडतो." असं बोलत पाटलांनी, आपण आलो असून अतिशय तातडीनं भेट हवी असल्याची चिठ्ठी कॉन्स्टेबलबरोबर डी.एस.पी. साहेबांकडे पाठवून दिली.

मग जयदीपला बाजूला घेऊन त्यांनी आणि धर्मानं मिळून सगळी सविस्तर हकिगत त्याला ऐकवली. त्यांची हकिकत चालू असताना एक-दोन इन्स्पेक्टर आणि दोन कॉन्स्टेबलही त्यांच्याभोवती गोळा झाले.

पाटलांची हकिगत संपली तेव्हा विश्वास ठेवावा की नाही असा भाव सर्वांच्याच चेहेऱ्यांवर उमटला होता. जरा विचार करून जयदीप म्हणाला, "पाटील, तुम्ही सांगताय हे सगळं खरंच घडतंय की तुम्ही आमची फिरकी घेताय?"

"आता काय सांगावं साहेब? अहो, हेच सगळं सांगायला तर आम्ही डी.एस.पी. साहेबांकडे आलोय. त्यांची फिरकी घेण्याची आमची हिम्मत आहे का साहेब?"

"किती दिवसांपासून हा प्रकार चालू आहे?"

"तरी पंधरा दिवस झाले." धर्मानं हिशोब करीत सांगितलं.

"आणि आज सकाळी खरोखरच का ते पोर कानातून नि नाकातून रक्त येऊन मेलं?"

"खरंच हो, साहेब!" धर्मा कळवळून म्हणाला, "माझ्या डोळ्यांदेखत ते पोर आईच्या मांडीवर ठेवल्याजागी गेलं! त्याची आई तर येडीपिशी झालीय. आन् मी

असा हट्टाकट्टा गडी; पण मलाही चक्कर आली. त्याच्या आईलाही चक्कर आली. आणखी काय काय भयंकर घडणाराय कुणास ठाऊक!''

''अरे, मग इथे बाहेर काय करताय तुम्ही? चला साहेबांकडे.'' असं म्हणत, तो काय करतोय हे दारावरच्या कॉन्स्टेबलच्या लक्षात येण्यापूर्वीच जयदीप डी.एस.पी. तुंगाऱ्यांच्या खोलीत घुसला. त्याच्या मागोमाग पाटील आणि धर्माही आत शिरले.

तिघे एकदम आत घुसल्याचं पाहून तुंगारे खवळले! ''अरे, कोण आहे की नाही दारावर?... हवालदार!''

घाबरलेला हवालदार एव्हाना आत आलाच होता. तो काही बोलण्यापूर्वीच पाटील म्हणाले, ''साहेब, आम्ही एकदम आत घुसलो. माफ करा. पण आमचं काम फार अर्जंट आहे. तुम्ही आमचं म्हणणं एक डाव ऐकून घ्या.''

''हे बघा, मला वेळ झाला की बोलावीन मी तुम्हाला. तोपर्यंत बाहेर बसा.'' तुंगारे डाफरले.

''साहेब, आमची हकिगत एकदा ऐकून तर घ्या तुम्ही. जितका उशीर होईल तितकं आणखी काहीतरी भयानक घडेल.'' रडकुंडीला आलेला धर्मा म्हणाला.

''मलाही वाटतं साहेब की, तुम्ही यांचं ऐकून घ्यावंत. यांची हकिगत विलक्षण आहे. उपाय करायचा तर तातडीनं करायला हवा. मी कधी भडक विधानं करत नाही, तुम्हाला ठाऊक आहे.'' शांतपणे खुर्चीवर स्थानापन्न होत जयदीप म्हणाला.

साहेब जरा विचारात पडले. जयदीप असं म्हणत होता, म्हणजे प्रकरण खरंच गंभीर असलं पाहिजे. शिवाय, आता या लोकांना हाकलून लावलं, तर त्याचा हा इसम इतका गवगवा करील, की त्यापेक्षा आपण महिनाभर फक्त यांचीच हकिगत ऐकली असती तरी चाललं असतं असं आपल्याला वाटू लागेल. त्यापेक्षा आता यांचं म्हणणं ऐकावं हे बरं.

''ठीक आहे. बसा तुम्ही. बोला लवकर-लवकर.'' समोरची फाईल बाजूला सारून ते म्हणाले.

धर्मानं अडखळत सुरुवात केली. त्याच्या नकळत त्याच्या हकिगतीला ओघ आला आणि डी.एस.पी. साहेब ऐकत गेले.

धर्माची हकिगत संपल्यावर काही वेळ ते गप्प बसून राहिले आणि मग खुर्चीवरून उठून म्हणाले, ''चला. जाऊ या.''

पाटील आणि धर्मा गोंधळले, पण जयदीप मात्र खुषीत हसला. तुंगाऱ्यांची जलद निर्णय घेण्याची पद्धत त्याला माहीत होती. ''धर्माच्या शेतावर जायचं ना?'' त्यानं विचारलं.

''अर्थात! नाहीतर कुठे?'' म्हणत ते खोलीतून बाहेर पडले.

त्यांच्या मागोमाग जयदीपही जीपमध्ये जाऊन बसला. धर्मा आणि पाटील

मोटारसायकलकडे वळले. त्यांना थांबवत तुंगारे म्हणाले, "तुम्हीही आमच्याबरोबरच चला पाटील. तुमची गाडी येईल मागून."

त्यांच्या ड्रायव्हरनं गाडी सुरू केलेली बघून पाटील आणि धर्मा घाईघाईनं जीपमध्ये चढले. आतून पळत आलेल्या एका इन्स्पेक्टरला काही सूचना दिल्यावर तुंगाऱ्यांची गाडी भरधाव सुटली. गाडीमागोमाग मोटारसायकल घेऊन एक कॉन्स्टेबलही निघाला.

घडलेली सगळी हकिगत मला पुन्हा एकदा सांगा असं डी.एस.पी. साहेबांनी म्हटल्यावर धर्मानं परत सगळं सांगितलं. पाटलांनी अधून-मधून टेकू दिला. सगळं सांगून झाल्यावर तुंगाऱ्यांनी विचारलं, "तुमच्या शेतातल्या उंदराबिंदरांचं काय?"

"काय म्हणजे?" धर्मानं नकळून विचारलं

"तुमच्या शेतात उंदीर, घुशी, साप, गांडूळ आणि आणखी काही कीटकबिटक असतील ना? त्यांचं काय झालंय? त्यांच्यावर काही परिणाम झाला आहे का?"

धर्मा गोंधळात पडला. हे काही त्याच्या लक्षातच आलं नव्हतं! "काही माहीत नाही साहेब." त्यानं प्रांजळ कबुली दिली.

"साहेब" पाटील मधेच म्हणाले, "उंदरांचं काय आपल्याला माहीत नाही बघा. पन ह्याच्या मळ्यातल्या फुटलेल्या भाज्या न् पेरू मात्र मी बघितलेत."

"हंऽ!" विचार करीत साहेब जरा गप्प झाले. मग त्यांनी विचारलं, "भूकंप रोज ठरावीक वेळेला आणि साडेसात मिनिटंच होतो म्हणता? तुम्ही नक्की वेळ बघितली आहे?"

"होय साहेब, पण आज सकाळीपण झाला आणि तो किती वेळ झाला ते मी पाहिलं नाही. मला स्वत:लाच चक्कर आली होती तेव्हा."

"भूकंप इतका टाइमटेबल आखून दिल्याप्रमाणे होऊच कसा शकतो? तोही ओळीनं पंधरा दिवस आणि रोज दोन वेळा? मी तरी आजपर्यंत असं घडल्याचं कधी ऐकलं नाही बुवा! काय तुंगारेसाहेब, तुम्हाला काय वाटतं?" जयदीपनं विचारलं.

"हो ना." तुंगारे म्हणाले, "मीही असलं काही घडलेलं कधी ऐकलं नाही. पण याबाबत आपण एखाद्या भूकंपतज्ज्ञालाच विचारायला हवं."

मग जरा थांबून ते पुढे म्हणाले, "भूकंप असे नेमून दिलेल्या वेळेला होत नसतात असं आपण म्हणतो, त्याचा दुसरा अर्थ तुमच्या लक्षात आला का?"

"दुसरा अर्थ?"

"हो. त्याचा दुसरा अर्थ असा की, नेमून दिलेल्या किंवा नेमून घेतलेल्या वेळेला होणारे भूकंप नसतात."

"म्हणजे? काय म्हणताय काय तुम्ही?" चमकून त्यांच्याकडे बघत जयदीपनं विचारलं. पाटील आणि धर्माही सावरून बसले.

''भूकंपाचा धक्का साडेसात मिनिटं– तोही प्रत्येक वेळी चालू असलेला तुम्ही कुणी ऐकला आहे का– नाही ना? मग त्याचा सरळ अर्थ असा आहे की, हे धक्के भूकंपाचे नाहीत. दे आर मॅनमेड. हे मानवनिर्मित धक्के आहेत.''

''म्हणजे कुणीतरी मुद्दाम धर्माच्या शेतात असे धक्के निर्माण करतोय? सॉरी, धक्के बसवतोय, असं म्हणायचंय तुम्हाला? पण ते कसं शक्य आहे?'' जयदीपनं म्हटलं.

''अणुस्फोटामुळे भूकंपासारखे धक्के बसतात. मोठाल्या धरणात पाणी भरल्यावर भूकंप व्हायची शक्यता असते.–''

''पण फक्त काही एकरांतच जाणवणारा आणि रोज थोडा अधिक जोरात होणारा भूकंप– तोही ओळीनं इतके दिवस... कसा नि कोण घडवू शकेल?'' जयदीप त्यांना मध्ये अडवून म्हणाला.

''आणि साहेब'' पाटीलही आता मध्ये म्हणाले, ''राक्षसासारख्या वाढलेल्या आणि मग पार वाटोळं झालेल्या फळांचं न् भाज्यांचं काय हो?''

''हां! तोही प्रश्न आहेच. पण एक नक्की : घडणाऱ्या गोष्टी काही नैसर्गिक नाहीत. सम मिश्चिफ इज गोईंग ऑन! नक्कीच काहीतरी पाणी मुरतंय इथे. खोडसाळपणा आहे यात. म्हणून तर इतक्या तातडीनं निघालो मी.'' तुंगाऱ्यांनी म्हटलं.

''साहेब, असं तर नसेल?'' जयदीप बोलला, ''फळा-फुलांवर परिणाम करणाऱ्या काही लहरी किंवा किरण त्या भूकंपातून किंवा तो भूकंप घडवणाऱ्या यंत्रातून–''

''यंत्रातून? कुठल्या यंत्रातून?''

''कुणास ठाऊक! मला तरी कुठे माहीत्येय ते? पण तुमच्या म्हणण्यात तथ्य आहे असं मला वाटू लागलंय. भूकंप मुद्दाम घडवलेलेच असले पाहिजेत.''

''पण कोन करतंय हे?'' पाटलांनी शंका काढली.

थोडा वेळ कुणीच काही बोललं नाही. मग जयदीप म्हणाला, ''आपल्या सरकारचे– म्हणजे संरक्षण खात्याचे काही प्रयोग तर चालू नसतील ना? किंवा – एखाद्या परकीय देशाचे म्हणजे अमेरिकेचे किंवा रशियाचे आपल्या भूमीवर काही गुप्त प्रयोग तर सुरू नसतील? रासायनिक आणि जैविक अस्त्रांचे असे गुप्त प्रयोग केले जातात म्हणे.''

''कुणास ठाऊक'' अशा अर्थी खांदे उडवीत तुंगारे म्हणाले, ''प्रत्यक्ष बघितल्यावर आपल्याला काहीतरी अंदाज करता येईल. कदाचित्... कदाचित् एखाद्या हुशार, माथेफिरू माणसाचंही काम असू शकेल.''

''साहेब, आता माझ्या रानात एक माणूस दिसत नाही! पैसं देऊनसुद्धा कुणी तिथं येणार नाही. मग प्रयोग करायला तिथे कोण येतंय?'' धर्मा म्हणाला.

"अरे, असे प्रयोग कुणी करत असला, तर तो तुला दिसणारच नाही. कारण तो कदाचित् जमिनीच्या पोटातून हे करत असेल."

"जमिनीच्या पोटातून?" धर्माला झटका बसल्यासारखं झालं. म्हणजे आपल्या बागेखाली किंवा विहिरीखाली असं काहीतरी भयंकर असू शकेल की जे...

डी.एस.पी. साहेबांच्या बोलण्यावर धर्मा विचार करीत असतानाच गाव आलं. आधी आपल्या घरी थांबून, जेवण करून मग पुढे जाण्याचा प्रस्ताव पाटलांनी पुढे मांडला, पण तुंगारे आणि जयदीप दोघांनीही तो धुडकावून लावला आणि धर्माची मोटारसायकल धर्माच्या रानाकडे वळवली.

पोलिस– जीप आणि पाठोपाठ मोटारसायकलवरचा कॉन्स्टेबल बघून बरीचशी पोरं, काही मोठी माणसं आणि बायका अशी सगळी धर्माच्या रानाकडे चालू लागली. दोघा अतिउत्साही तरुणांनी आपापल्या सायकलवर टांग मारली.

दोन्ही गाड्या पडळीपाशी येऊन थांबल्या, तसा सुन्न होऊन घरात बसलेला नाम्या दचकून उभा राहिला. जवळजवळ सहा फूट उंचीचे, करड्या चेहऱ्याचे आणि कडक गणवेषातले तुंगारे, त्यांच्याबरोबरचे दोन कॉन्स्टेबल्स आणि शिडशिडीत एकेरी अंगलटीचा, जाड भिंगाचा चष्मा लावलेला जयदीप या सगळ्या अनोळखी माणसांना बघून तो बावचळला.

"काय रे नाम्या? ठीक आहे ना सगळं?" त्याच्याकडे शोधक नजरेनं पहात धर्मानं विचारलं.

"ठीक... हां, ठीकच आहे मालक. निस्ते पोपट..." नाम्या घुटमळला.

"निस्ते पोपट... म्हणजे रे काय?" पाटलांनी विचारलं.

"निस्ते पोपट पडलेत बागेत मरून."

"पोपट मरून पडलेत?" असं म्हणून धर्मा घाईघाईनं बागेकडे चालू लागला. त्याच्या मागोमाग तुंगारे आणि जयदीप निघाले. एव्हाना सायकलवरची पोरं येऊन पोहोचली होती. त्यांना पकडून पाटलांनी जेवण बनवून आणण्यासाठी आपल्या घरी पाठवलं आणि तेही लगबगीनं बागेकडे गेले.

बागेत दर दोनचार झाडांमध्ये एखादा पोपट आणि चिमण्या मरून पडल्या होत्या. काही झाडांखाली तर बरेच पोपट एकदम पडलेले दिसत होते. ते बहुधा त्या झाडांवर उतरलेल्या थव्यांमधले होते. बागेसारखीच स्थिती मळ्याची होती. फरक इतकाच की, इथे चिमण्या जास्त दिसत होत्या. सगळ्या पक्ष्यांच्या शरीरातून रक्ताचे बारीक ओघळ आले होते!

धर्माच्या डोळ्यातून घळाघळा अश्रू वाहू लागले. "साहेब, हे काय झालं साहेब? मी असं काय पाप केलं म्हणून माझ्यावर हे संकट कोसळलंय? साहेब, तुम्हीच यातून रस्ता दाखवा आता!"

मरून पडलेली ती पाखरं बघून तुंगारे आणि जयदीप हे देखील सुन्न झाले. धर्माच्या खांद्यावर थोपटल्यासारखं करून तुंगारे म्हणाले, "घाबरू नकोस, धर्मा. आम्ही आहोत तुझ्या मदतीला. काहीतरी उपाय शोधून काढू आपण."

जीपमागे उत्साहानं धर्माच्या शेताकडे आलेली गावातली पोरंसोरं एव्हाना बागेपर्यंत पोहोचली होती पण बागेत पाय टाकायला मात्र धजावली नव्हती.

धर्माला माहिती विचारतविचारत तुंगाऱ्यांनी मग मळ्याची, बागेची आणि एकंदरीत भूकंपग्रस्त भागाची पाहणी केली. त्यांच्या असं लक्षात आलं की, विहीर हा मध्य कल्पून जर एक फर्लांगभर त्रिज्येचं वर्तुळ काढलं, तर साधारणपणे त्या वर्तुळात येणाऱ्या भागात विपरीत गोष्टी घडलेल्या दिसत होत्या. विहिरीच्या पूर्वेला मळा, गुलाबाची बाग आणि पुढे ज्वारीची शेतं होती. दक्षिणेकडे पडळ, भोवतालचं अंगण आणि आता रिकामे असलेले गुरांचे गोठे होते, तर पश्चिमेला आणि उत्तरेलाही काही भागात पेरूंची बाग होती आणि मग तिच्यामागे काही अंतरावर टेकडी होती.

भूकंपाच्या धक्क्यानं पडळ थरथरत असली, तरी अजून पडली नव्हती. तिच्या आसपासची बारीकसारीक झुडपं अजून राक्षसी मोठी वाटत नव्हती. त्या अर्थी या सगळ्या प्रकाराचा जोर तिथे कमी असला पाहिजे. बाग आणि मळा यांची परिस्थिती शोचनीय दिसत होती आणि पेरूंच्या मागच्या टेकडीचं काय?

"काय रे धर्मा? टेकडीवर भूकंप होतो का? तिथलं गवतबिवत जास्त वाढलंय का?" तुंगाऱ्यांनी विचारलं.

"अहो, कसलं गवत न् काय साहेब! अगदी बोडकी असते ती! यंदा इतकं तरी गवात उगवलंय." पाटलांनीच माहिती पुरवली.

"आता काई नाही, पण आधी तिथे दणग्यांची शेतं होती. आता नुस्तं माळरान हाये." धर्मानं सांगितलं; आणि बघताबघता त्याच्या लक्षात आलं की, टेकडी यंदा चांगलीच हिरवी झालेली दिसतेय! नवलच म्हणायचं! धरणीकंपाचा परिणाम की काय हा?

"टेकडीच्या पलीकडे काय आहे?"

तुंगारे आणि त्यांच्याबरोबर सर्व जण टेकडीकडे गेले. बारीकसारीक झुडपं आणि रानगवतानं टेकडी आच्छादली होती. काही ठिकाणचं गवत तर गुडघागुडघा उंच वाढलं होतं.

टेकडीचा चढ थोडासा चढून सगळे सपाट जागी थांबले. इथनू धर्माचं शेत, पडळ सगळं व्यवस्थित दिसत होतं. एव्हाना तीन वाजत आले होते. तुंगारेसाहेब म्हणाले, "आपण इथेच थांबू या. म्हणजे इथे भूकंप होतो की नाही हे आपोआपच कळेल."

साशंक मनानं सगळे उभे राहिले. धर्माचा जीव तर चांगलाच वर-खाली होत होता. रोज अनुभवाला येणाऱ्या भूकंपामुळे तो चांगलाच धास्तावला होता. टेकडीवर हा भूकंप जास्त जोरात होत असेल आणि त्यामुळे टेकडी कोसळली-बिसळली तर? पण आपल्यापेक्षा शहाणे सगळे लोक गप्प उभे असलेले बघून तोही तिथे उभा राहिला.

बरोबर सव्वातीन वाजता पायाखालची जमीन कापू लागली! डी. एस. पी. साहेबांनी घड्याळाचा हात उचललेला पाहून पाटीलही घड्याळ बघू लागले. इथे धरणीकंप चांगला जोरात जाणवत होता.

विचारात बुडून गेलेले तुंगारे त्या थरथरणाऱ्या टेकडीवर उभे होते. टेकडीच्या अर्ध्यावर, थरथरणाऱ्या गवतात उभं राहून धरणीकंप अनुभवताना फार चमत्कारिक वाटत होतं हे खरं; पण नीट विचार केला, तर धरणीकंपाचा जोर फारसा नव्हता हे कळून येत होतं. १९६७ च्या डिसेंबरमध्ये झालेल्या कोयना-भूकंपाच्या नंतर जे बारीकसारीक धक्के बसत होते तितपतच ही थरथर होती.

पण सतत किती वेळ ही थरथर चालू होती! जवळजवळ पाच मिनिटं झाली तरी ती थांबली नव्हती.

धर्मा म्हणतो त्याप्रमाणे खरोखरच साडेसात मिनिटं होत असावा हा धरणीकंप! पण इतका वेळ भूकंप होऊ शकतो? जमिनीच्या पोटात निर्माण झालेले ताण सैल होण्यासाठी आतल्या खडकांची होणारी हालचाल म्हणजे भूकंप. भूकंप तर नेहमी धक्क्याच्या स्वरूपात होतो आणि ही थरथर... ही तर काही धक्क्यासारखी नाही, पण चालली आहे अशी की... असं वाटतंय की... आतमध्ये एखादं प्रचंड यंत्र चालू आहे आणि त्या यंत्राच्या थरथरण्यामुळे आजूबाजूचा सगळा भूभागही थरथरतोय!... स्वतःच्या विचारांनी तुंगाऱ्यांना स्वतःलाच झटका बसल्यासारखं झालं.

भूकंप थांबला. सर्वांनी आपापली घड्याळं पाहिली... बरोबर साडेसात मिनिटांनी जमीन हलायची थांबली होती. तुंगाऱ्यांकडे बघत जयदीप म्हणाला, "साहेब, हा भूकंप कसा वाटला सांगू?"

"हं?"

"असं वाटलं की, आतून या जमिनीत काहीतरी प्रचंड मशिन चाललंय आणि त्या मशिनच्या प्रचंड घरघरीमुळे ही वरची जमीन थरथरतेय."

जयदीपलाही आपल्यासारखं वाटत असलेलं पाहून तुंगाऱ्यांना जरा बरं वाटलं. ते म्हणाले, "यू आर राइट. मलाही तसंच वाटतंय. पण प्रश्न असा आहे की, एवढा मोठ भूभाग थरथरत राहील असं कुठलं मशिन असतं? आणि ते या जमिनीखाली कसं गेलं? मुख्य म्हणजे हे सगळं कोण करतंय?"

कुणी काहीच बोललं नाही. जयदीपचं बोलणं ऐकून धर्मा आणि पाटील... दोघेही चकित झाले होते. असं काही त्यांच्या डोक्यातच आलं नव्हतं.

थोडा वेळ शांततेत गेल्यावर तुंगारे म्हणाले, "चला, आता आपल्याला झपाट्यानं याचा छडा लावला पाहिजे! अजिबात वेळ घालवून उपयोगी नाही." आणि ते भरभर टेकडी उतरू लागले.

खाली धर्माच्या पडळीजवळ बरेच गावकरी जमले होते. त्यापुढे जायला कुणी धजावलं नव्हतं. दुपारच्या धरणीकंपाचा धक्का नुकताच अनुभवलेला असल्यानं सगळेच थोडे हबकलेले होते.

भूकंपात सापडलेल्या भागाची तुंगाऱ्यांनी परत एकदा नीट पाहणी केली. विशेषत: जमिनीत शिरायला कुठे काही मार्ग दिसतो आहे का हे शोधक नजरेनं पाहिलं. तसं काहीच दिसलं नाही. मग गावकरी मंडळींपैकी चांगली धट्टीकट्टी माणसं निवडून त्यांना फरश्या-काठ्या घेऊन भूकंपग्रस्त भागाभोवती पहारा करायला उभं केलं. काय घडणार आहे, किंबहुना काही घडणार आहे की नाही याची त्यांना काहीच कल्पना नव्हती; परंतु त्यांनी त्यांच्या बाजूनं बंदोबस्त करून ठेवला आणि मग ते तालुक्याला गेले. त्या लहानशा गावात टेलिफोन नसल्यामुळे तालुक्याला जाऊनच त्यांना आता पुढच्या हालचाली कराव्या लागणार होत्या.

तालुक्याला पोहोचल्यावर प्रथम त्यांनी एक पोलीसपथक धर्माच्या शेताकडे पाठवून दिलं आणि मग ते गृहमंत्र्यांशी संपर्क साधण्याच्या प्रयत्नाला लागले. वरिष्ठ अधिकाऱ्यांना डावलून थेट गृहमंत्र्यांपर्यंत जावं की नाही या गोष्टीवर तुंगाऱ्यांनी येताना बराच विचार केला होता आणि शेवटी हा निर्णय घेतला होता. घडणाऱ्या गोष्टी काही वेगळ्याच आहेत आणि तातडीनं त्याबाबत हालचाल करायला हवी आहे हे त्यांना मनातून जाणवलेलं होतं आणि म्हणूनच त्यांनी थेट गृहमंत्र्यांपर्यंत पोहोचण्याचं ठरवलं होतं. हे जर काही गंभीर प्रकरण असलं, तर त्यांच्या या कृतीचं, गृहमंत्र्यांपर्यंत धडक मारण्याचं कौतुकच होणार होतं. याउलट या प्रकरणातून काही निष्पन्न झालं नाही, तर त्यांना त्याचा फारसा त्रास होणार नव्हता. कारण त्यांच्या निवृत्तीला आता जेमतेम दोन वर्ष राहिली होती. धर्माच्या शेतातल्या गोष्टींचा छडा लावण्यासाठी त्यांना भूकंपतज्ज्ञ, वनस्पतीशास्त्रज्ञ आणि शक्य तर भूगर्भतज्ज्ञांची मदत आवश्यक वाटू लागली होती, तीही तातडीनं; आणि मंत्र्यांच्या पातळीवरच्या एखाद्या माणसानं या गोष्टीत हस्तक्षेप केल्याशिवाय ते शक्य होणार नव्हतं. जलद निर्णय घेण्याच्या तुंगाऱ्यांच्या नेहमीच्या पद्धतीनं त्यांनी थेट गृहमंत्र्यांशी संपर्क साधण्याचं ठरवलं होतं.

तुंगारे गेल्यानंतर जयदीपनं पाटील आणि धर्मा यांच्याबरोबर पाटलांकडून आलेल्या जेवणावर आधी आडवा हात मारला. तुंगारे तहान-भूक विसरले असले

तरी जयदीपला चांगलीच भूक लागली होती. हातावर पाणी पडताच जयदीप जमलेल्या गावकरी मंडळींकडे वळला.

शेताभोवती पहारा देण्यासाठी काही जण गेले होते, तरी गर्दी कमी झाली नव्हती. कारण गावातून आलेल्या बायकापोरांची आता त्यात भर पडली होती. कधीच विशेष काही न घडणाऱ्या त्या गावातल्या लोकांना डी. एस. पी. सारख्या माणसाचं येणं-जाणं, धर्माच्या शेताभोवती पहारे बसवणं हे सगळं फार मनोरंजक वाटत होतं. त्यामुळे हा करमणूकप्रधान कार्यक्रम बघायला निम्मा गाव लोटला होता! धर्माची बायकोही पोरांसकट पडळीच्या बाहेर येऊन बसली होती.

जमलेल्या लोकांशी बोलताना जयदीपला अनेक प्रकारची मतं ऐकायला मिळाली.

''हे काय तरी बाहेरचंच आहे, साहेब.'' पासून तो ''साहेब, हे असं अधूनमधून हुतंच बरं का. तरी धर्माला सांगत हुतो–'' पर्यंत सर्व प्रकारची मतं तिथल्या लोकांमध्ये होती. धर्माचं शेत, पेरूच्या बागेपलीकडची टेकडी, त्या टेकडीमागे पूर्वी असलेली आणि कोयनेच्या भूकंपात नष्ट झालेली दणगेवाडी, गावातलं राजकारण, त्या राजकारणामुळे कुजत पडलेली हायस्कूलची योजना याविषयीही जयदीपला पुष्कळ ऐकायला मिळालं.

भूकंपात एक संपूर्ण वस्ती नष्ट झाली हे ऐकून जयदीपचं कुतूहल जागं झालं आणि त्यानं जास्त खोलात जाऊन चौकशी सुरू केली. तशी एकजण म्हणाला, ''अहो साहेब, जेमतेम पाच-सात घरं होती बघा दणगेवाडी म्हंजे! आता ती समदी एकाजागी होती, म्हणून वाडी म्हनायचं इत्तंच. सताठ जनावरंबी होती. भूकंप झाला तेव्हा टेकडी कोसळली...''

''टेकडी कोसळली?'' जयदीपनं आश्चर्यानं विचारलं.

''हो साहेब. आधी ह्येच्यापेक्षा उंच होती बघा टेकडी. पन् तवाच्या धरणीकंपात ती कोसळली आन् अशी पसरट झाली.''

''त्येचं असं झालं...'' असं म्हणत पाटलांनी सगळी हकिगत सविस्तर सांगितली.

दणगेवाडी ही वस्ती तशी अगदी लहानच होती. फक्त पाच घरं होती. सगळे दणगे आणि त्यांच्या रानात कामं करणारे मजूर मिळून जेमतेम चोवीस-पंचवीस माणसं तिथे वस्तीला होती. कोयना भूकंप झाला त्या वेळी तिथे सोळा-सतरा जणच होते. कोयना धरणापासून दणगेवाडी फार तर पंचवीस-तीस मैल असेल. भूकंप झाला तेव्हा टेकडीचा वरचा भाग दणगेवाडीवर कोसळला आणि सगळी घरं, माणसं, जनावरं त्याखाली गाडली गेली. जमिनीला मोठी भेग पडली होती. त्यात काही घरं गडप झाली आणि नंतर ती भेग परत सांधली गेली अशीही एक अफवा

होती, पण नक्की कुणालाच काही माहीत नव्हतं. कारण वस्तीतला एक जण सोडून बाकी सगळे त्या भूकंपात गाडले गेले. एकटा शंकऱ्या तेवढाच वाचला. पण त्याच्याही डोक्यावर परिणाम झाला होता.

डोळ्यादेखत आपली बायको-पोरं, आई-बाप सगळे जमिनीत गाडले गेलेले बघून तो वेडाच झाला होता. काहीतरी बडबडत फिरत असे. "भूकंपाच्या रात्री आकाशातून राक्षसांचं विमान आलं होतं आणि त्यानंच टेकडी पाडली, सगळी माणसं गिळली." असं तो म्हणत असे. एखाद वेळी मोठं वादळ झालं, एखाद्याची विहीर आटली असं काही विपरीत घडलं की हे राक्षसांनीच केलं, असं तो बोलत असे.

"तुमाला भेटंलच साहेब तो." पाटील पुढे म्हणाले.

"मला? तो कसा काय?"

एव्हाना संध्याकाळ झाली होती. पाखरं घरट्याकडे परतू लागली होती. जमलेल्यातली बायकामाणसंही पोरासोरांना घेऊन गावाकडे परत निघाली होती. द्रौपदीला रागं भरून धर्मानं तिलाही घराकडे पाठवून दिलं. काही पुरुषमंडळीही परत गेली होती.

धर्मानं सांगितल्यावरून नाम्यानं चहा केला. तो घेत असतानाच तालुक्याचं पोलीसपथक येऊन पोहोचलं. पथकाच्या इन्स्पेक्टरनं पाटलांकडून सगळी माहिती करून घेतली आणि शेताभोवती पहारा करणाऱ्यांना मोकळं करायला तो आपली माणसं घेऊन निघून गेला.

आता अंधारू लागलं होतं. एकंदर रागरंग पाहून पाटलांनी रात्रीचं जेवण तिकडेच पाठवून देण्याचा सांगावा धाडला आणि डी. एस. पी. साहेब केव्हा येतील याची आपसात चर्चा चालू असतानाच शंकऱ्या उगवला.

फाटका, कळकट पायजमा आणि तितकाच कळकट गंजिफ्रॉक घातलेल्या शंकरला भराभर येताना बघून पाटील म्हणाले, "आला बघा हा येडा शंकर!"

जयदीपनं पाहिलं, मळकट कपड्यातला एक काटकुळा, ठेंगणासा इसम झपाझप पडळीकडे येत होता. त्याच्या चालण्यावरून तो तरुण असावासं वाटलं तरी चेहेऱ्यावरून मात्र तो चांगलाच वयस्क दिसत होता. पंचावन्न-साठ वर्षांचा तरी असावा तो. डोक्यावरचे केस आणि दाढीचे वाढलेले खुंट पांढरेधोप होते.

शंकर आला तो सरळ पाटलांकडे गेला आणि म्हणाला, "पाटील त्या राक्षसाचा कायतरी बंदोबस्त करा की आता तरी. आज धर्माच्या रानाला हलवतोय; उद्या तुम्हाला पण धरीलच की! मी इतकी वर्षं सांगतोय, पण कुनी ऐकतंय का? हां! त्या टेकडीतल्या राक्षसाचंच काम हाये हे!"

"गप रं शंकऱ्या! काय तरी येड्यासारखं बोलतोस नेहेमी. गप बस की जरा!" पाटील खेकसले.

"कुठला राक्षस आहे हा? आणि तो त्या टेकडीत आहे हे तुम्हाला कसं कळलं?" जयदीपनं सहज गंमत म्हणून विचारलं. मनावरचा ताण उतरण्यासाठी आता विषय बदलायलाच हवा होता.

"तुम्ही त्येचं काय ऐकता साहेब?" पाटील म्हणाले.

तरीही शंकरनं आपला रोख जयदीपकडे वळवलाच.

"साहेब, मी सांगतो ते ऐका. खरंच, त्या टेकडीत राक्षस आहे हो! मी स्वत: डोळ्यांनी पाहिलाय." मग जरा थबकून तो म्हणाला, "साहेब, हे सगळे मला येडा म्हणतात. धरणीकंपात माझी सगळी माणसं गेली म्हणून माझ्या डोक्यावर परिणाम झाला म्हणतात सगळे, पण ते खरं नाही. त्या धरणीकंपाचा मला धसका बसला हे खरं. त्याच्या आठवणीनं माझे हात-पाय अजून केव्हाकेव्हा कापतात हेही खरं. पण माझं डोकं शाबूत आहे. मी खरंच सांगतो, त्या टेकडीत राक्षस आहे."

शंकरचं हे शहाण्यासारखं बोलणं ऐकून जयदीपनं विचारलं, "टेकडीवर कुठेशी आहे तो? ती टेकडी तर उघडीबोकडी आहे. तिच्यावर लपायलासुद्धा जागा नाहीये."

"टेकडीच्या पोटात आहे तो." शंकरनं आपलं म्हणणं सोडलं नाही.

"टेकडीच्या पोटात? अन मग तुम्हाला कसा दिसला तो?"

"त्याला टेकडीच्या पोटात शिरताना मी पाहिलं. आपलं विमान घेऊन त्यो टेकडीत घुसला आणि मग तो मोठा धरणीकंप झाला."

"असं? मला सगळं सांगा बघू नीट सविस्तर." जरा सावरून बसत जयदीप म्हणाला.

आपलं कुणीतरी गंभीरपणे ऐकून घेतंय हे बघून शंकर खूष झाला आणि त्यानं तिथंच जमिनीवर बैठक मारली. तो सांगू लागला,...

"तो कोयनेचा मोठा धरणीकंप झाला, त्या आदल्या रात्रीची गोष्ट. नेहमीप्रमाणे जेवणखाण करून आम्ही झोपलो. मध्यरात्रीला केव्हातरी मी जागा झालो. काहीतरी मोठ्ठा आवाज झाला होता. कसला आवाज ते काही कळेना. म्हणून उठून मी बाहेर आलो, बाहेर उजेड पडला होता. टेकडीच्या बाजूनं उजेड येत होता. म्हणून मी तिकडे गेलो. टेकडीच्या पायथ्याशी उजेड पसरला होता आणि तिथे एक विमान उभं होतं."

"विमान?"

"हो. विमानच होतं, पण जरा वेगळं दिसत होतं. त्या विमानाच्या दिव्याचा उजेड पडला होता. तो बघतच राहिलो. इतक्यात गणपा, धोंडू आन शिरप्या हेसुद्धा आले. हे कुठलं विमान, टेकडीपाशी कसं आलं... आम्हाला काहीच कळेना. आम्ही आपले गप्प राहून बघत उभे राहिलो. इतक्यात त्या विमानाचा दरवाजा उघडला आणि आतून एक जाडा राक्षस बाहेर आला."

“असं?” जयदीपनं उत्सुकतेनं विचारलं.

“खरंच सांगतो साहेब. त्याला बघून माझे तर पायच लटपटले. हाऽ एवढा ताडमाड उंच होता! काळा-काळा दिसत होता आन् त्येला चार हात होते!”

“चार हात?” जयदीपचा विश्वास बसेना.

“आता त्याला हातच म्हणायला पाहिजे. आपल्यासारखे खांद्यावर दोन हात होते आणि कमरेपाशी दोन हात होते. अंगभर काळी ढापणं लावली होती.”

“आणि चेहरा?”

“चेहरा काय दिसत नव्हता सायेब. त्यो पन ढापणानं झाकला होता. त्यानं हातात कायतरी लांब काठीसारखं घेतलं होतं. ते आमच्याकडे केलं त्येनं. त्या बरुबर त्येच्यावरचे दिवेपण चमकायला लागले. ती दिव्यांची काठी घेऊन तो आमच्याकडे यायला लागला, तशी आम्ही घाबरलो आणि धूम पळत परत वाडीत आलो. हे काहीतरीच संकट आलं होतं. बरं, इतक्या अपरात्री सांगायला तरी कुनाला जाणार? मग आम्ही वाडीतल्या सगळ्या गड्यांना गोळा केलं. बायका-पोरांना चुपचाप घरात बसायला सांगितलं. आता फरश्या, काठ्या-काय जी मिळतील ती हत्यारं घेऊन परत टेकडीकडे गेलो. आधीचा उजेड आता नव्हता. आमी टेकडीपाशी पोहोचलो आणि बघितलं की, ते विमान दिवे बंद करून शांत उभं होतं. तो ढापणं लावलेला, चार हातांचा राक्षसपण कुठे दिसत नव्हता. आता काय करावं म्हणून आम्ही विचार करीत होतो. तितक्यात परत दिवे लागले आणि ते विमान सुरू झालं.

“तुमच्या अंगावर आलं की काय ते?”

“नाही, म्हणजे तसं चालायला नाही लागलं ते, पण त्याचं मशीन सुरू झालं. ते मशीन खूप मोठं असलं पाहिजे. कारण आमच्या पायाखालची जमीनबी त्या मशीनमुळे थरथरायला लागली. थोडा वेळ अशीच थरथर चालली. मग आम्ही सगळ्यांनी मिळून ठरवलं आणि एकदम त्या विमानावर हल्ला केला. आधी त्याचे दिवे फोडले, त्याबरीबर ते मशीन बंद झालं. विमानाचा दरवाजा काही कुठे दिसेना, पण त्याला चार पाय होते. आम्ही त्या पायावर हाणायला सुरूवात केली.”

“पाय म्हणजे चाकं होती, असं म्हणायचंय का तुम्हाला?” जयदीपनं त्याला जरा थांबवून विचारलं.

“नाही साहेब.” शंकर मान हलवीत उत्तरला, “चाकंबिकं काही नव्हती. चार पायच होते नुसते. उभे खांब आणि त्या खांबाच्या तळाला दाते होते.”

“तुम्ही काय त्याचं ऐकता साहेब? तो येडा काहीपण सांगतो.” पाटील मध्येच म्हणाले. त्यांच्याकडे दुर्लक्ष करत जयदीपनं विचारलं, “आणि ते विमान कसं होतं? त्याला पंख होते? त्याच्यावर काही लिहिलेलं होतं?”

"लिहिलं होतं की नाही, ते काही अंधारात दिसलं नाही पण ते विमान कसं होतं, ते मी दाखवतो तुम्हाला. माझ्या डोक्यात पक्कं बसलंय ते!" असं म्हणून शंकरनं जवळच पडलेली एक काडी घेतली आणि खालच्या धुळीत तो रेखा ओढू लागला.

त्याचं विमानाचं चित्र काढणं संपलं आणि जयदीपच्या अंगावर सर्रकन काटा उभा राहिला!

शंकरनं काढलेली आकृती त्याच्या परिचयाची होती. थोड्याफार फरकानं ते अमेरिकेच्या 'स्पेस शटल'चं 'कोलंबिया'चं चित्र होतं. 'कोलंबिया'च्या पहिल्या उड्डाणाच्या वेळी त्यानं त्याचा वृतान्त तर दिला होताच, पण त्याला स्वत:ला त्या विषयात रस असल्यानं आवश्यकतेपेक्षा बरीच जास्त माहिती त्यानं गोळा केली होती. 'कोलंबिया'चे अनेक फोटो त्यानं जमवले होते. शंकरनं काढलेलं चित्र 'कोलंबिया'शी मिळतंजुळतं होतं; पण कोयना-भूकंपाच्या वेळी तर 'कोलंबिया'चा जन्मसुद्धा झालेला नव्हता. शिवाय 'कोलंबिया'ला उतरायला सुसज्ज तळ लागतो. ते असं रानात टेकडीपाशी उतरणं शक्यच नाही.' मग शंकरनं काढलं होतं ते काय होतं? दुसऱ्या एखादं ग्रहावरचं अंतराळयान तर नव्हतं? आणि शंकर ज्याला ढापणं म्हणत होता, तो अंतराळ-पोशाख तर नव्हता? पण ते कसं शक्य होतं? हा प्रश्न मनात उठत असतानाच जयदीपच्या मनात दुसरा प्रश्न उभा राहिला, 'ही गोष्ट अशक्य आहे असं आपण का आणि कोणत्या आधारावर म्हणायचं?'

आपलं हे विश्व अमर्याद आहे. त्यात अगणित ग्रह, तारे, आकाशगंगा वगैरे आहेत, आणि त्यातल्या हजारो ग्रहांवर जीवसृष्टी आहे असं आधुनिक खगोल विज्ञान सांगतं. या हजारो ग्रहांपैकी काहींवरची जीवसृष्टी आपल्यापेक्षा अधिक प्रगत असल्याची आणि आपल्यापर्यंत पोहोचण्याची शक्यता अजिबात नाही असं ठामपणे म्हणणं आता कुणालाही शक्य नाही. म्हणजे मग शंकरनं पाहिलं ते खरंच एखाद्या परग्रहावरचं यान होतं का? अडाणी शंकरच्या सांगण्यावर विश्वास कितपत ठेवायचा? पण तो अडाणी आहे म्हणून त्याचं सांगणं खोटंच आहे असं समजणं तरी कितपत शहाणपणाचं आहे?'

तेव्हा त्याची सगळी हकिगत ऐकून घेऊन शहानिशा करायला हवी. "बरं, मग पुढे काय झालं?" जयदीपनं स्वत:चे विचार बाजूला सारून शंकरला विचारलं.

"आम्ही त्या विमानाच्या पायावर हाणत होतो. तेवढ्यात विमानाचे दुसऱ्या बाजूचे दिवे लागले आणि ते मशीन परत सुरू झालं. आता त्याचा आवाज वेगळाच येत होता. ते सुरू झालं आणि मला एकदम गरगरायाच लागलं. चक्कर येतेय वाटू लागलं. गणपा तर खालीच पडला. इतक्यात ते विमान चालायला लागलं. मला

वाटलं की, आता ते आपल्याला किडामुंगीसारखं चिरडणार! पण ते उलट्या बाजूला चालायला लागलं. एकेक पाय टाकत आम्हाला ओलांडून ते टेकडीकडे गेलं. टेकडीच्या खालच्या बाजूला गुहा होत्या. त्यात ते घुसलं. मला वाटलं की, आता ते त्याला अडकून बसणार, पण ते हळूहळू आत घुसायला लागलं आणि दगडाचे तुकडे बाहेर उडू लागले. आपण गिरमिटानं भिंतीला भोक पाडतो तसं ते टेकडीला भोक पाडत होतं. मी आणि आणखी दोघेतिघे बघत उभे राहिलो होतो. बाकीचे गणपासारखे कोसळले होते. आम्हाला काहीच सुचत नव्हतं. भांबावून आम्ही नुसते बघत उभे होतो. इतक्यात तो धरणीकंप सुरू झाला.''

''बऽरं! कोयनेचा मोठा भूकंप झाला तोच ना?'' जयदीपनं विचारलं.

''ते विमान टेकडीला भोक पाडायला लागलं म्हणूनच त्यो मोठा धरणीकंप झाला. सायेब, माझ्या डोळ्यादेखत त्या गुहांपाशी मोठी भेग पडली आणि टेकडीवरचे दगडगोटे खाली कोसळायला लागले. दगडमातीचा मारा सुरू झाल्यावर परत वाडीकडे पळून जावं म्हणून मी माघारी वळलो, पण तेवढ्यात काहीतरी डोक्यात पडलं आणि माझी शुद्ध हरपली.''

''मी शुद्धीवर आलो तेव्हा सगळं शांत झालं होतं. मी घरी गेलो. सगळी घरं पडली होती. घरातली माणसं, जनावरं... सायेब, सगळं गेलं त्या धरणीकंपात! काही माणसांचे तर मुडदेसुद्धा मिळाले नाहीत. फार वर्ष झाली त्या गोष्टीला, पर माझ्या नजरेसमोर अजून ते सगळं लख्ख कोरलेलं आहे. ते राक्षसाचं विमान टेकडीच्या पोटात शिरलं आणि त्यानंच तो मोठा धरणीकंप घडवला. धर्माच्या रानातलं आक्रीतसुद्धा तोच करतोय. टेकडीखालून तो आता तिथे पोहोचला आसंल. आता लवकर कायतरी करायला पायजे, सायेब.''

शंकरची हकिगत संपली तरी जयदीप गोंधळून गप्पच बसला. अडाणी शंकरवर कितपत विश्वास ठेवावा याबाबत त्याचा निर्णय होत नव्हता. पण शंकरची हकिगत त्याला संपूर्ण खोटीही वाटत नव्हती. शंकरनं काहीतरी वेगळं बघितलं होतं हे नक्की!

पण ते वेगळं म्हणजे खरोखरच एखादं परग्रहीय यान होतं का?...

जयदीप गोंधळलेला असतानाच तुंगाऱ्यांची जीप येऊन थडकली. त्याला हायसं वाटलं. त्यानं शंकरची हकिगत थोडक्यात तुंगाऱ्यांच्या कानांवर घातली तेव्हा ते उद्गारले, ''व्हॉट नॉन्सेन्स!''

''साहेब, मला तर वाटतं, ही इज द ओन्ली पर्सन हू इज टॉकिंग सेन्स. फक्त त्याच्याच बोलण्यात मला दम वाटतो.'' जयदीप विचार करत म्हणाला.

''म्हणजे? तुम्हाला खरंच असं वाटतंय, की कित्येक वर्षापूर्वी असं एखादं परग्रहावरचं यान इथे आलं, त्यातून चार हातांचा राक्षस बाहेर पडला.''

"शंकरला तो राक्षस वाटला, पण प्रत्यक्षात तो अंतराळ पोशाख घातलेला त्या ग्रहावरचा एखादा अंतराळवीरही असू शकेल." जयदीपनं आपला अंदाज सांगितला.

"चार हातांचा?"

"हो. कदाचित चार हात असतीलसुद्धा त्याला. त्याच्या उत्क्रांतीच्या प्रक्रियेमध्ये त्याला कदाचित चार हात मिळालेले असतील."

"व्हॉट नॉन्सेन्स!" तुंगारे रागावून म्हणाले.

"नॉन्सेन्स नाही साहेब. तुम्ही असा विचार करा. माणसाचे दोन हात त्याला कसे मिळालेले आहेत?" जयदीपनं विचारलं.

"कसे म्हणजे?"

"म्हणजे असं की, चार पायांवर चालणाऱ्या माकडासारख्या प्राण्यापासून माणूस उत्क्रान्त झाला. तो जेव्हा मागच्या दोन पायांवर उभा राहून ताठ चालू लागला, तेव्हा पुढचे दोन पाय हे हळूहळू उत्क्रांत होत त्याचे हात बनले. जर एखाद्या सहा पायांच्या कीटक सदृश प्राण्यापासून बुद्धिमान प्राणी उत्क्रांत झाला, मागच्या दोन पायांवर ताठ उभा राहून चालू लागला तर... तर त्याचे पुढचे चार पाय हे त्याचे चार हात बनतील."

तुंगारे जरा वेळ गप्प राहिले आणि मग म्हणाले, "एखाद्या परकीय अंतराळयानानं येऊन कोयना-भूकंपासारखा प्रचंड भूकंप घडवला, असं म्हणणं अत्यंत मूर्खपणाचं वाटतं."

जयदीप जरा विचारात पडला. मग म्हणाला, "कोयना-भूकंप नैसर्गिक कारणांनीच झाला असणार. ते यान इथे ज्या वेळी उतरवलं त्याच वेळी भूकंप झाला हा निव्वळ योगायोग असावा. कावळा बसायला आणि डहाळी मोडायला एकच गाठ पडली इतकंच!"

"एवढ्या मोठ्या भूकंपानंतर आणि टेकडी कोसळल्यानंतर ते यान– म्हणजे ते अंतराळयान असलंच; तरी इतकी वर्ष सुखरूप कसं राहील?" तुंगारे म्हणाले.

"कदाचित राहीलही! ते कोणत्या पदार्थापासून बनलेलं आहे; ताणाखाली, दाबाखाली आणि वेगवेगळ्या तपमानांना टिकून राहण्याची त्याची क्षमता किती आहे ते आपल्याला माहीत नाही. शिवाय भूकंपाच्या वेळी झालेल्या हालचालींमुळे भूगर्भात एखादी पोकळ जागाही निर्माण झाली असेल आणि त्यात ते शिरून बसलं असेल. शिवाय साहेब, आपण एक गोष्ट विसरतोय."

"कोणती?"

"अतिशय झपाट्यानं वनस्पतींची राक्षसी वाढ करणारे कुठलेही किरण किंवा वायू आपल्या जगात अस्तित्वात नाहीत. वनस्पतींचा नाश करणारी किंवा पाखरांचा क्षणार्धात जीव घेणारी रसायनं, वायू आणि त्यांचा उपयोग करणारी राष्ट्रं अस्तित्वात

आहेत हे मला मान्य आहे, पण काही महिन्यांची वनस्पतींची वाढ काही दिवसात करणारं कुठलंही रसायन नाही. तसं असतं, तर जगाचा अन्न प्रश्न कधीच सुटला असता!''

तुंगारे विचारात पडले. ते आता चांगलेच गोंधळात पडले होते. जयदीप म्हणत होता ते त्यांना पुष्कळसं पटत होतं पण इतकी अद्‌भुत, अतर्क्य गोष्ट घडली असेल आणि त्यामुळे आता ह्या सगळ्या गोष्टी घडत असतील यावर विश्वास ठेवणं त्यांना जड जात होतं. ते म्हणाले, ''तुम्ही काही म्हणा, मला तर वाटतं, एखाद्या परदेशाचे हे काहीतरी प्रयोग चालू आहेत गुप्तपणे. आपल्या देशात असं अगदी आडबाजूला काही केलं, तर त्याची दखल घेऊन काही कारवाई करायला बराच वेळ लागेल हे त्यांना माहीत असलं पाहिजे.''

तुंगारे बोलत असतानाच पुन्हा जमीन थरथरू लागली. भूकंप सुरू झाला!

आत्ताचा धक्का चांगलाच जोराचा होता. पडळीतली माणसं धावत बाहेर आली. काही सेकंदातच भूकंप थांबला; पण तेवढ्यात आधीच भेगाळलेल्या त्या पडळीची एक भिंत मात्र पडली.

जमीन थरथरायची काही सेकंदातच थांबलेली बघून धर्मा घाबरला आणि म्हणाला, ''सकाळीपण जमीन अशी थोडा वेळ थरथरली आणि तेवढ्यातच तुळसाचं पोर गेलं!''

काही मिनिटांतच एक हवालदार पळत आला आणि त्यानं सांगितलं की, इन्स्पेक्टर आणि एक हवालदार पडळीकडे यायला निघाले असतानाच भूकंप झाला. त्या वेळी ते विहिरीजवळ होते. धक्क्यानं ते दोघे खाली कोसळलेले बघून धावत जाऊन यानं बघितलं, तेव्हा ते दोघेही बेशुद्ध पडल्याचं आढळलं.

हवालदाराची हकिगत ऐकून सगळेच हबकले! दोन मोठी, प्रौढ माणसं बेशुद्ध पडण्याइतका त्या भूकंपाचा जोर आता वाढला होता! त्या दोघांना उचलून आणण्याची व्यवस्था तुंगाऱ्यांनी केली आणि पुढे काय घडतं ते बघत ते स्वस्थ बसून राहिले. त्यांना करता येण्यासारखं आता आणखी काहीच नव्हतं!

बसल्या-बसल्या एका विचारानं मात्र त्यांना बरं वाटत होतं. त्यांनी थेट गृहमंत्र्यांपर्यंत धडक मारली होती. हे अगदी योग्य केलं होतं. हे प्रकरण भलतंच चमत्कारिक होत चाललं होतं. पण काही हालचाल न केल्याचा ठपका त्यांच्यावर येणार नव्हता!

तीव्र स्फोटकाच्या धक्क्यानं थरथरणारा सभोवतालचा भूभाग शांत झाल्यावर चार हाताचा तो प्राणी आसनावरून उठला आणि भूगर्भशोधक यंत्रासमोर जाऊन उभा राहिला. त्याच्या बारा पट्ट्यांचे बारा खटके आपल्या चार हातांनी त्यानं खटाखट

दाबले. त्याच्या अपेक्षेप्रमाणेच आकडे त्या पट्ट्यांवर दिसू लागले. उजवीकडच्या शेवटच्या दोन पट्ट्यांमधून बारीक शिट्टीही वाजू लागली.

आत्ताच्या स्फोटामुळे बरंच काम झालं होतं! त्यांच्या यानाच्या दक्षिणेकडच्या कठीण खडकांच्या थरांची जाडी आता खूपच कमी झाली होती. त्या खडकांच्या पलीकडे पाण्याचा साठा आणि एक उभा जलस्तंभ असल्याचं त्यांच्या भूगर्भशोधकानं पूर्वीच दाखवलं होतं. यान आणि जलस्तंभ यांच्यामधला खडक फोडून त्या जलस्तंभातून अवकाशात झेप घेणं त्यांना थोड्या प्रयत्नांनी सहज जमण्यासारखं होतं.

"जिंकली! आपण जिंकली!" पाठीमागून आवाज आला. त्याबरोबर त्यानं मागं वळून बघितलं. त्याचा सहकारी मागे येऊन केव्हा उभा राहिला होता ते त्याला कळलंच नव्हतं.

"आता आपल्याला इथून बाहेर पडणं सहज शक्य आहे." सहकारी आनंदानं म्हणाला. त्याला काहीच उत्तर न देता तो इंधनदर्शकाकडे वळला आणि त्यानं कळ फिरवली. हेही आकडे त्याच्या अपेक्षेप्रमाणेच होते. इंधन अत्यंत मर्यादित होतं! त्यानं सहकाऱ्याला त्यांच्या दोन्ही मशकयानांची उड्डाणासाठी तयारी करण्यासाठी पाठवलं आणि तो आसनावर जाऊन बसला.

सर्व गोष्टींचा एकदा नीट विचार करून मगच निर्णय घ्यायला हवा होता आणि हा निर्णय त्यानंच घ्यायला हवा होता. त्याच्या सहकाऱ्यापेक्षा तो वयानं आणि अनुभवानं मोठा तर होताच; शिवाय या मोहिमेचा तो नेता होता! मुळात त्याच्या आग्रहामुळेच ही मोहीम हातात घेण्यात आली होती.

तो एक उत्तम अंतराळपटू होता. परग्रह-संशोधनाच्या अनेक मोहिमांमध्ये त्यानं भाग घेतला होता. काही मोहिमांचं नेतृत्वही केलं होतं.

अशाच एका मोहिमेत त्यांचं यान या हिरवट-निळसर दिसणाऱ्या, पाण्यानं वेढलेल्या आणि एका तेजस्वी ताऱ्याभोवती भ्रमण करणाऱ्या ग्रहाजवळून जात असताना त्यांच्या असं लक्षात आलं होतं की, या ग्रहावर जीवसृष्टी तर आहेच; पण अतिशय बुद्धिमान असे काही सजीवही इथे आहेत!

स्वग्रही परतल्यावर त्यानं या हिरव्या-निळ्या ग्रहाच्या अभ्यासाची एक योजना तयार केली होती. मोठ्या प्रयत्नांनी त्या योजनेला परवानगी मिळवली होती. अवकाशाच्या या भागातल्या ग्रह, ताऱ्यांचा अभ्यास करण्याच्या इतरही काही योजना त्याच वेळी मान्य झाल्या होत्या. अशा चार योजनांची आवश्यक सामग्री आणि अंतराळयानं घेऊन एक यानवाहिका त्यांच्या ग्रहावरून सुटली होती. ठरलेल्या ठिकाणी त्यांच्या यानाला सोडून इतर योजनांची कार्यवाही करायला ती पुढे गेली होती. ठराविक काळानंतर ती परत या ग्रहाजवळ येऊन काही ठराविक काळ

थांबणार होती. अशा सहा फेऱ्या पूर्ण केल्यानंतर ती वाहिका परत जाणार होती. संशोधक अंतराळपटूंना काही अडचण आल्यास किंवा काही मदत लागल्यास त्यांनी तिच्याशी त्या काळात संपर्क साधायचा होता.

यानवाहिकेतून आपलं यान घेऊन बाहेर पडताना तो आणि त्याचा सहकारी अतिशय उत्साहात होते. आकाशात दिसणाऱ्या निळ्या-हिरव्या, सुंदर ग्रहावरच्या बुद्धिमान सजिवांशी ते संपर्क साधणार होते. त्यांना काही भेटवस्तू देणार होते. त्यांच्या ग्रहाची माहिती करून घेणार होते. नमुन्यादाखल काही पदार्थ, वस्तू त्या ग्रहावरून घेणार होते. परतभेटीची वेळ ठरवणार होते आणि मगच परत फिरणार होते. त्यांच्या भेटीमुळे दोन्ही ग्रहांमधला मैत्रीचा, परस्परविश्वासाचा मार्ग मोकळा होणार होता.

पण प्रत्यक्षात घडलं होतं ते अगदीच वेगळं! प्रथम काही काळ त्यांच्या यानानं ग्रहाभोवती प्रदक्षिणा घातल्या होत्या. त्या वेळी अनेक प्रकारांनी त्यांनी ग्रहावरच्या सजिवांशी संपर्क साधण्याचा प्रयत्न केला होता. कितीतरी वेगवेगळ्या माध्यमांतून संदेश पाठवून पाहिले होते, पण काही उपयोग झाला नव्हता. कोणत्याही प्रक्षेपणाला एका अक्षराचंसुद्धा प्रत्युत्तर आलं नव्हतं.

ग्रहाभोवती भ्रमण करणारं यान बघून आपल्यावर हल्ला तर होणार नाही ना, अशी त्याला वाटत असलेली भीती मात्र खोटी ठरली होती. त्या ग्रहावरच्या सजिवांनी सोडलेल्या शेकडो उपग्रहांच्या भाऊगर्दीत त्यांचं परकीय यान कुणाच्या लक्षातच आलं नव्हतं.

सगळे उपाय थकल्यावर शेवटी त्यांनी एका रात्री आपलं यान एका टेकडीजवळ उतरवलं होतं. ती धर्माच्या बागेमागची टेकडी होती. दोनच हात असणाऱ्या आणि बुद्धिमान वाटणाऱ्या तिथल्या सजिवांना प्रत्यक्ष भेटणं एवढाच एक मार्ग आता शिल्लक होता.

त्यांचं यान उतरताना झालेला आवाज ऐकून काही दोन पायांचे सजीव त्याच्याभोवती गोळा झाले होते. विश्वातल्या प्रचलित भाषांमध्ये नोंदलेले शुभेच्छादर्शक संदेश असलेला स्वतःचा प्रक्षेपक घेऊन उत्साहानं तो खाली उतरला होता. त्या सजिवांना शुभेच्छा देण्यासाठी म्हणून प्रक्षेपकाचं तोंड त्यांच्याकडे करून त्यानं खटका दाबला होता. त्यातले दिवे लागले होते. मात्र ते सगळे द्विपाद पळून गेले होते!

गोंधळलेल्या मन:स्थितीत तो यानात परतला होता. थोड्या वेळातच बरेच द्विपाद सजीव त्यांच्या यानाभोवती जमले होते आणि त्यांनी यानावर हल्ला चढवला होता. त्यामुळे त्यांच्या यानाचं काहीच बिघडणार नव्हतं. ते कुठल्याही हत्याराला दाद न देणारं आणि प्रचंड दाब आणि ताण सहन करण्याइतकं टणक होतं, पण

त्या सजिवांशी सुरुवातीपासूनच संघर्ष करणं त्याला पसंत नव्हतं. अशा संघर्षामुळे त्यांच्या मोहिमेच्या हेतूलाच धक्का पोहोचला असता. त्यामुळे तात्पुरती माघार घेणं भाग होतं.

पण तेही सोपं नव्हतं. परत आकाशात झेप घ्यायचा प्रयत्न केला असता, तर त्यासाठी वापराव्या लागणाऱ्या ऊर्जेमुळे जवळ जमलेल्या द्विपादांबरोबरच भोवतालच्या परिसरातले इतरही कित्येक सजीव मृत्युमुखी पडले असते. वनस्पतींचाही नाश झाला असता आणि ही गोष्ट त्यांच्या अंतराळसंशोधनाच्या नियमात बसत नव्हती!

शेवटी त्यानं यानाच्या पाठीमागच्या टेकडीवर 'विसियाक' किरणांचा मारा करायला सुरुवात केली होती.त्या किरणांच्या माऱ्यामुळे फुटणारे खडक बघून हल्लेखोरांना दहशत बसावी एवढाच त्याचा हेतू होता. तो साध्यही झाला होता. टेकडीला पडणारं भोक आणि उडणारे दगड बघून ते सजीव भयचकित होऊन उभे राहिले होते. काही जणांवर किरणांचा परिणाम होऊन ते खाली कोसळले होते.

आणि तेवढ्यात ती अतर्क्य घटना घडली होती!

भूगर्भात जवळच कुठेतरी प्रचंड हालचाल झाली होती. त्या भूकंपाच्या लहरीमध्ये सापडून टेकडी आणि आसपासचा भूभाग यांच्यात उलथापालथ झाली होती! त्या गडबडीत त्यांचं यान टेकडीच्या पोटात लोटलं गेलं होतं आणि मग काही वेळ उलटंपालटं होत शेवटी एका पोकळीत स्थिरावलं होतं!

तो आणि त्याचा सहकारी– दोघांनाही चांगलाच धक्का बसला होता. त्यातून सावरल्यावर त्यांनी भूगर्भशोधक कार्यान्वित केला होता आणि त्यांच्या असं लक्षात आलं होतं की, यानाच्या सर्व बाजूंनी खडकांचे आणि मातीचे अतिशय जाड असे थरावर थर आहेत आणि ते भेदून जाणं सर्वथैव अशक्य आहे.

प्राप्त परिस्थितीवर बराच खल केल्यानंतर त्या दोघांनी सुषुप्तावस्थेत जायचं ठरवलं होतं!

काही नैसर्गिक कारणांनी किंवा इतर काही कारणांनी भोवतालचं दगडमातीचं आवरण कमी जाड झाल्याशिवाय त्यांना बाहेर येणं शक्य नव्हतं आणि या गोष्टीला किती वर्ष किंवा किती शतकं लागतील हे सांगता येत नव्हतं. अत्यंत कमी तपमानाला निद्रावस्थेत जर त्यांनी हा काळ काढला असता, तर शरीराच्या सर्व क्रिया अतिशय मंदावून त्यांना लागणारं अन्न, पाणी, वायू इत्यादींची बरीच बचत झाली असती आणि विचारांनी वेड लागण्याचंही टळलं असतं.

आणि म्हणूनच यानातल्या सूचक आणि संरक्षण यंत्रणा कार्यान्वित करून ते आपआपल्या सुषुप्तिकेत शिरले होते.

सुषुप्तावस्थेतून तो जागा झाला होता तो भूगर्भशोधकाच्या शिट्टीच्या आवाजानं.

पिंऽग्... पिंऽग्.. पिंऽग्...

बारीक पण भेदक आवाजात शिट्टी वाजत होती. त्याच्या सुषुप्तिकेतला तापनियंत्रक शिट्टीच्या आवाजानं कार्यान्वित झालेला होता आणि पेटीतलं तपमान हळूहळू वाढत होतं. तपमान पुरेसं वाढताच त्याचे हातपाय उत्साहानं फुरफुरू लागले होते आणि झाकण उघडून तो बाहेर आला होता. त्याच वेळी त्याचा सहकारीही सुषुप्तिकेतून बाहेर पडला होता.

दोघे भूगर्भशोधकाच्या जवळ गेले होते तेव्हा त्यांना असं दिसलं होतं की, यानाच्या दक्षिणेकडे भूपृष्ठाला भोक पडत असल्याचं दाखवणारे आकडे शोधकाच्या पट्ट्यांवर होते. त्याचा अर्थ असा होता की, त्या बाजूच्या जमिनीमध्ये एक मोठी भेग पडत होती, की जिच्यातून निसटून जाणं त्यांना जमू शकलं असतं आणि म्हणूनच शोधकाची शिट्टी वाजू लागली होती.

ग्रहाभोवती भ्रमण करीत असताना त्यांनी ग्रहाच्या दिवसाची, त्याच्या सूर्याभोवतीच्या प्रदक्षिणेला लागणाऱ्या वेळाची नोंद आपल्या कालमापकात करून घेतलेली होती. त्याप्रमाणे चार दिवस भोक पडणं किंवा पाडणं चाललं होतं. पाचव्या दिवशी हे भोक जमिनीच्या पोटातल्या जलसाठ्यापर्यंत जाऊन पोहोचलं होतं. हळूहळू सगळं भोक पाण्यानं भरून गेलं होतं आणि भोक पाडण्यामागचा हेतू त्यांच्या लक्षात आला होता. भूगर्भातलं पाणी वर आणण्यासाठी हा सगळा खटाटोप होता!

पण त्यामुळे नकळत त्यांच्यावर उपकार झाले होते. यानाच्या एका बाजूच्या भूस्तरात चांगली मोठी भेग निर्माण झाली होती. ती पाण्यानं भरली असली तरी त्यामुळे त्यांचं काही बिघडणार नव्हतं.

जमिनीच्या पोटातून बाहेर पडण्यासाठी कायकाय करायला हवं याचा विचार करून शेवटी त्यांनी 'विसियाक' किरणांच्या साहाय्यानं भूगर्भ पोखरत त्या जलस्तंभापर्यंत पोहोचायचं आणि मग उसळी घेऊन सरळ वर उड्डाण करायचं असं ठरवलं होतं.

जमिनीचं भोक अत्यंत योग्य वेळी निर्माण झालं होतं. कारण ठरलेल्या वेळापत्रकाप्रमाणे त्यांची यानवाहिका पाचव्या फेरीत या ग्रहाजवळ होती. आणखी वीस दिवस ती त्याच कक्षेत फिरणार होती. आणि मग पुढे जाणार होती. तेव्हा पुढच्या वीस दिवसात तिला गाठायला हवी होती.

जमिनीला भोक पाडण्याच्या क्रियेमुळे जर अंतर्भागात काही ताण निर्माण झाले असले, तर त्यामुळे होणारी हालचाल संपण्यासाठी त्यांनी दोन दिवस जाऊ दिले आणि तिसऱ्या दिवसापासून 'विसियाक' किरणांचा मारा सुरू केला.

हे किरण म्हणजे एक फार चमत्कारिक गोष्ट होती. जितके उपकारक तितकेच मारक! 'विसियाक-अ' आणि 'विसियाक-ब' या दोन प्रकारच्या किरणांचं ते मिश्रण होतं. त्यापैकी पहिले किरण हे सजिवांना निरुपद्रवी होते; पण अनेक प्रकारचे धातू आणि कठीण खडकही त्यांच्या माऱ्यानं फुटत असत. याउलट दुसरे किरण

कोणत्याही पदार्थातून त्या पदार्थाला जराही धक्का न पोहोचता आरपार जात असत, पण सर्व सजिवांवर परिणाम करत असत. अगदी सौम्य स्वरूपात आणि अगदी थोडा काळ त्यांचा वापर केल्यास ते सजिवांना उपकारक होते, त्यांच्या वाढीला पोषक होते. याउलट, त्यांच्या वापराचं प्रमाण आणि प्रखरता वाढल्यास ते सर्व सजिवांना मारक होते. त्यामुळे 'विसियाक' किरणांचा वापर फक्त निर्जन प्रदेशातच केला जात असे.

विसियाक-अ किंवा विसियाक-ब यांपैकी कुठलेही किरण स्वतंत्रपणे निर्माण होऊ शकत नव्हते. जुळ्या भावांसारखे ते जोडीनंच जन्माला येत.

विसियाक-किरणांचा मारा आसपासच्या दगड-मातीवर करताना 'विसियाक-ब'मुळे भूपृष्ठावरच्या सजिवांना धोका पोहोचण्याची शक्यता होती आणि कुठल्याही संशोधनात कुठल्याही ठिकाणच्या सजीव-निर्जीवांच्या आयुष्यावर परिणाम होऊ द्यायचा नाही; एवढंच नव्हे, तर भोवतालच्या पर्यावरणालाही शक्यतो धक्का लागू द्यायचा नाही असं त्यांचं धोरण होतं आणि म्हणून 'विसियाक' किरणांचा वापर अत्यंत मर्यादित वेळेसाठी करण्याचं त्यांनी ठरवलं होतं.

असा मर्यादित वापर करण्याचं आणखीही एक कारण होतं. प्रखर किरणांचा तीव्र स्फोटकासारखा वापर केला असता, तर त्यामुळे भूगर्भात उलथापालथ होऊन त्यांचं यान आणखी खोल गाडलं जाण्याची शक्यता होती आणि म्हणून जमीन हळूहळू पोखरत बाहेर निघण्याचं त्यांनी ठरवलं होतं. दिवसातून दोनदाच आणि तोही अगदी मर्यादित वेळेसाठी किरणांचा मारा केला असता तरी त्यांचं उद्दिष्ट सफल झालं असतं.

पण जमीन पोखरायला त्यांच्या अपेक्षेपेक्षा जास्त वेळ लागला होता. वाटलं होतं त्यापेक्षा भोवतालचे खडक जास्त कठीण होते; आणि यानवाहिकेच्या त्या भागातल्या भ्रमणाची वेळ तर संपत आली होती. काहीही करून ती गाठायलाच हवी होती. म्हणून मग नाईलाजानं त्यांनी तीव्र स्फोटकाचा वापर केला होता आणि दोनच धक्क्यांमध्ये पुढचा रस्ता पुष्कळसा मोकळा झाला होता. स्फोटांमुळे निर्माण झालेल्या दगडमातीच्या ढिगाऱ्यांमधून मार्ग काढत पुढे सरकायचं; परत स्फोट करायचा; परत पुढे सरकायचं, या पद्धतीनं ते लवकरच बाहेर पडू शकले असते. पण या स्फोटांमध्ये प्रचंड इंधन खर्ची पडत होतं. स्फोटांसाठी वापरल्यानंतर यानाच्या उड्डाणाला पुरेस इंधन शिल्लक राहिलं नसतं.

त्यांच्याजवळची ही मशकयानं एकेकट्यासाठी बनवलेली होती. फार लांबचा प्रवास त्यातून करता येत नसला तरी त्यातली संपर्क यंत्रणा मात्र जास्त कार्यक्षम आणि लांब पल्ल्याची होती. भूगर्भातून बाहेर पडल्यावर मशकयानातून यानवाहिकेशी संपर्क साधून मदत मिळवता आली असती.

दोन्ही मशकयानांच्या उड्डाणाला पुरेसं इंधन शिल्लक राहण्यासाठी आणखी दोन स्फोटांमध्ये पुढचा सगळा मार्ग मोकळा व्हायला हवा होता आणि तसं झालं नाही तर काय करायचं हा प्रश्नच होता!

दोन मशकयानं बाहेर पडू शकत नसली, तर निदान एकानं तरी बाहेर पडायचं आणि मदत घेऊन यायची हेच त्यावरचं उत्तर होतं; पण बाहेर कुणी पडायचं? आणि अनिश्चित कालपर्यंत जमिनीच्या पोटात कुणी दडून राहायचं?

अर्थात त्यानंच! तो मोहिमेचा नेता असल्यानं कोणत्याही अडचणीचा जास्त भार त्यालाच वाहायला हवा होता. शिवाय या सुंदर हिरव्यानिळ्या ग्रहावरच्या द्विपाद बुद्धिमान प्राण्यांशी अजूनही संपर्क साधता येईल अशी एक बारीकशी आशा त्याच्या मनाच्या एका कोपऱ्यात अजूनही होती.

एक सुस्कारा सोडून तो उठला आणि पुढच्या स्फोटाच्या तयारीला लागला.

रात्रीचे साडेअकरा वाजले होते. पाटील, धर्मा, त्याचे दोन मित्र, जयदीप आणि तुंगारे अशी मंडळी जेवायला बसली होती. बाकीचे लोक आपापल्या घरी परतले होते. नाम्या कांदे फोडून देत होता.

जेवणात कुणाचंच फारसं चित्त नव्हतं. धर्माच्या घशाखाली घास उतरत नव्हता. काय करावं ते न कळल्यानं तुंगारेही भलतेच अस्वस्थ झालेले होते.

फोडलेले कांदे बशीत घालून नाम्यानं बशी मधोमध ठेवली, आणि भूकंप सुरू झाला!

वाढलेल्या पानांवरून उठून सगळे तसेच बाहेर धावले. पडळ केव्हा कोसळेल याचा नेम नव्हता.

धक्का चांगलाच जोराचा होता, पण जेमतेम अर्धा-पाऊण मिनिटाचाच होता. जमीन हालायची थांबल्यावर आतली ताटं बाहेरच आणायला पाटलांनी नाम्याला सांगितलं. नुकताच चंद्र उगवला होता. पडळीत बसण्यापेक्षा बाहेरच्या चांदण्यात बसणं जास्त सुरक्षित होतं.

कशीबशी जेवणं उरकली. बाहेरच्या चिंचेखाली सतरंजी टाकून सगळे बसले. 'एकदा घरी जाऊन यावं की काय' असा विचार पाटील करत असतानाच परत भूकंप झाला. हाही धक्का आधीच्या धक्क्यासारखाच काही सेकंदांचा होता; पण जास्त तीव्र होता. तुंगाऱ्यांनी घड्याळ पाहिलं. दोन धक्क्यांमध्ये पाऊण तासाचं अंतर होतं.

धक्का संपला आणि दोघे हवालदार धावत येताना दिसले. त्यांनी बातमी दिली की, आत्ताच्या धक्क्यानं पहाऱ्यावरचे तीनचारजण कोसळले होते. भूकंपाच्या धक्क्यांचे परिणाम आता तिथपर्यंत जाणवत होते-

तर आता काय करायचं?

तुंगाऱ्यांनी क्षणभर विचार केला आणि सगळ्या पोलीसपथकाला पडळीपाशी जमायला सांगितलं. नाहीतरी पहारा करून काही, होणाऱ्या गोष्टींपासून संरक्षण मिळत नव्हतं. उलट पहारा करणाऱ्यांनाच संरक्षण देण्याची पाळी आली होती!

पहाऱ्यावरची सगळी माणसं पडळीपाशी गोळा झाली. पडळीच्या पलीकडे त्यांची बसण्याची सोय करून पाटील आणि धर्मा परत चिंचेखाली आले.

बरोबर पाऊण तासानं परत भूकंप झाला. भूकंपाचा धक्का संपला आणि सर्वांच्याच लक्षात आलं की विहिरीतून आणि विहिरीभोवतालच्या जमिनीतून, जमिनीला पडलेल्या भेगांतून प्रकाश बाहेर येतो आहे!

नकळत सर्वांची पावलं विहिरीकडे वळली. आधी दबकत-दबकत आणि मग जरा निर्धास्तपणे चालत सगळी मंडळी विहिरीपाशी पोहोचली.

विहिरीच्या भोवतालची जमीन भेगाळली होती. तिचा कठडा पडला होता. जमिनीच्या भेगांमधून आणि विहिरीतून प्रकाश बाहेर येत होता. शक्तिमान विजेच्या दिव्यांचा असावा तसा तो प्रकाश वाटत होता!

थोडा वेळ नुसतंच निरीक्षण करण्यात घालवल्यानंतर कुणीतरी एका भेगेत काठी खुपसली!

- काहीच झालं नाही!

काठी खुपसूनसुद्धा काही वाईट होत नाही हे बघितल्यावर मग बऱ्याचजणांनी भेगांमध्ये दगड, गोटे, झाडाच्या फांद्या घालायला सुरूवात केली. काही जणांनी दगड उचलून विहिरीत मारायला आणि तोंडानं शिव्या द्यायलाही सुरुवात केली.

असा काही वेळ गेला आणि जयदीप एकदम म्हणाला, "हे आत जे काही आहे ते बाहेर येण्याचा प्रयत्न करत आहे म्हणून वरची जमीन हलते आहे. हे बाहेर निघून जाईपर्यंत भूकंप होणारच आहे. यानंतरचा भूकंप लवकरच झाला तर?"

त्याच्या म्हणण्याचा अर्थ लक्षात येताच तुंगाऱ्यांसकट सगळे जण विहिरीकडे पाठ फिरवून पडळीच्या दिशेनं पळू लागले!

पण भूकंप काही लवकर झाला नाही. बरोबर पाऊण तासानं भूकंपाचा धक्का बसल्यासारखी जमीन हलू लागली. विहिरीजवळचा प्रकाश वाढू लागला.

काही सेकंदांतच जमिनीची थरथर थांबली. क्षणभर सगळं शांत झालं आणि मग विहिरीच्या दिशेनं एका प्रचंड स्फोटाचा आवाज ऐकू आला. चकित होऊन सर्वांनी तिकडे पाहिलं. विहिरीचं पाणी एका प्रचंड फवाऱ्याच्या स्वरूपात वर उडत होतं. बघताबघता त्या फवाऱ्यातून एक लांबट आकाराचं, चकचकीत पांढऱ्या धातूचं असावंसं वाटणारं, साधारण आगगाडीच्या डब्याएवढं मोठं दिसणारं यान बाहेर झेपावलं आणि कर्कश आवाज करीत प्रचंड वेगानं आकाशात निघून गेलं. त्याचे प्रखर दिवे काही वेळ दिसत राहिले आणि मग दिसेनासे झाले!

बराच वेळ कुणी काही बोललं नाही. सगळे जण सुन्न होऊन बसून राहिले. मग तुंगारे हळूच उठले आणि धर्माच्या जवळ जाऊन त्याच्या पाठीवर थोपटत म्हणाले, "धर्मा, मला वाटतं, आता तुझी काळजी संपली आहे. जमिनीच्या पोटात दडून तुझ्या रानात विषार पसरणारा दुष्ट निघून गेला आहे. आता या प्रकारावर बरीच उलटसुलट चर्चा होईल. तज्ज्ञांच्या अनेक तुकड्या येऊन इथली पाहणी करतील, त्यांचे वादविवाद होतील, मतभेद होतील आणि त्यातून शेवटी काय निष्पन्न होईल हे एक परमेश्वरच सांगू शकेल. पण धोका मात्र आता टळला आहे."

उजाडेपर्यंत सर्व जण तिथेच बसून राहिले; पण परत काही भूकंप झाला नाही.

सहकाऱ्याच्या मशकयानानं अंतरिक्षात यशस्वी झेप घेतल्यानंतर काही वेळाने त्यानं यंत्रांवर त्याचा मागोवा घेतला आणि सर्व सुरळीत असल्याची खात्री पटल्यावर त्यानं सुषुप्तावस्थेत जाण्याची तयारी केली. यानवाहिकेकडून मदत येईपर्यंत तो आता काहीच करू शकत नव्हता. यानातल्या सूचक आणि संरक्षक यंत्रणा सुरू करून, एखाद्या उंदरानं बिळात शिरावं तसा तो सुषुप्तिकेत शिरला - अनुकूल परिस्थितीत बाहेर पडण्यासाठी!

(नवल - दिवाळी १९८२)

◆

मार्जिनल्स

मी आधीच हे स्पष्ट करतो की, ही कुठल्याही तऱ्हेची तक्रार नाही, तक्रार करायची माझी इच्छा नाही आणि पात्रताही नाही. एवढंच काय, मला तसा अधिकारही नाही. कारण मी आहे एक 'मार्जिनल', फक्त एक मार्जिनल. दयाळू मानवाच्या प्रगल्भ बुद्धीमुळे जो जन्माला येऊ शकला आणि दयाळू मानवांच्या कृपेवर जो जगला असा एक य:कश्चित मार्जिनल. मला तक्रार करायचा हक्क आहेच कुठं?

आणि तरीही मी हे सगळं लिहून ठेवतो आहे. कदाचित् हे कुणीच कधीही वाचणार नाही, कुणा सुबुद्ध माणसाच्या हाती पडण्यापूर्वीच कदाचित् माझ्या प्रवासाचा शेवट होईल आणि महत्प्रयासांनी लिहिलेली माझी ही अक्षरं धुळीस मिळतील, कणाकणानं झिजून मातीत मिसळून जातील आणि एका मार्जिनलच्या जिवाचा हा मूक आक्रोश कुणाच्या कानांवर पडण्यापूर्वीच वाऱ्यावर विरून जाईल.

असं असूनही मी हे लिहितो आहे ते केवळ स्वत:च्या मनावरचा भार हलका करण्यासाठी, कोंडलेल्या विचारांना वाट मिळावी म्हणून! आता गप्प राहवत नाही म्हणून!

गेले कित्येक दिवस, खरं म्हणजे कित्येक वर्ष मी बेचैन होतो; अस्वस्थ होतो. ही बेचैनी, ही अस्वस्थता कशामुळं येत होती ते माझं मलाच कळत नव्हतं; पण सतत काहीतरी कमी असल्यासारखं वाटायचं, नवीन काहीतरी हवंसं वाटायचं आणि मनात एक प्रकारचं असमाधान सतत असायचं. माझ्याबरोबरच्या इतर मार्जिनल्सना असं काही वाटतं का, ते बघावं म्हणून मी त्यांच्याशी याबाबतीत बोलायचा प्रयत्न केला तेव्हा ते अवाक् होऊन माझ्याकडे पाहत राहत. मी काय म्हणतो ते त्यांना कळतच नसे आणि मग ते "चल पाण्यात शिरू या आता," किंवा

"आपली गोळीची वेळ तर झाली नाही ना?" असं काहीतरी अत्यंत सामान्य व नेहेमीचं वाक्य बोलून मला गप्प करत.

पाणी आणि औषधाच्या गोळ्या या दोन गोष्टी आम्हा मत्स्य मार्जिनल्सना जगण्यासाठी अत्यावश्यक आहेत. तसं तर सगळ्याच प्राण्यांना पाणी अत्यावश्यक असतं- पिण्यासाठी पण आम्हा मत्स्य मार्जिनल्सना पाणी लागतं ते नुसतंच पिण्यासाठी नव्हे, तर राहण्यासाठीसुद्धा लागतं. दिवसातला निम्मा वेळ आम्ही पाण्यात राहतो. आम्ही म्हणजे आमच्या या वसाहत क्रमांक ४ मधले सगळे मत्स्य मार्जिनल्स.

मला वाटतं, आमच्या वसाहतीविषयी सगळी माहिती मी द्यायला हवी. कारण वसाहतीबाहेरच्या माणसांना आमच्याविषयी कितपत माहिती असेल याची मला शंकाच आहे. इतके दिवस मला वाटत असे की, बाहेरच्या जगाची माहिती ज्याप्रमाणं आम्हा मार्जिनल्सना आहे त्याचप्रमाणं आमच्याविषयी बाहेरच्या जगातल्या माणसांनाही सगळी माहिती असेल; पण आता मला असा विश्वास वाटत नाही. किंबहुना आमच्याविषयी खरीखरी माहिती सर्वसामान्य माणसांना नाही. एवढंच नव्हे, तर आमच्या स्वरूपाची विकृत ओळख बाहेरच्या जगाला मुद्दाम करून देण्यात आलेली आहे, याविषयी माझी खात्री पटत चालली आहे.

आमची वसाहत म्हणजे दयाळू मानवानं मार्जिनल्ससाठी मुद्दाम उभारलेल्या वसाहतींपैकी चौथ्या क्रमांकाची वसाहत. अशा एकूण सात वसाहती जगभर विखुरलेल्या आहेत असं म्हणतात. आमच्या वसाहतीत एकूण एकवीस मार्जिनल्स आहेत. पैकी दोन वानर जातीचे, एक श्वान जातीचा आणि उरलेले आम्ही अठरा जण मत्स्य जातीचे आहोत. अशी विचित्र सरमिसळ कशी झाली, बाकी सगळे मार्जिनल्स इथं कसे आले, की त्यांचा जन्मच इथं झाला या विषयी मला काही माहिती नाही. मी मात्र मला आठवतं तेव्हापासून इथंच आहे आणि मला आठवतं तेव्हापासून इतरही सारे जण इथंच आहेत.

आम्ही मार्जिनल्स म्हणजे मार्जिनवर, सीमारेषेवर असलेले प्राणी; मानव आणि इतर प्राणी यांच्या संकरातून निर्माण झालेले. या दोन्हीच्या सीमेवर जगणारे प्राणी ते मार्जिनल्स. मानव आणि इतर प्राणी यांचा संकर झाला असं मी म्हटलं म्हणून गडबडून जाण्याचं कारण नाही. या संकरासाठी माणूस आणि इतर प्राणी यांचा प्रत्यक्ष संबंध कधीच आला नाही. तसा येण्याचं कारणही नव्हतं. जेनेटिक इंजिनिअरींगसारखं शास्त्र दिमतीला असल्यावर कोणाही माणसाचा कोणाही प्राण्याशी प्रत्यक्ष संबंध न येता अत्यंत निर्लेपपणं मार्जिनल्सची निर्मिती होण्यात काहीच आडकाठी नव्हती. पेशीमधील गुणसूत्रात बदल करता येणं शक्य आहे हे लक्षात आल्यावर प्रगत देशांमधल्या प्रगत संशोधनकेंद्रांमध्ये अत्यंत उल्हासानं गुणसूत्रबदलाचे

प्रयोग सुरू झाले. मानवी स्वभावातले बरेच दोष, कित्येक आजार हे आनुवंशिक असतात. माणसाच्या जन्माबरोबरच तेही जन्माला येतात आणि त्यांचा आराखडा पेशीतील गुणसूत्रात जन्मत:च समाविष्ट असतो. माणसाची शरीरप्रकृती, रंग, रूप, स्वभाव, स्वभावातले गुणदोष या सर्व गोष्टी मानवी पेशीतील जीन्स (Genes) वर अवलंबून असतात. या जीन्सची रचना, गुणसूत्रातील त्यांचं स्थान या गोष्टीत बदल केला तर माणसाच्या गुणधर्मातही बदल घडतो; हे लक्षात आल्यावर जीन्समध्ये बदल घडवण्याचे, माणसातले अनिष्ट गुण घालवण्याचे प्रयत्न धडाक्यात सुरू झाले. मानव दयाळू आहे. आपल्या सजातीयांचं आयुष्य अधिक सुखकर व्हावं म्हणून त्यानं जीन्सवर प्रयोग करणं अगदी स्वाभाविक होतं.

आणि या प्रयोगाचा पुढचा टप्पा हा माणूस आणि इतर प्राणी यांच्या जीन्स-संकराचा असणं हेही अगदी स्वाभाविक होतं.

गुणसूत्र आणि त्यातले जीन्स यामध्ये बदल करून जर नको असलेले दोष नष्ट करता येतात, तर आणखी थोड्या प्रयत्नांनी त्याच्यात हवे असलेले गुण निर्माण करता येणार नाहीत का?

एखाद्या हुशार माणसाच्या अंगात रानरेड्याचं बळ आणि चित्त्याची चपळाई आली तर तो कुठल्याही संरक्षणयंत्रणेत अजोड ठरेल. याउलट, ताकदवान पण मंद बुद्धीच्या माणसाचा स्वभाव गाईसारखा गरीब बनला तर मेहनतीची कामं करायला तो अतिशय उपयोगी पडेल.

याही पुढचा टप्पा म्हणजे माणसाला माशासारखं पाण्यात पोहता आलं आणि पक्षासारखं आकाशात उडता आलं तर!

प्रगत देशातल्या अतिप्रगत शास्त्रज्ञांच्या बुद्धीवर या विचाराचं भूत स्वार झालं आणि माणूस व इतर प्राणी यांच्या गुणसूत्रसंकराचे प्रयोग ठिकठिकाणी अत्यंत गुप्तपणं सुरू झाले. लहान मुलाच्या हातात नवीन खेळणं सापडावं तसं झालं. पशू, पक्षी, माणूस या सर्वांपेक्षा श्रेष्ठ असा महा-मानव तयार करायचा प्रयत्न जोरानं सुरू झाला.

पण परिणाम मात्र विपरीत झाला. आम्हा मार्जिनल्सची उत्पत्ती झाली. करायला गेला गणपती आणि झालं माकड ही म्हण प्रत्ययाला आली. महा-मानवाऐवजी अर्ध-मानवाची निर्मिती झाली. ना धड माणूस, ना धड पशू असे मार्जिनल्स जन्माला आले.

कितीही गुप्तता राखली तरी ही बातमी बाहेर फुटलीच आणि मग जगभर प्रचंड खळबळ माजली. हा प्रयोग करणाऱ्या शास्त्रज्ञांवर सर्व बाजूंनी टीकेचा भडिमार झाला; त्यांच्या निषेधाचे ठराव झाले; मोर्चे निघाले; निदर्शनं झाली; एवढंच नव्हे, तर त्यांना गुन्हेगार समजून शिक्षा ठोठावण्यात याव्यात अशा चळवळीही झाल्या.

परिणाम इतकाच झाला की, जेनेटिक इंजिनिअरींगचे प्रयोग बंद पडले– निदान काही काळाकरता तरी; आणि या सगळ्या गोंधळात आम्हाला 'मार्जिनल्स' हे नाव मिळून गेलं.

माणूसपणाच्या सीमेवर जगणारा तो मार्जिनल, जगाला ज्याचा अत्यंत थोडा उपयोग आहे तो मार्जिनल, ज्याची दखल मार्जिनली घेतली जाते तो मार्जिनल.

दोन देशांच्या सीमांमध्ये एक निर्जन पट्टी सोडलेली असते. तिला 'नो मॅन्स लँड' म्हणतात. या पट्टीतला भूभाग हा कोणत्याच देशाचा नसतो. आमची परिस्थिती ही त्या चिंचोळ्या पट्टीसारखी आहे. आम्ही म्हणजे माणूस आणि पशू यांच्यामधल्या 'नो मॅन्स लँड'मध्ये जगणारे प्राणी. ना धड माणूस, ना धड पशू!

पण मानव दयाळू आहे. त्यानं आमच्यासारख्या चमत्कारिक अवस्थेतल्या प्राण्यांची जबाबदारी टाळलेली नाही. आमच्यासाठी त्यानं ठिकठिकाणी वसाहती उभारलेल्या आहेत. या वसाहतींमध्ये आमच्या राहाण्याची, जेवणाची, औषधपाण्याची; इतकंच नव्हे, तर आमच्या शिक्षणाचीही सोय केलेली आहे. अर्थात जे मार्जिनल्स शिकण्याइतपत बुद्धी असलेले आहेत त्यांनाच या शिक्षणाचा उपयोग आहे. बुद्धी असलेले आणि तिचा वापर करू शकणारे मार्जिनल्स फारच थोडे आहेत. सुदैवानं म्हणा किंवा दुर्दैवानं म्हणा, मी सुबुद्ध मार्जिनल्सपैकी एक आहे.

आमच्या वसाहतीत आमच्यासाठी सुबक अशा तीन इमारती बांधलेल्या आहेत. एक इमारत राहण्यासाठी, एक जेवण्यासाठी आणि एक शिक्षण, खेळ, मनोरंजन यांसाठी. आमच्या राहत्या इमारतीत तळमजल्यावर आठ खोल्या आहेत आणि वरच्या मजल्यावर आठ. खालच्या मजल्यावर प्रत्येक खोलीत तीन याप्रमाणे आम्ही मत्स्यमार्जिनल्स राहतो. आमच्या खोल्या अत्यंत आल्हाददायक रंगामध्ये रंगवलेल्या आहेत. भिंतीवर जागोजागी प्रसन्न निसर्गचित्रं आणि बोधवाक्यं आहेत. 'मानव दयाळू आहे' हे त्यांपैकीच एक वाक्य आहे. श्वान-मार्जिनल एका खोलीत एकटाच राहतो आणि वानर जातीची दोन मार्जिनल्स मात्र त्यांच्या खोलीत उभारलेल्या पिंजऱ्यात राहतात. त्यांना तसं पिंजऱ्यात ठेवणं दयाळू मानवालाही खरं म्हणजे आवडत नाही, पण त्यांच्या विध्वंसक वृत्तीमुळं नाइलाज होतो.

होय, ते दोन वानर-मार्जिनल्स अत्यंत विध्वंसक आहेत. चांगले सुस्वरूप मानवी चेहरे असलेल्या त्या वानर-मार्जिनल्सचं बाकीचं सगळं शरीर मात्र माकडाचं आहे; अगदी शेपटी आणि अंगावरचे राठ केससुद्धा. आणि डोळे भकास, रिकामे आहेत. माणूस आणि माकड यांच्या एकत्रीकरणाच्या प्रयत्नातून जन्मलेल्या त्या प्राण्यांना मेंदू कुणाचा मिळाला आहे कुणास ठाऊक! त्यांच्या त्या रित्या नजरेत कधीच कुठले भाव उमटत नाहीत की कुणाची ओळख दिसत नाही. त्यांच्या घशातून चमत्कारिक आवाज उमटू शकतात, पण त्यांना बोलता येत नाही.

नित्याच्या शारीरिक क्रियांखेरीज त्यांना एकच गोष्ट करता येते, ती म्हणजे विध्वंस!

महिना-दोन महिन्यांनी केव्हातरी त्यांच्या अंगात हा विध्वंस संचारतो आणि मग ते प्रचंड मोडतोड करतात. जे हाती लागेल त्याची मोडतोड करतात, फेकतात, चावतात, तुडवतात, उड्या मारतात आणि मोठमोठ्यानं ओरडतात. आधीआधी ते आमच्यासारखेच खोलीमध्ये राहायचे म्हणे! पण त्यांच्या या विध्वंसापुढं खोलीतल्या वस्तूच काय खोलीच्या भिंतीसुद्धा टिकेनात, म्हणून मग दयाळू मानवानं त्यांच्यासाठी हा पिंजरा तयार केला. त्यांच्यासाठी त्या पिंजऱ्यात पोलादी सळ्यांची दोन झाडंसुद्धा बांधलेली आहेत.

एका स्वतंत्र खोलीत एकटाच राहणाऱ्या श्वान-मार्जिनलचं रूपच नव्हे, तर बुद्धीही बरीचशी श्वानासारखी आहे. एखादा थोराड कुत्रा दोन पायांवर उभा राहून चालू लागला तर जसा दिसेल तसा तो दिसतो आणि तसाच वागतो. कुठल्याही बारीकसारीक गोष्टीवरून तो आमच्याशी तावातावानं भांडतो, पण आमच्या संरक्षकांशी मात्र लाळघोटेपणा करतो. आपल्या घोगऱ्या आवाजात त्यांच्याशी गप्पा मारतो, त्यांना कामात मदत करतो. एवढंच नव्हे, तर प्रसंगी त्यांचे बूटसुद्धा पुसून देतो. त्याच्या भांडखोर स्वभावामुळे आम्ही सहसा त्याच्याशी बोलायलाच जात नाही.

या तिघांखेरीज उरलेले आम्ही अठरा मत्स्य-मार्जिनल्स एका जातीचे असलो तरी आमचं रूपही अगदी एकमेकांसारखं नाही. अतिशय किडकिडीत आणि दुर्बल असे खुजे पाय, छाती आणि पाठ या दोन्ही बाजूंनी किंचित गोलाकार असलेलं धड, त्यावर चिंचोळ्या मानेवर उभट आकाराचं डोकं, मानेवर खांद्याजवळ दोन कल्ले आणि किडकिडीत हात, असं आमचं सर्वसाधारण रूप आहे; पण त्यात व्यक्तिगत फरक मात्र पुष्कळच आहेत. आमच्यातल्या सर्वांत वयस्कर मार्जिनलचे पाय अगदी लहान म्हणजे जेमतेम फूटभर उंचीचे आहेत आणि धड मात्र खूप मोठं आहे. याउलट माझे पाय पुष्कळच लांब आणि धडही बेताचंच मोठं आहे.

आमच्या बौद्धिक पातळीत असलेला फरक तर फारच मोठा आहे. तो वयस्क मार्जिनल अतिशय मंदबुद्धीचा आहे. त्याच्या शारीरिक क्रिया आणि रोजच्या वापरातले शंभर-दीडशे शब्द यांपलीकडे त्याला काही येत नाही. मी आणि माझा एक मित्र मात्र चांगल्यापैकी लिहू-वाचू शकतो, हिशोब करू शकतो. एवढंच नव्हे, तर पत्ते, गोट्या असले खेळसुद्धा खेळू शकतो. उरलेल्या मत्स्य मार्जिनल्सची बुद्धी आमच्यापेक्षा कमीच असणार; कारण आम्ही दोघं करू शकतो त्या बहुतेक गोष्टी त्यांना करता येत नाहीत.

पण आम्हाला दुर्बल करून सोडणारी, आमचं आयुष्य या वसाहतीत मर्यादित करणारी आणि आम्हा सर्वांच्याजवळ सारखीच असलेली गोष्ट म्हणजे आमची श्वसनसंस्था.

जमिनीइतक्याच सहजपणे माणसाला पाण्यात वावरता आलं पाहिजे म्हणून केलेल्या प्रयोगातून आमचा जन्म झाला, पण आम्ही मात्र दोन्ही ठिकाणी जगायला असमर्थ ठरलो आहोत. आमच्या श्वसनयंत्रणेत कल्ले आणि फुफ्फुसं या दोन्हींचा समावेश आहे, पण दोन्हीही अत्यंत दुर्बल आहेत. त्यामुळं आम्ही फार वेळ हवेत राहू शकत नाही नि पाण्यातही राहू शकत नाही.

साधारण तासभर हवेत म्हणजे जमिनीवर वावरलो की आमचा श्वास जड होऊ लागतो, गुदमरल्यासारखं होऊ लागतं. अशा वेळी पाण्यात उडी घेतली की मग परत मोकळं-मोकळं वाटू लागतं, कारण आमच्या नाकपुड्या बंद होऊन कल्ले काम करू लागलेले असतात. पाण्यातही आम्ही जेमतेम तासभरच टिकाव धरू शकतो. कारण साधारण तासाभरानं आम्हाला तिथंही गुदमरल्यासारखं वाटू लागतं. श्वासोच्छ्वास करण्यासाठी पाण्याच्या पृष्ठभागावर येऊन पोहत किंवा तरंगत राहणंही जमत नाही. कारण आमचे दुर्बल हातपाय एव्हाना थकलेले असतात आणि आमचं अवजड शरीर हातपाय हलवल्याशिवाय पाण्यावर तरंगू शकत नाही. मग आम्हाला गडबडीनं पाण्याबाहेर पडावं लागतं. त्यामुळं आमचा सबंध दिवस हा असं तळ्यात-मळ्यात करण्यात जातो, तेही समुद्रात. कारण आम्ही खाऱ्या पाण्यातच जगू शकणारे मत्स्य-मार्जिनल्स आहोत. एखाद्या रबरी टायरच्या साहाय्यानं पाण्यातच वर-खाली करण्याचा प्रयत्न केला तर एकदोन दिवसातच अंगावर सूज दिसू लागते आणि आणखी दोन-चार दिवसात शरीर टम्म फुगतं.

जमिनीवर असताना धावपळ केली, उड्या मारल्या, काही खेळ खेळला तर लगेचच दमून जायला होतं, पायातले त्राणच संपतं आणि लवकरच पाण्यात शिरावं लागतं. पाण्यात असताना जोरानं हातपाय मारले तरी हेच होतं आणि लवकरच पाण्याबाहेर पडावं लागतं. आमचं अवजड शरीर दिसायला मोठं असलं तरी एखाद्या कचकड्याच्या बाहुलीइतकं तकलादू आहे. या तकलादू शरीराला टिकवून धरण्यासाठी, शक्य तितकं कार्यक्षम बनवण्यासाठी आम्हाला सतत औषधांच्या आणि जीवनसत्त्वांच्या गोळ्या घेत राहाव्या लागतात.

आम्हा मार्जिनल्सचं जीवन शक्य तितकं सुसह्य व्हावं म्हणून दयाळू मानवानं पुष्कळ सोयी केलेल्या आहेत. आमची वसाहत समुद्रकाठी उभारलेली आहे. आमच्या राहत्या इमारतीच्या पाठीमागं खाऱ्या पाण्याचा एक तलाव आमचं निद्रागार म्हणून बांधला आहे. त्यात प्रत्येकासाठी एक स्वतंत्र बिछाना आहे. हे बिछाने तासभर पाण्यात आणि तासभर पाण्याच्या वर राहतील अशी यंत्रणा बसवली आहे. त्यामुळं आम्हाला सलग झोप घेता येते.

आम्हाला बाहेरच्या जगाची माहिती व्हावी म्हणून पुस्तकं, रेकॉर्ड्स, चित्रं, नकाशे यांनी भरलेलं एक ग्रंथालय आहे. अधूनमधून आम्हाला चित्रपटही दाखवले

जातात. काही चित्रपट तर मुद्दाम आमच्यासाठी तयार केलेले असतात. प्रेक्षणीय स्थळं, मोठी शहरं, काही निवडक कारखाने, कार्यालयं यांची माहिती या चित्रपटांमध्ये असते. मुंबई, न्यूयॉर्क, लंडन, व्हेनिस, टोकियो ही जगप्रसिद्ध शहरं आम्ही या चित्रपटांद्वारे बघितली आहेत. आम्हाला खेळण्यासाठी कॅरम, पत्ते, सोंगट्या, सापशिडी असे अनेक खेळही आहेत.

आम्हाला औषधपाणी तातडीनं मिळावं म्हणून आमच्या राहत्या इमारतीतच तशी सोय केलेली आहे. इमारतीच्या वरच्या मजल्यावर दोन डॉक्टर्स आणि त्यांचे दोन मदतनीस राहतात. तिथं एका खोलीत दवाखाना आहे. बाकीच्या खोल्यांमध्ये बहुधा ते चौघं राहत असावेत. मला नक्की माहीत नाही. कारण मी तिथं अजूनपर्यंत गेलेलो नाही. आमच्यापैकी एखाद्या मार्जिनलला बरं नसलं की त्याला वर नेऊन औषधोपचार करतात. वरच्या मजल्यावरून आरडा-ओरडा, किंकाळ्या ऐकू येऊ लागल्या की आम्ही ओळखतो– आज कुणीतरी आजारी आहे. आम्हाला लागणाऱ्या गोळ्यांचा पुरवठाही दवाखान्यातूनच होतो. दर तासाला एक पिवळी आणि एक गुलाबी अशा दोन गोळ्या आम्हाला गिळाव्या लागतात. रोज सकाळी आम्हाला दिवसभरासाठी लागणाऱ्या गोळ्या देण्यात येतात. दर तासाला गोळ्या घेण्याची आठवण व्हावी म्हणून एक कर्कश्श घंटा वाजवली जाते. शिवाय आम्हाला सर्वांना वॉटरप्रूफ घड्याळं दिलेली आहेत. रात्रीच्या जेवणाच्या वेळी आम्ही सर्वांनी गोळ्या घेतल्या की नाही याची चौकशी केली जाते. अर्थात्, गोळ्या घ्यायला आम्ही कुणीच विसरत नाही. कारण या गोळ्यांमुळे आमचं शरीर सुरळीत काम करतं हे आमच्या मनावर इतकं बिंबलं आहे की घंटेचा आवाज बंद होण्याच्या आतच आमच्या गोळ्या तोंडात पडलेल्या असतात.

आमच्या संरक्षणासाठी वसाहतीत संरक्षक नेमलेले आहेत. शिवाय सुमारे एक किलोमीटर त्रिज्येच्या परिसराभोवती तारांचं कुंपणही घातलेलं आहे. या कुंपणाच्या आत आम्ही कुठंही फिरू शकतो. मी एकदाच त्या कुंपणापर्यंत जाऊन आलो आहे. माझ्या दुर्बल पायांनी त्या कुंपणापर्यंत जाऊन परतायला मला इतका वेळ लागला की माझी दुर्बल फुप्फुसं पार थकून गेली. मला जोराची धाप लागली. जीव कासावीस होऊ लागला. कसाबसा धडपडत मी पाण्यात शिरलो.

त्यानंतर इच्छा असूनही मी परत कधी कुंपणापर्यंत जायचं धाडस केलं नाही!

समुद्रकिनाऱ्यावर आमच्या वसाहतीच्या दोन्ही बाजूंना सुमारे किलोमीटर अंतरावर मोठे उंच खांब पुरलेले आहेत. या खांबांवर लाल आणि पिवळ्या रंगाचे आडवे पट्टे ओढलेले आहेत. खांबांवर 'सावधान! शार्क मासे' असं मोठ्या अक्षरात लिहिलेलं आणि अक्षरांखाली शार्क माशाचं चित्र काढलेली एक मोठी पाटी लावलेली आहे. खूप लांबून ती दिसते. शार्क माशांच्या भीतीनं आम्ही त्या खांबापर्यंतसुद्धा कधी जात

नाही. समुद्रकिनाऱ्यावरचे खांब आणि जमिनीवरचं कुंपण यांनी आखून दिलेल्या सीमांपेक्षाही लहान अशा परिघातच आमचं जीवन फिरत राहतं.

या सीमित जीवनाला मी पार कंटाळलो होतो. नीरस, बेचव दैनंदिन कार्यक्रम, त्यातला उबग आणणारा तोचतोपणा यांना मी विटलो होतो. वाचनाचा आणि सिनेमा बघण्याचाही वीट आला होता. काय करावं ते कळत नव्हतं.

अशाच विमनस्क स्थितीत मी त्या दिवशी पाण्यात फिरत असताना लाल पिवळ्या खांबाची सीमा ओलांडली. मी पुरता भानावर असतो तर असलं धाडस नक्कीच केलं नसतं. पण त्या दिवशी मी खांब ओलांडला हे माझ्या डोळ्यांनी टिपलं तरी त्यातलं गांभीर्य मात्र माझ्या जाणीवेपर्यंत पोहोचलंच नाही. मी पुढं-पुढंच सरकत राहिलो. असा किती वेळ गेला कुणास ठाऊक; पण मला धाप लागू लागली आणि माझ्या एकदम लक्षात आलं की पाण्यातून बाहेर पडायची वेळ झाली आहे. मी पाण्यातून डोकं बाहेर काढून पाहिलं तर किनारा खूप लांब राहिलेला दिसला. मी खांबाची मर्यादा तर ओलांडली होतीच, शिवाय समुद्रात बराच आतवर घुसलो होतो. वेळेचं भान मला राहिलं नव्हतं.

मी धडपडत पृष्ठभागावर आलो. आणि माझे दुबळे हातपाय हलवून तरंगायचा प्रयत्न करू लागलो. पण माझे अवयव इतके थकले होते की थोड्याच वेळात त्याच्यातले त्राण संपले आणि मी पाण्यात बुडू लागलो. डोकं पाण्यात बुडल्यावर जीव गुदमरायला लागला आणि कसातरी धडपडत मी पृष्ठभागावर आलो, पण काही क्षणांपुरताच. हातापायांची हालचाल थंडावल्यावर मी परत बुडू लागलो. असं तीनचारदा झाल्यावर मी पुरता भेदरलो. कितीही धडपड केली तरी आपण किनाऱ्यापर्यंत पोहोचत नाही हे लक्षात आलं. आज आपण इथंच बुडून मरणार आणि एखाद्या शार्क माशाचं भक्ष्य बनणार असं वाटू लागलं.

काही वेळ अशा भेदरलेल्या स्थितीत धडपड करण्यात गेला आणि मग वाटायला लागलं, 'आता ही निष्फळ धडपड पुरे! काय व्हायचं असेल ते होऊन जाऊ दे. आपल्या निरर्थक, निरुद्देश आयुष्याचा इथं शेवट झाला म्हणून तरी काय बिघडणार आहे? आला मृत्यू, तर येऊ दे. आपल्याला मृत्यू आला म्हणून रडणारंसुद्धा कोणी नाही आणि मरणानंतर आपल्या देहाचं काय होईल याची चिंता आपण कशाला करायची? आपल्या मृतदेहामुळं जर एखाद्या शार्कचं पोट भरलं तर आपल्या जगण्याचा काहीतरी उपयोग झाला असं म्हणता येईल.'

मी धडपडण्याचं थांबवलं. शरीर सैल सोडलं, त्यासरशी मी पाण्याखाली गेलो. छातीवरचा दाब प्रचंड वाढला आणि माझ्या निष्प्राण झालेल्या हातापायांनी हालचाल सुरू केली. मृत्यूला सामोरं जायचं माझ्या मनानं ठरवलं होतं, पण शरीरानं ते नाकारलं. माझ्या हातापायांनी मला पृष्ठभागावर आणलंच.

वर आल्यावर मी अधाशासारखा श्वास घेतला. पाण्यात बुडून मरणं इतकं सोपं नव्हतं. मृत्यू स्वीकारायचं मनानं कितीही ठरवलं तरी माझ्या शरीरातला कण न् कण जगण्यासाठी धडपडत होता. मरायचं ठरवलं तरी आधीच्या यातनांमधून सुटका नव्हती. या यातना भोगाव्याच लागणार आहेत, तर मग जगण्याचा प्रयत्न का करू नये? या विचाराबरोबर माझ्या निष्प्राण हातापायात कुठूनसं बळ आलं. ते आपोआप हलू लागले.

काही वेळ पृष्ठभागावर आणि काही वेळ पाण्यात अशी धडपड मी किती वेळ करत होतो कुणास ठाऊक! छातीवर प्रचंड दडपण जाणवत होतं. सगळ्या अंगात आग लागल्यासारखी वाटत होती. डोळ्यांनी धड काही दिसत नव्हतं. कानात रोंरों आवाज रोंरावत होते. आपण अनंतकाळपर्यंत असेच धडपडत आहोत, तडफडत आहोत असं वाटत होतं. समुद्राचं पाणी, वरचं आकाश या कशाचंही भान राहिलं नव्हतं. किनाऱ्याच्या दिशेनं जायचं आहे याचीही जाणीव उरली नव्हती.

पण मी जात होतो किनाऱ्याकडेच. धडपड आणि यातनांच्या माझ्या प्रवासात मध्येच केव्हातरी पाय खालच्या वाळूवर टेकले आणि तरीही तोंड पाण्यावरच राहिलं. आधी मला या गोष्टीचा अर्थच लक्षात आला नाही. खोल श्वास घेऊन मी पाण्यात बुडी मारली आणि एकदम खालच्या वाळूत आपटलो, तेव्हा कुठं माझ्या डोक्यात प्रकाश पडला. पृष्ठभागावर येऊन मी समोर पाहिलं. अवघ्या २५-३० पावलांवर किनाऱ्यावरची पांढरीशुभ्र वाळू दुपारच्या उन्हात चमकत होती.

कसाबसा स्वत:ला ओढत मी पाण्याबाहेर आलो आणि धपापत वाळूत पडलो. माझ्या यातनांचा शेवट झाला नव्हता. प्राणवायूसाठी शरीरातला कण न् कण आक्रोशत होता आणि भात्यासारखी चाललेली फुप्फुसं त्यांच्या मागणीला एकदम पुरी पडू शकत नव्हती. छाती फुटेल की काय असं वाटत होतं.

हळूहळू माझं धपापणं कमी झालं. जिवात जीव परत आला आणि आजूबाजूची जाणीव व्हायला लागली. दुपारची वेळ होती, पण ऐन थंडीचे दिवस असल्यामुळं वाळू फार तापली नव्हती; मात्र छान उबदार झाली होती. त्या उबदार वाळूत लांब पायाचे, अगदी किडमिड्या अंगाचे बारीक खेकडे मधूनच इकडून तिकडे पळत होते. त्यांच्या त्या तुरुतुरु पळण्याकडे बघताबघताच माझे डोळे मिटले. झालेल्या श्रमांनी मला गरगरून झापड आली.

केव्हातरी मला जाग आली तेव्हा वाळूत कुणाच्यातरी पावलांचा आवाज होत होता. कोण येत असेल असा विचार मनात येतोय तोच ती पावलं माझ्या नजरेच्या टप्प्यात आली आणि मी बघतच राहिलो! गोरी, गुलाबी, गुबगुबीत छोटीछोटी पावलं. वाळूतून चालल्यामुळं तळपाय लाल झाले असले पाहिजेत. कारण पावलांची कड लाल दिसत होती. इतकी सुंदर पावलं मी आयुष्यात प्रथमच पाहत होतो. ती

छोटीछोटी पावलं माझ्याजवळ येऊन थांबली आणि मी वर बघितलं. पावलांपेक्षाही सुंदर चेहऱ्याचा एक छोटा मुलगा कुतूहलानं मला न्याहाळत होता. गुलाबी गोरा रंग, सफरचंदासारखे गाल, लाल-लाल जिवणी, गोल-हसरे-तपकिरी डोळे आणि कुरळे रेशमी केस. अंगात फक्त एक लाल-निळ्या चौकडींची चड्डी आणि हातात हा ऽऽ मोठा रंगीबेरंगी बॉल. वय असेल जेमतेम पाच-सहा वर्षांचं. इतकं लहान मानवी मूल मी प्रत्यक्षात प्रथमच पाहत होतो, तेही इतकं सुंदर की मला त्याच्यावरून नजर हलवावीशी वाटेना.

तोही माझ्याकडे टकमका बघत उभा होता.

आपल्या मोठमोठ्या डोळ्यांनी माझ्याकडे बघत उभी असलेली त्याची मूर्ती इतकी मोहक होती की, त्याला पटकन उचलून घ्यावंसं मला वाटू लागलं. मी उठून उभा राहिलो तरी तो तसाच माझ्याकडे बघत उभा होता. मी त्याच्याकडे बघून हसलो, पण तो काही हसला नाही.

आता पुढं काय करावं ते मला कळेना. लहान मानवी मुलाशी बोलण्याचा मला काहीच अनुभव नव्हता. त्यामुळं त्याच्याशी काय आणि कसं बोलावं ते समजेना. पण त्याच्याशी काहीतरी बोलावं असं मात्र फार वाटत होतं. तेवढ्यात तोच म्हणाला,

"बॉल खेळतोस?"

तो माझ्याशी बोलला याचाच मला इतका आनंद झाला की मी आनंदानं नुसतीच मान डोलवली. त्याबरोबर माझ्याकडे पाठ करून तो १५-२० पावलं पळत गेला आणि परत माझ्याकडे वळून म्हणाला, "हं, रेडी!"

मी परत मान हलवली. तशी त्यानं आपल्या हातातला तो रंगीबेरंगी बॉल माझ्याकडे फेकला. खाली वाकून मी तो पकडला आणि त्याच्याकडे परत फेकला. असं थोडा वेळ चालल्यावर एक बॉल पकडताना मी वाळूत अडखळलो आणि सपशेल पडलो. ते बघून तो खदखदून हसला आणि त्याचं ते निरागस हसणं बघून मलाही हसू आलं.

"तुझं नाव काय रे!" मी त्याला विचारलं.

"माझं नाव मोहर. तुझं नाव काय?" तो उत्तरला.

"माझं नाव ऑक्टोबर-तीन." मी सांगितलं, तो परत एकदा हसला आणि म्हणाला,–

"ए, असं कुठं नाव असतं का? ऑक्टोबर हे तर महिन्याचं नाव आहे."

ऑक्टोबर हे महिन्याचं नाव आहे हे खरंच होतं; पण तेच नाव मला देण्यात आलं होतं. ऑक्टोबर महिन्यात जन्मलेला मी तिसरा मार्जिनल म्हणून माझं नाव ऑक्टोबर-तीन. हे त्या एवढ्याशा मुलाला कुठं सांगायचं म्हणून मी म्हटलं,–

"माझं नाव तसंच ठेवलेलं आहे."

"ए, मग तुझी आई तुला काय म्हणते?" त्यानं विचारलं.

"म्हणजे?"

"माझी आई नं, मला मनू म्हणते. आजी नि बाबा मला म्हणतात डेव्हिल."

इतक्या गोड मुलाची आई-बापांनी लाडकी नावं ठेवावी हे स्वाभाविकच होतं. पण मला कोण असं लाडकं नाव ठेवणार होतं? मला कुठं होती आई? कुठं होते बाबा? मी होतो फक्त एक मार्जिनल. ऑक्टोबर-तीन या नावानं ओळखला जाणारा.

जवळच पडलेला बॉल न उचलता मी तसाच खाली बसलो. मी बसलेलो बघून तो माझ्याजवळच आला आणि परत त्यानं विचारलं,–

"तुझी आई तुला काय म्हणते?"

"मला आई नाही."

आई नाही? त्याचा चेहेरा गोंधळलेला दिसू लागला. आई नाही ही परिस्थिती त्याला समजूच शकत नव्हती.

माझ्या एकदम लक्षात आलं की, हा लहान मुलगा केव्हाचा एकटाच इथं खेळतो आहे. हा आला कुठून? याच्याबरोबर कुणी मोठं माणूस कसं नाही?

"तुझी आई कुठं आहे रे मोहर?" मी त्याला विचारलं.

"आई? घरी आहे." त्यानं सांगितलं.

"आणि तुझं घर कुठं आहे?"

"तिकडे... लांब आहे. खूप लांब आहे."

त्यानं दाखवलेल्या दिशेने मी पाहिलं. बऱ्याच अंतरावर किनाऱ्यावर लहानमोठ्या खडकाचं एक बारीकसं टोक समुद्रात घुसलं होतं. त्याच्या पलीकडचं काही दिसत नव्हतं.

"त्या खडकांच्या पलीकडे आहे का तुझं घर?" मी विचारलं.

"नाही. आणखी लांब आहे." त्यानं सांगितलं.

"मग तू इतक्या दूर एकटाच कसा आलास? तुझी आई रागावणार नाही का तुला? तिला सांगून आलाहेस का तू?"

माझ्या विचारण्यासरशी मोहर गप्प उभा राहिला आणि मग बॉल उचलून घेऊन खडकांच्या दिशेने पळत सुटला.

"मोहर, ए मोहर, थांब जरा!" मी त्याला हाक मारली तशी तो थबकून माझ्याकडे बघू लागला. त्याचा गोड सहवास मला आणखी हवा होता, पण तो तर परत निघाला होता. यानंतर परत कधीच तो मला दिसला नसता का? मला ती कल्पना सहन होईना. मी म्हटलं,–

"मोहर, उद्या दुपारी येशील इथं? आपण मग बॉल खेळू, शिंपले वेचू, खूप गंमत करू."

त्यानं मान डोलवली आणि म्हणाला, ''हो, उद्या दुपारी येईन.''

तो परत खडकांच्या दिशेनं निघाला. तो दिसेनासा होईपर्यंत मी त्याच्याकडे बघत राहिलो आणि मग तळ्यात-मळ्यात करत वसाहतीकडे परतलो. वसाहत दिसू लागली आणि माझ्या एकदम लक्षात आलं की गेल्या तीन तासात मी एकही गोळी घेतली नव्हती.

दुसऱ्या दिवशी परत त्या ठिकाणी पोहोचेपर्यंत माझ्या डोक्यात सतत मोहरचेच विचार होते. त्याची गोड, हसरी मूर्ती सारखी डोळ्यांसमोर येत होती. आज त्याच्याशी खूप खेळायचं, खूप बोलायचं, त्याची माहिती करून घ्यायची असं ठरवतच मी त्या ठिकाणी पोहोचलो.

किनाऱ्यावर कुणीही नव्हतं. दृष्टीच्या टप्प्यात येणारा समुद्रकिनारा निर्मनुष्य होता. मी वाळूत बसलो आणि मोहरची वाट बघू लागलो. जसजसा वेळ जाऊ लागला तसतसं मन निराश होऊ लागलं. 'मोहरनं येण्याचं कबूल केलं असलं तरी ते लक्षात ठेवून तो येईलच कशावरून? आपल्यासारख्या बेढब मार्जिनलशी खेळण्यापेक्षा तो दुसऱ्या मुलांबरोबर खेळायला जाईल. कदाचित् त्याच्या आईला त्याचं इतक्या लांब येणं आवडलं नसेल आणि म्हणून तिनं त्याला एकट्याला घराबाहेर सोडलाच नसेल. कदाचित्... कदाचित् यापैकी कुठलंही कारण नसेल, पण त्याला आपल्याशी खेळायला यावंसं वाटलंच नसेल.'

तो येत नाही अशी माझी जवळजवळ खात्री पटली असतानाच मला तो दिसला, खडकातून उड्या मारत तो येत होता. हातात बॉल होता आणि बरोबर एक कुत्रा होता.

माझ्याजवळ येताच तो कुत्रा आधी भुंकायला लागला. मोहरला शोभेसाच त्याचा आकार आणि रंगरूप होतं. जेमतेम फूट सव्वाफूट उंची, पांढरेशुभ्र लांब केस, झिपरे कान आणि पांढऱ्या केसांमध्ये उठून दिसणारे दोन तरतरीत काळे डोळे. त्याच्या गळ्यात छोट्या छोट्या घुंगरांचा एक लाल पट्टाही होता. तो भुंकायला लागल्यावर मोहरनं त्याला दटावलं, ''बिंटू, बिंटू गप!'' आणि किल्ली संपल्यासारखं त्याचं भुंकणं बंद पडलं.

त्या दिवशी आम्ही बॉल खेळलो, शिंपले वेचले, शिवाशिवी खेळलो, वाळूत डोंगर केले, डोंगरात गुहा केल्या, चित्रं काढली, बिंटूशी दंगामस्ती केली आणि खूप गप्पा मारल्या.

मध्येच मला गोळीची आठवण झाली. वसाहतीत वाजणारी घंटा इतक्या दूरवर ऐकू येणं शक्यच नव्हतं. पण कशी कोण जाणे, माझी मलाच औषधाची आठवण झाली. आदल्या दिवशी मी तीन तासांत एकही गोळी घेतली नव्हती. आज तरी असं व्हायला नको. गोळी घेऊन टाकावी असं वाटत होतं, पण त्याच वेळी वाळूच्या

डोंगरात हात घालून बोगदा करायचं नाजूक काम मी करत होतो. मोहरची आणि माझी शर्यत लागली होती. एका हातानं बिंटूला अडवत दुसऱ्या हातानं डोंगराच्या आतून वाळू पोखरून काढत होतो. थोड्या वेळानं घेऊ असं ठरवून मी गोळीचा विचार बाजूला सारला.

त्या दिवशी मला मोहरची बरीच माहिती मिळाली. त्याचं घर खडकांच्या पलीकडे काही अंतरावर समुद्रकाठीच होतं. घराभोवती माड, पोफळी, फणस यांची वाडी होती. त्याचे बाबा रोज सकाळी उठून कारखान्यात कामाला जात. घरातली सगळी कामं उरकली की आई, मोहर आणि बिंटू पुळणीवर येत. बरोबर एक मोठी छत्री असे. छत्री उघडून आई तिच्याखाली काहीतरी वाचत किंवा विणत बसे. मग मोहर आणि बिंटू समुद्रात पोहत, वाळूमध्ये खेळत, तर कधीकधी आईच्या शेजारी छत्रीखाली झोपून जात. गेले दोन दिवस आईला बरं नसल्यानं ती बाहेर येत नव्हती. त्यामुळं तो आणि बिंटू दोघंच पुळणीवर येत होते. काल खेळताखेळता बिंटू कुठं दिसेनासा झाला. त्याला शोधत-शोधत मोहर खडकांवर आला होता. तिथपर्यंत तो नेहमीच येत असे. त्याच्या पलीकडे यायला मात्र त्याला बंदी होती. काल खडकांमध्ये बिंटूला शोधत असताना त्यानं मला वाळूत पालथा पडलेला पाहिला होता आणि काय आहे ते बघण्याच्या कुतूहलानं तो माझ्यापाशी आला होता.

माझ्याशी बोलतानाही त्याचं कुतूहल त्याला गप्प बसू देत नव्हतं. माझ्या फुगीर पाठीवर आणि छातीवर त्यानं बुक्के मारून बघितले, माझे लुकडे हात ओढून बघितले, माझ्या काटकिळ्या लांब पावलांवर त्याचे स्वतःचे गोरे, गुलाबी पाय ठेवून त्यानं ती मोजली आणि तो खूप हसला. बिंटू थोड्याच वेळात मला सरावला होता आणि माझ्याशी दंगामस्तीही करू लागला होता. त्याचे पुढचे पाय वर उचलून धरून त्याला मागच्या दोन पायांवर चालायला लावताना, त्याच्या मऊ, केसाळ पाठीवरून हात फिरवताना, त्यांच्याबरोबर पळताना मला एक अनिर्वचनीय आनंद मिळत होता. त्यानं आपल्या खरखरीत जिभेनं हात चाटला की कसंतरी होऊन मी हात मागं घेत होतो, पण त्याच वेळी त्यानं प्रेमानं आपल्याला चाटावं असंही वाटत होतं.

त्या दिवशी माझा वेळ कसा गेला कळलंच नाही. पण माझ्या मनाला नसली, तरी माझ्या शरीराला त्याची बरोबर जाणीव होती. मला धाप लागू लागली. आता पाण्यात शिरणं प्राप्त होतं. मी मोहरला म्हणालो–

"मोहर, आपण आता खेळ थांबवू या. उद्या परत खेळूया, हं!"

पण तो ऐकायला तयार नव्हता. तो म्हणाला, "नाही, अजून खेळू या. आपण आता बिंटूला सर्कस करायला लावू या. त्याला सर्कस करता येते. ए, ए बिंटू, चल दों पाँवपर खडे रहो!"

मला तरी तो खेळ सोडून कुठं जाववत होतं? पण माझी धाप वाढत होती. माझा नाइलाज झाला होता. मोहरकडे दुर्लक्ष करून मी उठलो. ''मी जातो रे, मोहर!'' असं त्याला सांगून मी पाण्याकडे निघालो तर त्यानं माझा हात घट्ट धरून ठेवला. कसाबसा हात सोडवून घेऊन मी पळत सुटलो आणि एकदाचा पाण्यात शिरलो. हळूहळू माझी धाप कमी झाली. श्वसन परत सुरळीत होऊ लागलं. शरीरावरचा ताण कमी झाल्याच्या सुखात काही वेळ मी तसाच डुंबलो. मग वाटलं, मोहर आता काय करतो आहे ते बघावं. कल्ल्यातून पाणी जोरात आत ओढून घेऊन मी पाण्याबाहेर डोकं काढलं आणि किनाऱ्याकडे पाहिलं. तिथं कुणीच नव्हतं. किनारा रिकामा होता.

हे दोघं कुठं गेले? परत गेले का? पण ते इतक्यात त्या खडकांच्या पलीकडे पोहोचणं कसं शक्य आहे? मग ते कुठं गेले?

मी पाण्यात बुडी मारली, परत एकदा पाणी ओढून घेतलं आणि पाण्याबाहेर डोकं काढलं, तोच मला मोहर दिसला. पोहत, पोहत तो माझ्याकडेच येत होता. त्याच्यामागं बिंटूही होता.

ते दोघं रोज दुपारी पाण्यात पोहतात, खेळतात हे मोहरनं सांगितलेलं मला आठवलं. पोहणं काही त्यांना नवीन नव्हतं. पण या भागात... या शार्क माशांच्या भागात? आम्ही किनाऱ्यापासून काही फार लांब गेलो नव्हतो. पण शार्क मासे किनाऱ्याजवळ येतच नाहीत, क्वचित येतातही - मला काहीच माहीत नव्हतं. त्या दोन गोजिरवाण्या पिलांजवळ मला कल्पनेनंच शार्क दिसू लागला आणि मी घाबरलो. माझा नसला तरी त्याचा जीव अमोल होता.

मी झपाझप किनाऱ्याकडे निघालो. माझ्या अंदाजाप्रमाणं मोहरही माझ्या मागोमाग काठावर आला आणि अर्थातच बिंटूही.

काठावर आल्यावर मी मोहरला म्हटलं, ''मोहर, इथं पाण्यात शिरायचं नाही. इथं शार्क मासे आहेत.''

''शार्क मासे? म्हणजे खूप मोठे मासे?'' आपले मोठे डोळे आणखीच मोठे करत त्यानं विचारलं.

''हो. ते खूप मोठ्ठे असतात आणि माणसांना खातात.'' मी त्याला सांगितलं.

''मग तू कशाला पाण्यात जातोस?''

''मी मोठा आहे नं?''

''मग तुला नाही खाणार शार्क मासा?''

''नाही. तो माझ्याजवळ आला तर मी ठोसा मारून त्याला पळवून लावीन.''

''मग, तो माझ्याजवळ आला तर तू त्याला ठोसा मारशील आणि बिंटू त्याची शेपटीच पकडेल. हो की नाही रे बिंटू?''

आता या अजाण मुलाची समजूत कशी काढायची? माझी धाप तर क्षणाक्षणाला वाढत होती. पाण्यात शिरल्यावर थोड्याच वेळाच बाहेर येण्याची माझी ही पहिलीच वेळ होती. परत पाण्यात उडी मारण्यासाठी मी अधीर होतो. शेवटी मी त्याला म्हणालो–

"मोहर, आपण शर्यत लावू या - तू तुझ्या घरी आधी पोहोचतोस की मी माझ्या घरी. घरी गेल्यावर लगेच घड्याळ बघायचं आणि उद्या मला इथं आल्यावर सांगायचं. काय?"

ही कल्पना त्याला फार आवडली. टाळ्या पिटत तो म्हणाला,-

"मज्जाच, रेस लावू या आपण!"

मी म्हणालो, "ठीक आहे. तयार उभा रहा तर मग! रेडी?"

"रेडी!"

"एक, दोन, तीऽन."

माझ्या तोंडचा तीन हा शब्द पुरा होण्यापूर्वीच मोहर आणि बिंटू खडकाच्या दिशेनं पळत सुटले. मीही धाव घेतली पाण्याकडे.

मी वसाहतीमध्ये पोहोचलो तेव्हा माझा मित्र मे-७ हा माझी वाट बघत उभा होता. सर्वसाधारणपणे आम्हा मार्जिनल्सचं जीवन हे गोळ्या, समुद्र आणि हवा या चक्रात इतकं गुरफटलेलं असतं आणि प्रत्येकाची बौद्धिक पातळीही इतकी भिन्न भिन्न असते की आम्ही थोडेच असलो तरी आमचा एकसंध गट कधी बनू शकत नाही. तशीच आमची एकमेकांशी फारशी मैत्रीही नसते. पण मे-७ हा माझ्याशी त्यातल्या त्यात जवळीक असलेला मित्र! जिवलग नव्हे; कारण आम्ही कुणीच एकमेकांचे जिवलग बनू शकत नाही. पण तरीही आम्हा दोघांना एकमेकांविषयी स्नेह वाटत असे.

त्यानं मला विचारलं. "कुठं गेला होतास रे इतका वेळ?"

मी घड्याळ बघितलं. वसाहतीतून बाहेर पडल्याला तब्बल चार तास झाले होते! या चार तासांत पाणी - हवा हे चक्र फक्त दीड वेळाच फिरलं होतं, दोनदा नव्हे!

मी जाताना पाण्यातून गेलो होतो. मोहरबरोबर वाळून खेळताना हवेत श्वसन करत होतो आणि पाण्यातून परत आलो होतो. म्हणजे चार तासात माझं दोनदा तळ्यात आणि एकदाच मळ्यात झालं होतं. म्हणजे प्रयत्नानं मी पाण्यात आणि हवेत थोडाथोडा जास्त वेळ राहू शकत होतो!

मे-७ पुढे म्हणाला, "मी तुझी केव्हाची वाट बघत होतो. आज आपल्याला नवीन चित्रपट दाखवणार आहेत. सुरूसुद्धा झाला असेल तो एव्हाना! चल लवकर."

मी वाळूत बसकण मारली. प्रयत्नानं मी हवेत आणि पाण्यात जास्त काळ तगू शकतो हा विचार इतका उत्तेजित करणारा होता की तो बाजूला सारून चित्रपट बघत बसावं असं मला मुळीच वाटेना! मी म्हटलं, "मला नाही बघायचा चित्रपट. तू जा आपला. मी इथंच बसणार आहे."

मे-७नं माझ्याकडे आश्चर्यानं बघितलं. चित्रपट हे आमच्या दृष्टीनं मनोरंजनाचं सर्वोत्तम साधन होतं. काहीही लिहिता-वाचता न येणारे, अगदी मंदबुद्धीचे मार्जिनल्सदेखील तो चुकवत नसत. असं असताना, मी मात्र चित्रपट बघायला नाही असं म्हणत होतो. मे-७ आश्चर्यचकित झाला नसता तरच नवल! त्यानं मला आणखी थोडा आग्रह केला, पण मी ऐकत नाही असं बघून शेवटी तो एकटाच चित्रपटाला गेला.

मी तसाच बसून राहिलो. माझ्या डोक्यात विचारांचं वादळ घोंघावत होतं. दोन दिवस मी पाण्यात आणि हवेत नेहमीपेक्षा जास्त वेळ राहू शकलो होतो. धाप जास्त लागली. जरा त्रास झाला तरी ही गोष्ट अशक्य झाली नव्हती. मग इतके दिवस मी एका तासाचं बंधन का पाळत होतो? जरा धाप लागली की बदल का करत होतो? तासातासानं बदल करणं आमच्या सुरक्षिततेच्या दृष्टीनं अत्यावश्यक आहे असं आमच्या मनावर बिंबवण्यात आलं होतं म्हणून? की आजूबाजूचे सगळे मार्जिनल्स तसं करत होते म्हणून? थोड्या प्रयत्नानं त्यांनाही माझ्यासारखं जास्त वेळ तग धरता येईल का?'

गेले दोन दिवस मी गोळ्या घ्यायला विसरलो होतो, पण त्याचा काहीच वाईट परिणाम माझ्या शरीरावर अजून तरी दिसत नव्हता. कदाचित् उद्या - परवा तो परिणाम दिसू लागेल का? की तसं प्रत्यक्षात काहीच होणार नाही?

नक्की काहीच कळत नव्हतं. पण काही नवीनच विचार डोक्यात येत होते. शंका-कुशंका निर्माण होत होत्या. डोळ्यांसमोर बिंटूशी दंगामस्ती करणारा मोहर दिसत होता. एका अजाण निष्पाप मुलाशी बोलण्यात, त्याला उचलून घेण्यात, त्याच्याशी खेळण्यात केवढं सुख असतं! कुत्र्याच्या पाठीवरून हात फिरवण्यात, त्याच्याशी मस्ती करण्यातसुद्धा केवढी गंमत असते! या सगळ्या आनंदापासून आम्हाला का दूर ठेवण्यात आलं आहे? वसाहतीतही माणसं आहेत- डॉक्टर्स, त्यांचे साहाय्यक, आचारी, संरक्षक असे कितीतरी जण आहेत. पण ते सगळे आमच्याशी फक्त कामापुरतंच बोलतात. सुट्टीच्या दिवशी मजा करण्यासाठी ते बाहेर जातात. सुट्टीची ते चातकासारखी वाट पाहत असतात. ते आमच्याशी खेळीमेळीनं का वागत नाहीत? माणसांचं जाऊ दे, पण आमच्या वसाहतीत निदान एखादं गोंडस कुत्रंसुद्धा का नाही?

कोणत्याच प्रश्नाचं उत्तर सापडत नव्हतं. पण मी ठरवून टाकलं की यापुढं पाण्यात आणि हवेत जास्तीतजास्त वेळ काढायचा प्रयत्न करायचा आणि वसाहतीतून बाहेर पडलं की गोळ्या घ्यायच्या नाहीत. बघू काय होतं ते!

दुसऱ्या दिवशी गुरुवार होता. गुरुवारी आणि रविवारी आमच्या जेवणात एखादं तरी पक्वान्न असे. त्या गुरुवारी आम्हाला लाडूचं जेवण होतं. लाडू बघितले आणि मला एकदम मोहरची आठवण झाली. लहान मुलांना गोड फार आवडतं. त्याला लाडू नक्की आवडत असतील. त्याच्यासाठी आपण लाडू घेऊन गेलो तर तो किती खूष होईल!

जेवता-जेवता मी दोन लाडू गुपचूप खिशात टाकले. जेवण झाल्यावर ते प्लॅस्टिकमध्ये चांगले गुंडाळून घेतले आणि मोहरला भेटायला निघालो. पाण्यातून जाताना लाडू भिजून जातील की काय अशी थोडीशी भीती वाटत होती, पण तसं काही झालं नाही. लाडूपर्यंत पाणी पोहोचलं नाही.

पण लाडू खायला मोहर आलाच नाही! मी त्याची वाट बघत किनाऱ्यावर किती तरी वेळ थांबलो, वाळूचे डोंगर बांधले, बोगदे केले, त्याला हाका मारल्या, पण तो काही आला नाही. धाप लागल्यावर पाण्यात शिरलो तरी मी किनाऱ्याकडे लक्ष ठेवून होतो. माझी त्याची चुकामूक होऊ नये म्हणून काठाजवळच डुंबत होतो. पण तो आलाच नाही. पाण्यातून बाहेर पडून मी परत वाळूत येऊन बसलो तरी त्याचा पत्ता नव्हता.

तो का आला नसेल? त्याच्या आईनं त्याला मनाई केली असेल का? की ती बरी झाल्यामुळं तो घराजवळच खेळत असेल? कदाचित् तो स्वत:च आजारी तर पडला नसेल? काय झालं आहे ते मला कळायला काहीच मार्ग नव्हता. संध्याकाळ व्हायला आल्यावर मी नाइलाजानं वसाहतीकडे परत फिरलो.

दुसऱ्या दिवशीही मोहर ठरल्या ठिकाणी आला नाही. तो आता मला परत कधीच दिसणार नव्हता का? त्याचं निरागस, लोभस हसणं, बिंटूची खेळकर दंगामस्ती आता परत कधीच माझ्या वाट्याला येणार नव्हती का?

निराशेनं माझं मन भरून आलं. त्याची वाट बघत मी वाळूत बसून राहिलो. समोर समुद्रात घुसलेली खडकांची टोकं दिसत होती. त्या खडकांच्या पलीकडे मोहरचं घर होतं. खडक ओलांडून गेलं तर त्याचं दार दिसेल का? घरासमोरच्या पुळणीवर तो खेळत असेल का? खडक ओलांडून गेल्यावर तो दिसेल का?

खडकांच्या पलीकडे जाऊन बघावं असं फार वाटत होतं, पण धीर होत नव्हता. आधीच मी आमच्या वसाहतीपासून फार दूर आलो होतो. इकडच्या पाण्यात शार्क मासे असल्याची सूचना दुर्लक्षून मी इथल्या पाण्यात वावरत होतो. अजूनपर्यंत मला काही त्रास झाला नव्हता. पण म्हणून पुढे एखाद्या शार्कशी गाठ पडणारच नाही असं कशावरून? शिवाय खडकांच्या पलीकडे आणखी काय असेल कुणास ठाऊक!

बराच वेळ मी विचार करत होतो. शेवटी सगळं धैर्य एकवटून मी त्या खडकांच्या दिशेनं चालू लागलो. खडकांपर्यंत तर मी पोहोचलो, पण वर चढणं काही मला नीट जमेना. मोहर आणि बिंटू याच खडकांवरून उड्या मारत आलेले

मी पाहिले होते, पण मला मात्र नुसतं चालणंही कठीण होत होतं. शेवटी मी सोपा मार्ग पत्करला. मी सरळ पाण्यात शिरलो. नाहीतरी माझी पाण्यात शिरण्याची वेळ होतच आली होती.

खडकांचा भाग ओलांडून पुढं गेल्यावर मी वळून खडकांकडे बघितलं. तिथं काही मोहर नव्हता, पण एक भली मोठी पाटी मात्र त्या खडकांच्या आडोशाला वाळूत उभी केलेली दिसत होती. पाण्यातून डोकं बाहेर काढून मी नीट बघितलं आणि स्तंभितच झालो!

त्या पाटीवर मोठ्ठ्या अक्षरांत लिहिलेलं होतं, "धोका! इथून जवळच मार्जिनल्स वसाहत! कोणत्याही परिस्थितीत खडक ओलांडून जाऊ नये." आणि या भयंकर अक्षरांखाली मार्जिनल्सची वेडीविद्री चित्रं काढलेली होती. आमच्या बेडौल, बेढब शरीरांच्या आणखीच बेढब केलेल्या आकृत्या काढलेल्या होत्या. अशा एकूण चार आकृत्या होत्या. त्या प्रत्येक आकृतीच्या तोंडात लांब लांब दात आणि चेहेऱ्यावर क्रूर भाव होते.

बावचळून मी बघत राहिलो. 'हे काय होतं? ही अशी पाटी इथं का लावली होती? आमची वसाहत तर इथून कितीतरी लांब होती. आमच्यापासून कुणाला कसला धोका होता? आमची अशी विद्रूप चित्रं का काढलेली होती?'

मी किनाऱ्यावर दूरवर नजर टाकली. जवळजवळ किलोमीटर अंतरावर रंगीबेरंगी ठिपका वाळूत दिसत होता. त्याच्या पाठीमागं माडा-पोफळींची गर्दी दिसत होती. ती झाडी किनाऱ्याकिनाऱ्यानं बरीच लांबवर पसरलेली होती. अलीकडचा भाग मात्र तसा खडकाळच होता.

तो रंगीबेरंगी ठिपका म्हणजे मोहरच्या आईची छत्री असेल का? तसं असलं तर मोहर तिथंच जवळपास खेळत असेल.

त्या विद्रूप पाटीकडे मी परत एकदा बघून घेतलं आणि तिचा विचार करतच पाण्यात बुडी मारली. थोड्याच वेळात मी त्या ठिपक्यापर्यंत पोहोचलो. तो ठिपका म्हणजे छत्रीच होती. त्या छत्रीखाली सतरंजीवर एक स्त्री पुस्तक वाचत बसली होती. आणि जवळच वाळूत मोहर बिंटूशी खेळत होता.

ती स्त्री म्हणजे मोहरची आईच असावी हे मी ताडलं. तिचा गोरापान रंग मोहरसारखाच होता. खांद्यावर रुळणारे तिचे कुरळे केस वाऱ्यावर उडत होते. वाचनात ती अगदी तल्लीन होऊन गेली होती. रंगीबेरंगी छत्रीखाली वाचत बसलेली तिची आकृती अतिशय मोहक दिसत होती.

चित्रं, फोटो, चित्रपट यातून मी मानवी स्त्रिया पुष्कळ बघितल्या होत्या, पण खरीखुरी हाडामासाची स्त्री मी प्रथमच बघत होतो. तिच्यावरून नजर काढावीशी वाटत नव्हती.

बराच वेळ मी तसाच डुंबत राहिलो. पाण्यातून बाहेर पडून मोहरकडे जाण्याचा, त्याला हाक मारण्याचा मला संकोच वाटत होता. कधीच न पाहिलेल्या आणि तरीही बघत राहावं असं वाटणाऱ्या त्या स्त्रीपुढं जाण्याचं धैर्य मला होत नव्हतं.

पण माझ्या पाण्यात दडून राहण्यालाही स्वाभाविक मर्यादा होती. माझा श्वास जड येऊ लागला. आता पाण्याबाहेर पडणंच भाग होतं. धीर करून मी काठावर आलो आणि उभा राहून मोहरला हाक मारली.

माझ्या हाकेसरशी मोहरनं आणि त्याच्या आईनं चमकून वर पाहिलं. मोहरनं क्षणार्धात मला ओळखलं.

"ऑक्टोबर! ऑक्टोबर आलाय, ऑक्टोबर आलाय!" असं ओरडत तो धावत माझ्याकडे आला. तो मला येऊन चिकटला तशी मी त्याला उचलून घेतला. त्याची आईही एव्हाना उठून उभी राहिली होती. वाऱ्यावर पदर फडफडत उभी असलेली तिची आकृती मोठी सुडौल दिसत होती. आमच्याकडे हसतमुखानं बघत ती थोडी पुढं आली. तिच्या स्मितामुळं मला धीर आला. मोहरला तसाच घेऊन मी तिच्या दिशेनं निघालो. पण मी जसजसा पुढं येऊ लागलो तसतसं तिच्या चेहऱ्यावरचं हास्य मावळू लागलं. मी तिच्यापासून दहाबारा पावलांवर पोहोचेपर्यंत तिचं हास्य संपूर्ण मावळलं होतं आणि त्याची जागा भीतीनं घेतली होती.

मी गोंधळून गेलो. ही स्त्री इतकी घाबरली का आहे? आधी चांगली स्मित करणारी ही कशाला इतकी भ्याली आहे? शार्क माशांना तर नव्हे? मी वळून समुद्रावर नजर फिरवली. मला तरी कुठंच शार्कचं चिन्ह दिसत नव्हतं. इतक्यात ती ओरडली–

"मनू, मनू, खाली उतर आधी. इकडे ये पट्कन."

तिचं ओरडणं ऐकून माझ्या एकदम लक्षात आलं की ती आपल्यालाच इतकी घाबरली आहे.

मी थबकलो. मला तिनं का घाबरावं? हा प्रश्न मनात उमटत असतानाच त्याचं उत्तरही माझ्या ध्यानात आलं. मी जसजसा जवळ येत गेलो तसतसं मी मार्जिनल असल्याचं तिच्या लक्षात येत गेलं होतं आणि म्हणून ती घाबरली होती. मार्जिनल्स म्हणजे कुणी भयंकर प्राणी आहेत आणि त्यांच्यापासून सावध राहायला पाहिजे हे तिला त्या खडकासमोरच्या पाटीनं शिकवलं होतं. पाटीवरच्या चित्रातल्या मार्जिनलशी माझं स्वरूप थोडंफार मिळतंजुळतं होतं, बेढब होतं, बेडौल आणि कुरूप होतं. मी मार्जिनल आहे म्हणजेच क्रूर आणि भयंकर आहे हे तिनं गृहीत धरलं होतं आणि अशा भयंकर प्राण्याच्या तावडीत तिचा मुलगा होता! ती घाबरली नसती तरच नवल!

काय करावं ते मला कळेना. ती आणि मी एकमेकांकडे बघत तसेच उभे राहिलो. मग मी मोहरला हळूच खाली उतरवलं. त्याबरोबर ती त्याला पकडायला पुढे झेपावली, पण तो तिच्या हातात सापडला नाही. तो खिदळत बिंटूकडे पळाला. त्याला पकडायला ती पुढं आल्यामुळं ती आता माझ्या अगदी पुढ्यात आली होती. तिच्या ते लक्षात आलं आणि ती आणखीच घाबरली. भेदरलेल्या नजरेनं माझ्याकडे बघत ती कशीबशी उद्‌गारली,

"सोड, सोड मला."

मी बावचळलो. मी तर तिला हातही लावलेला नव्हता. मी म्हणालो, "मी कुठं तुम्हाला धरलंय?"

तिनं इकडेतिकडे पाहिलं आणि म्हणाली, "खबरदार, पुढं येऊ नकोस. पोलिसांना बोलावीन मी."

"पण... पण मी काय केलंय?" मी विचारलं.

"माझ्या मुलाला हात लावलास तर बघ!" तिची भीती काही कमी झाली नव्हती. आणि त्यामुळंच कदाचित् असेल, पण माझं धैर्य वाढू लागलं. मी म्हटलं, "मोहर तर माझा मित्र आहे चांगला. दोन दिवस आम्ही दोघं खूप खेळलो आहोत. मी त्याला काही अपाय थोडाच करणार आहे?

ती माझ्याकडे बघत राहिली. मग तिनं मोहरला हाका मारल्या, "मोहर, ए मनू ऽऽ, चल इकडे ये! घरी जायचंय आपल्याला." आणि ती घाईघाईनं तिचं सामान आवरू लागली. वाळूचा डोंगर करण्यात गुंतलेल्या मोहरच्या कानावर तिची हाक पडलीच नाही. मला आता पुष्कळच धीटपणा आला होता. मी म्हटलं, "तुम्ही मला इतक्या का घाबरला आहात?"

माझा प्रश्न तिला अगदीच अनपेक्षित असावा. तिनं दचकून माझ्याकडे बघितलं. मी पुढं म्हणालो, "मी मार्जिनल आहे, पण म्हणून काही मी कोणी क्रूर-भयंकर प्राणी नाही. मी तर केवळ एक दुर्दैवी प्राणी आहे. ना धड माणूस, ना धड पशू, असा!"

ती काहीच बोलली नाही, पण ती माझं बोलणं मात्र ऐकत होती. तिची भीतीही आता थोडी कमी झाली होती. ती ऐकत आहे असं वाटलं आणि माझी सगळी कर्मकथा तिला सांगावीशी वाटू लागली. मी उभा होतो तिथंच वाळूत बसलो आणि म्हणालो, "त्या खडकांजवळ लावलेल्या पाटीवर आमचं जे चित्र काढलेलं आहे ते चुकीचं आहे. आम्ही कोणीही क्रूर, भयंकर नाही आहोत. आमची वसाहत इथून खूपच दूर आहे. ती खोटी पाटी तिथं का लावली आहे ते मला माहीत नाही, पण तुम्हाला काहीही अपाय करण्याची माझी इच्छा नाही. खरं म्हणजे तेवढी माझी ताकदच नाही. मी फार दुबळा आहे. मीच नव्हे, तर आमच्या वसाहतीतले इतर मार्जिनल्सही असेच आहेत."

बोलताबोलता मला वाटू लागलं, आपली सगळी हकिकत आपल्याला तिला सांगावीशी वाटतेय, पण ऐकण्यात तिला काही रस कसा वाटेल? तिचं स्वतःचं एक सुंदर सुखी विश्व आहे. त्यात ती गुरफटलेली आहे. असं असताना एका कुरूप, बेडौल मार्जिनलच्या कर्मकहाणीत तिला काय स्वारस्य? शिवाय मार्जिनल्स भयंकर असतात अशी तिची कल्पना आहे. आपली हकिकत तिला कदाचित् खरीसुद्धा वाटणार नाही.

निरुत्साही होऊन मी गप्प बसलो.

पण ती माझी हकिकत ऐकत होती. मी थांबल्यावर जरा वेळानं तिनं हळूच विचारलं, "कुठेशी आहे तुमची ही वसाहत?"

ती माझं म्हणणं ऐकते आहे याचा मला अतिशय आनंद झाला. तिच्या चेहऱ्यावरची भीती आता गेली होती, तरी तिथं अजून सावधपणा होता. आमची वसाहत कुठंशी आहे ते मला नीट सांगता आलं नसतं; पण मी तिथून कसा आलो, किती वेळ लागला, हे मी तिला सविस्तर सांगितलं; वसाहतीत कोण कोण राहतात, आमचा आयुष्यक्रम कसा आहे, आमच्या शारीरिक आणि बौद्धिक मर्यादा काय आहेत, हे सगळंच मग मी तिला सांगत गेलो.

मी सांगत गेलो आणि ती ऐकत गेली. मध्येच ती खाली बसली. गुडघ्यांभोवती हाताची मिठी घालून ऐकत राहिली. माझं बोलणं संपलं आणि मी गप्प झालो. मनावरचा ताण खूप हलका झाला होता. थोडा वेळ आम्ही दोघं तसंच गप्प बसलो होतो. मग ती म्हणाली–

"मार्जिनल्स असे असतात याची मला कल्पनाच नव्हती. मार्जिनल्स म्हणजे शास्त्रीय प्रयोगांमधून निर्माण झालेले भयंकर पशू अशीच माझी समजूत होती. माझी म्हणजे आमची सगळ्यांचीच! या क्रूर प्राण्यांपासून दूर राहायला पाहिजे असंच आम्हाला कायम सांगण्यात आलं आहे."

ती म्हणत होती ते बरोबर होतं. खडकांसमोरची ती पाटीही याचीच साक्ष होती. पण असं का? माणसांच्या मनात अशी भीती का निर्माण करण्यात आली होती? सामान्य माणसं आणि मार्जिनल्स यांचा परस्परांशी अजिबात संपर्क येऊ न देण्यानं काय साध्य होणार होतं? आणि... आम्हाला शार्क माशांची भीती दाखवणारी जी पाटी होती ती तरी खरी होती का? समुद्राच्या ज्या भागात मी गेले चार दिवस वावरत होतो, त्या भागात जर शार्क्सचा वावर असता तर एव्हाना त्यांनी मला फाडून खायला हवं होतं, पण मला तर शार्कची पुसटशी शंकासुद्धा आली नव्हती. शिवाय त्या भागात जाऊ नये, तिथे शार्क मासे आहेत, असं सांगणारी पाटी या मनुष्यवस्ती असलेल्या भागात मात्र कुठंच दिसत नव्हती. मी तिला विचारलं, "तुम्ही या भागात मोहरला पोहायला परवानगी कशी देता? या पाण्यात शार्क माशांची वस्ती आहे ना?"

ती म्हणाली, ''शार्क्स? छे! इथं तर कधीच शार्क्स आढळल्याचं मी ऐकलेलं नाही. तसं असतं तर या किनाऱ्यावर पोहायला बंदीच घातली असती आणि नियम मोडून कोणी पाण्यात शिरू नये म्हणून रक्षकही नेमले असते. पण हा किनारा अगदी सुरक्षित आहे. शिवाय शार्क हा मोठा मासा असल्यानं तो किनाऱ्याच्या अगदी जवळ सहसा येत नाही. इथं कधीच शार्क सापडल्याचं मी ऐकलेलं नाही.''

म्हणजे शार्क्सची आम्हाला घातलेली भीती खोटीच होती तर! माणसांनी आमच्या वसाहतीकडे येऊ नये म्हणून त्यांना आमचीच भीती वाटेलसं केलं होतं, आणि आम्ही वसाहतीपासून लांब कुठं जाऊ नये, माणसापर्यंत पोहोचू नये म्हणून आम्हाला शार्क्सचा बागुलबुवा दाखवला होता; पण हे सगळं कशासाठी, ते मात्र कळत नव्हतं.

''इथं शार्क्स असतात असं तुम्हाला कुणी सांगितल?'' तिनं पुढं विचारलं.

मी तिला आमच्या बाजूला असलेली पाटी, चार दिवस माझं त्या भागातल्या पाण्यात वावरणं, मला आलेली शंका हे सगळं सांगितलं. तशी तीही विचारात पडली. म्हणाली,–

''मार्जिनल्सना जगापासून लपवून ठेवण्याचा हा प्रयत्न आहे हे तर अगदी उघड आहे.''

''पण कशासाठी? आमच्यापासून जगाला काहीच धोका नाही.''

''पण मार्जिनल्सचं अस्तित्व म्हणजे स्वत:च्या चुकांची, अपुरेपणाची जाहीर कबुली दिल्यासारखं माणसाला वाटत असावं.''

''तसं असलं तर आम्हाला जगवायचं तरी कशासाठी? जन्मत:च आम्हाला नष्ट केलं तरी कुणाला त्याचं काय वाटणार आहे?''

''मला वाटतं इतका क्रूरपणा करणं शास्त्रज्ञांना जमत नसेल. किंवा... किंवा...''

''किंवा काय?''

''त्यांना तुमचा आणखी काही उपयोग करून घ्यायचा असेल.''

''आणखी काही उपयोग म्हणजे?''

''कुणास ठाऊक! कदाचित् त्यांना तुमच्या शरीरशास्त्राचा अभ्यास करायचा असेल, कदाचित् नवीन काही प्रयोग करायचे असतील.''

''आमच्यावर प्रयोग? कसले प्रयोग?'' माझ्या तर काहीच ध्यानात येईना. तेवढ्यात मोहर माझ्याजवळ आला. इतका वेळ मी त्याच्या आईशीच बोलत बसलो होतो म्हणून तो फुरंगटला होता. माझा हात धरून ओढत तो म्हणाला,–

''ए, चल ना रे ऑक्टोबर, खेळायला! मी केवढा डोंगर केला आहे बघ.''

मी उठलो; पण मोहरशी खेळायला आता मला वेळ नव्हता. कारण मला धाप

लागू लागली होती. त्याच्या हातातला माझा हात सोडवून घेत मी म्हटलं, ''आता? नको मोहर, मला आता गेलं पाहिजे.''

''ए, नाही जायचं रे इतक्यात! तू माझ्याशी काहीसुद्धा खेळला नाहीस अजून! नुसता बोलतच बसलास आपला.''

''हो रे, पण आता मला थांबायला वेळ नाही. उद्या येईन हं मी तुझ्याशी खेळायला!'' असं मी म्हटलं आणि मला एकदम वाटलं, 'आपलं चुकलं. उद्या परत आपण इथं आलेलं त्याच्या आईल आवडेल का?'

मी तिच्याकडे पाहिलं. तीही जरा घुटमळली, पण मग म्हणाली, ''मोहर, जाऊ दे रे काकांना आता! उद्या येतील ते परत तुझ्याशी खेळायला.''

तिनं अशी परवानगी दिली आणि मला इतका आनंद झाला की, माझ्या डोळ्यात टचकन् पाणीच आलं. ''थँक यू!'' असं कसंबसं म्हणून मी पाण्याच्या दिशेनं चालू लागलो. वसाहतीपर्यंतचा माझा प्रवास त्या दिवशी कसा संपला ते मला कळलंच नाही, इतका मी आनंदात बुडून गेलो होतो. मला आता दोन मानवी मित्र लाभले होते– एक मोहर आणि दुसरी त्याची आई. तिनं मला दुसऱ्या दिवशी परत यायची परवानगी दिली होती. म्हणजे मी धोकादायक नाही याची तिला खात्री पटली होती. माझ्या हकिकतीवर तिचा विश्वास बसला होता. म्हणून मोहरशी असलेली माझी मैत्री तिला मान्य होती. माझ्याविषयी तिच्या मनात सहानुभूती निर्माण झाली होती.

तशा चित्रपटातून मी सुंदर स्त्रिया पुष्कळ बघितल्या होत्या. पण प्रत्यक्षात एखादी सुंदर मानवी स्त्री इतकी रसरशीत, तजेलदार दिसते हे मला प्रथमच कळलं होतं. तिच्या नाजूक, मुलायम कांतीचा टवटवीतपणा, कुरळ्या केसांची मोहक वळणं, डोळ्यांतले बदलते जिवंत भाव यांनी मी भारून गेलो होतो. मी वसाहतीपाशी किनाऱ्यावर आलो तरी तिच्याच विचारात बुडलेलो होतो.

माझे पुढचे चार दिवस स्वप्नवत् गेले. रोज दुपारी जेवणखाण आटोपल्यावर मी निघत असे तो थेट मोहरच्या रंगीबेरंगी छत्रीपाशी जाऊनच थांबत असे. मला बघितलं की बिंटूसह मोहर धावतच माझ्याकडे येई. मग आम्ही वाळूत वेगवेगळे खेळ खेळत असू. त्याची आईही आमच्यात सामील होई. थोडा वेळ मोहर आणि बिंटूशी खेळल्यावर आम्ही दोघं छत्रीखाली जाऊन बसत असू आणि गप्पा मारत असू. या गप्पांमध्ये आम्ही परस्परांविषयीची बरीच जिज्ञासा त्या चार दिवसात भागवून घेतली. नंदिनी हे तिचं नावही मला तेव्हाच कळलं. मार्जिनल्स वसाहतीतल्या इतर मार्जिनल्सविषयी मी तिला बरीच माहिती पुरवली; तर तिनं मला तिच्या कुटुंबाची, घराची, शहराची, रोजच्या दिनक्रमाची ओळख करून दिली. नवऱ्याविषयी बोलताना आधी ती थोडी अडखळली, पण मग भरभरून बोलली. बोलताना ती

त्यात इतकी रंगली होती की तिला इतकं गुंतवू शकणाऱ्या तिच्या नवऱ्याचा मला हेवाच वाटू लागला. रोज ती थर्मासमध्ये चहा भरून आणायची. माझी परतायची वेळ जवळ येऊ लागली की थर्मास उघडायची आणि मग आमचं चहापान व्हायचं. एक दिवस मोहरला काय लहर आली कुणास ठाऊक! त्यानंही चहासाठी हट्ट केला. तिनं आधी नाही म्हटलं, पण मग शेवटी स्वत:चा कप त्याच्यापुढं धरला आणि फुर्रऽफुर्रऽ करत तो चहा मटकावू लागला. कौतुकानं किंचित हसत ती त्याच्याकडे बघत राहिली. फुर्रऽफुर्रऽ करत चहा पिणारा मोहर आणि कौतुकानं त्याच्यावर नजर ठेवणारी त्याची आई... इतकं सुंदर दृश्य मी पूर्वी कधी पाहिलंच नव्हतं.

एक दिवस ती पोहायचा पोशाख घालून आली आणि मग त्या दिवशी आम्ही सगळे पाण्यात खूप डुंबलो. मी समुद्रात जरा आत जाऊन तळातले मोठेमोठे शिंपले, आणि शंख गोळा करून मोहरला आणून दिले. पाण्यात आम्ही बॉल खेळलो. बिंटूशी दंगामस्ती केली आणि शेवटी पाण्याबाहेर येऊन धापा टाकत निपचित पडून राहिलो. एक दिवस नंदिनीनं मला त्यांचे फोटो दाखवले– त्यांच्या घराचे, बागेचे, नवऱ्याचे, तिचे, मोहरचे आणि बिंटूचेसुद्धा. मोहरचे फोटो तर किती काढले होते, याला गणतीच नव्हती!

चार दिवसांचा तो काळ कसा कापरासारखा उडून गेला. चौथ्या दिवशी संध्याकाळी वसाहतीत परतताना एक प्रश्न मला सतावत होता: आम्हा पुरुष मार्जिनल्स प्रमाणंच काही स्त्री-मार्जिनल्सही नक्कीच निर्माण झालेल्या असतील. मग त्या आहेत तरी कुठं? आमचा-त्यांचा अजिबात संपर्क का येऊ दिला जात नाही? परस्पर संपर्कातून कदाचित् आमच्या आकांक्षा वाढतील म्हणून? की भारभूत मार्जिनल्सची पुनरुत्पत्ती होण्याची शक्यता त्यातून निर्माण होईल म्हणून?

विचारांच्या तंद्रीतच मी वसाहतीत पोहोचलो.

माझ्या तंद्रीतून मला जाग आणली ती एका संरक्षकानं विचारलेल्या प्रश्नानं. "काय रे, इतका वेळ कुठं होतास तू?" हा त्याचा प्रश्न ऐकून मी बघतच राहिलो. आमच्या वसाहतीत संरक्षक पुष्कळ आहेत. ते आमचं कुणापासून संरक्षण करतात ते मला माहीत नाही, पण आमच्या हालचालींमध्ये ते कधीच रस घेत नाहीत. रोज रात्री निजताना आणि सकाळी न्याहारीच्या वेळी ते आमची मोजदाद करतात तेवढीच! एरवी आम्ही कुठंही हिंडाफिरायला मोकळे असतो. असं असताना, मी कुठं होतो याची त्यानं चौकशी करावी याचं मला आश्चर्य वाटत होतं.

मी काहीच बोलत नाही असं बघून तो गुरकावला, "असं बघतोस काय बावळ्यासारखं? चल माझ्याबरोबर, डॉक्टरांनी बोलावलंय तुला."

डॉक्टरांनी मला कशाला बोलावलं असेल याचा विचार करतच मी त्याच्या

पाठोपाठ दवाखान्यात गेलो. बाहेरच्या खोलीत कुणीच नव्हतं. आमची चाहूल लागून डॉक्टरांनी आतूनच विचारलं, "कोण आहे रे?"

"मी या ऑक्टोबर-तीनला घेऊन आलो आहे." माझ्याबरोबरच्या संरक्षकानं सांगितलं.

"आतच या तुम्ही दोघं." डॉक्टरांनी सांगितलं.

संरक्षकाबरोबर मी आत गेलो. आतली खोली मला अपरिचित होती. बरं नसलं की डॉक्टर ज्या खोलीत आम्हाला तपासत, ती ही खोली नव्हती. या खोलीत बरीच टेबलं होती. टेबलांवर काहीतरी वेगवेगळं साहित्य ठेवलेलं दिसत होतं. एका भिंतीशी एक मोठं टब ठेवलेलं होतं. त्या टबाच्या पायथ्याशी एक मोठी आरामखुर्ची होती. त्या खुर्चीत डोळे मिटून मे-७ बसला होता. त्याचा चेहरा पांढराफटक पडलेला होता. केस विस्कटले होते. श्वास जोराजोरात चालला होता. त्याच्याजवळ पांढरे कपडे घालून जाड भिंगांच्या चष्म्यातून त्याला न्याहाळत डॉक्टर उभे होते.

"काय झालंय काका याला?" मी त्यांना विचारलं. डॉक्टरांना काका म्हणायचं आम्हाला लहानपणापासून शिकवलेलं होतं.

"डोकं फार दुखतं म्हणून तो दुपारी औषध घ्यायला आला. मी त्याला औषध दिलं, तरीही डोकेदुखी कमी झाली नाही म्हणून इंजेक्शन दिलं. इंजेक्शनची त्याला फार भीती वाटली. त्यामुळं असेल किंवा डोकं फार दुखत असल्यामुळं असेल, काही वेळेपासून तो असंबद्ध बोलतोय आणि सारखं तुझं नाव घेतोय. आता तू याला घेऊन जा तुझ्याबरोबर. उद्या परत मी त्याला औषध देईन. त्याच्या बडबडीकडे फारसं लक्ष देऊ नकोस. जा घेऊन त्याला."

मी पुढं झालो. मे-७ ला हलवलं आणि म्हटलं, "मे-७, ऊठ. बघ, मी आलोय. मला बोलवत होतास ना तू?"

मे-७ नं डोळे उघडले. माझ्याकडे आधी साशंक नजरेनं बघितलं. माझी ओळख पटल्यावर त्यानं मला मिठीच मारली. "नको, नको. असं का करता?" असं काहीतरी तोंडानं बडबडत तो रडू लागला. त्याची समजूत काढायचा प्रयत्न करत मी त्याला बाहेर काढला आणि आमच्या खोलीत घेऊन गेलो. खोलीत गेल्यावर मी त्याला पलंगावर झोपवलं. तिथंही तो काहीतरी बडबडतच होता. शेवटी मी रागवून त्याला झोपायला लावलं. रात्री तो जेवायला यायलाच तयार नव्हता. मी बळंबळंच त्याला घेऊन गेलो आणि आग्रहानं चार घास त्याला खायला लावले. त्यानंतर तो जरा शांत झाला. मात्र रात्री अंथरुणावर पडेपर्यंत तो गप्पगप्पच होता.

आमचे बिछाने शेजारीशेजारी आहेत. पाण्यात बुडण्याच्या आणि हवेत श्वास घेण्याच्या आमच्या वेळाही साधारण सारख्याच आहेत. आम्ही दोघं झोपण्यासाठी अंथरुणावर पडल्यावर तो माझ्याकडे वळला आणि म्हणाला,–

"ऑक्टोबर, मला तुला काही सांगायचं आहे. मी सांगतो आहे त्याच्यावर विश्वास ठेव. मी काहीतरीच बडबडतो आहे असं समजू नकोस. आज दुपारी मला खरं म्हणजे काहीच होत नव्हतं. दुपारी एक पुस्तक वाचण्याचा मी प्रयत्न करत होतो, तेव्हा दवाखान्यातला एक साहाय्यक आला आणि मला डॉक्टरांनी बोलावलं असल्याचं त्यानं सांगितलं. त्याच्याबरोबर मी गेलो. त्यानं मला एकदम आतल्याच खोलीत नेलं. तिथं डॉक्टरकाका होते. त्यांनी मला खुर्चीत बसवलं आणि मी काही म्हणण्यापूर्वीच मला एक इंजेक्शन टोचलं. मला इंजेक्शन का दिलं असं मी विचारलं, तेव्हा ते हसले आणि म्हणाले,–

"तू एका फार मोठ्या शास्त्रीय प्रयोगात आता सामील झाला आहेस. जेनेटिक इंजिनिअरींगच्या प्रगतीला तुझा फार मोठा हातभार लागणार आहे. अधिक निर्दोष, अधिक बुद्धिमान, अधिक उत्क्रांत मानव तयार करण्याच्या मार्गावरचा 'मार्जिनल्सची निर्मिती' हा एक टप्पा होता. आता त्याच्या पुढं जायचं आहे आणि या पुढच्या प्रवासात मार्जिनल्सची आम्हाला फार मदत होणार आहे. इतक्या जागतिक महत्त्वाच्या प्रयोगात भाग घ्यायला मिळणार म्हणून तुला आनंद नाही का होत?"

मला त्यांचं सगळं बोलणं कळलंच नाही; पण त्यांच्या मोठमोठ्या शब्दांनी दबकून जाऊन मी गप्पच बसलो. मग त्यांनी आणि त्यांच्या साहाय्यकांनी मला.. मला.. वाक्य अर्धवटच सोडून मे-७ रडू लागला.

तो असंबद्ध बडबडेल अशी डॉक्टरांनी केलेली सूचना मला आठवली. त्याला शांत करण्याचा प्रयत्न करत मी म्हणालो, "राहू दे रे मे-७, उद्या सकाळी सांग तू मला सगळं. झोप झाली म्हणजे तुला जरा बरं वाटेल."

"मी काहीतरी वेड्यासारखं बरळतो आहे असं समजू नकोस ऑक्टोबर! माझ्या डोक्यावर परिणाम झालेला नाही किंवा ते दुखतही नाहीये. मला तुझ्याइतकी बुद्धी नाही, पण इतर काही मार्जिनल्सइतका मी मंद बुद्धीचाही नाही, हे तुला माहीत आहे. डॉक्टरांचं सगळं बोलणं मला समजलं नव्हतं; पण ते जसजसे एकेक प्रयोग माझ्यावर करत गेले तसतसा त्यांच्या बोलण्यातला भयंकरपणा मला जाणवत गेला. घडलेलं सगळं मला सांगून टाकू दे. कदाचित् तुझ्यावरही ही पाळी यायची असेल! आधी माहिती असली तर तुला काहीतरी करता येईल."

तो इतका गंभीरपणं बोलत होता की मीही लक्ष देऊन त्याचं म्हणणं ऐकू लागलो. त्यानं पुढं जे सांगितलं ते फार भयंकर होतं.

आमच्या इमारतीच्या वरच्या मजल्यावरच्या फक्त दोनच खोल्या दवाखान्याच्या होत्या. उरलेल्या खोल्यांमध्ये एक सुसज्ज संशोधनशाळा होती आणि तिच्यात बरेच प्रयोग सतत चालत असत. मे-७ ला तिथं नेल्यावर त्याच्या शरीराची वेगवेगळ्या वातावरणात काय प्रतिक्रिया होते हे बघायच्या प्रयोगांना सुरुवात झाली होती. त्या

दिवशी वेगवेगळ्या पाण्यामधे, म्हणजे वेगवेगळी रसायनं मिसळलेल्या पाण्यातल्या त्याच्या प्रतिक्रियांची नोंद करण्यात आली होती. काही प्रकारच्या पाण्यात त्याला भाजल्यासारखं झालं होतं, तर काही पाण्यात सुया टोचल्यासारखं झालं होतं. एकदा तर अंगावरची सगळी त्वचा कुणी ओरबाडून काढत आहे असं वाटलं होतं. या सगळ्याच्या जोडीला सतत गुदमरायला होत होतं. त्याच्या या यातनांची नोंद एका यंत्रावर केली जात होती. मधूनमधून डॉक्टर त्याला प्रश्नही विचारत होते. सतत ३।।-४ तास चाललेला हा प्रकार त्याला असहनीय झाल्यावर त्यांनी ते प्रयोग थांबवले होते. तोपर्यंत वेदनांनी तो अर्धमेला झाला होता. उद्या परत ते त्याला संशोधनशाळेत नेणार होते. त्यानं पळून जायचा प्रयत्न करू नये म्हणून त्याच्यावर यापुढं सतत पहारा राहणार होता. डॉक्टरकाकांनी त्याला हे मुद्दाम आवर्जून सांगितलं होतं.

मे-७ ची हकिकत ऐकून मी सुन्न झालो. आमच्या वसाहतीमध्ये खरंच हे असं चाललं होतं का? मे-७ च्या हकिकतीविषयी शंका घेण्याचं कारण नव्हतं, कारण त्याची जवळजवळ अर्धमृत अशी अवस्था मी स्वतः पाहिली होती.

सुमारे ३-४ महिन्यापूर्वीची एक घटना मला आठवली. ज्याला धड बोलताही येत नव्हतं अशा एका मंदबुद्धी मार्जिनलला बरं नाही म्हणून असंच दवाखान्यात नेलं होतं. तिथून तो परतला तो रडत-ओरडतच. तो आम्हाला काहीतरी सांगायचा प्रयत्न करत होता, पण त्याचं बोलणंच कुणाला कळत नव्हतं. त्यानंतर जवळजवळ आठदहा दिवस त्याला रोज दवाखान्यात नेलं जात होतं. आधीआधी तो परतताना रडत असे. नंतर ते कमी-कमी झालं. मात्र त्यानंतर तो आजतागायत चकार शब्दही बोललेला नाही. नुसता सुन्न बसलेला असतो. कुणालाही तो ओळखत नाही. खाणं, झोपणं, उठणं, पाण्यात शिरणं, बाहेर येणं, एवढ्याच गोष्टीची त्याची जाणीव आता शिल्लक आहे.

त्याचा आजार बळावल्यामुळं त्याची अवस्था अशी झाली, असं आम्ही समजत होतो. पण खरोखरच तसं होतं का? की त्याच्यावरही असे प्रयोग करण्यात आले होते?

आणि अत्यंत महत्त्वाची गोष्ट म्हणजे मलाही हे भोगायला लागणार आहे का?

आम्हा मार्जिनल्सचं अस्तित्व हे फक्त प्रयोगासाठी होतं का? दयाळू मानवाच्या प्रयोगांमध्ये आम्हाला अपघाती जन्म मिळाले आणि आता त्याच्या प्रयोगांमध्ये आम्हाला नियोजित मृत्यू येणार होते का? प्रयोगासाठी लागणारे नमुने म्हणूनच तर आम्हाला जगवण्यात येत नव्हतं ना?

तसंच असलं पाहिजे. म्हणूनच आमचा बाहेरच्या जगाशी संपर्क येऊ दिला जात नाही. आम्ही आहोत त्यापेक्षाही दुबळे असल्याचं भासवून आम्हाला या वसाहतीतच राहणं प्राप्त असल्याचं आमच्या मनावर बिंबवलं जातं. दयाळू मानवानं

आमच्यासाठी खूप काही केल्याचा आभास निर्माण केला जातो आणि त्यामुळं आम्ही आमच्या व्यवस्थापकांच्या आणि रक्षकांच्या आज्ञा निमूटपणं पाळतो. कोणत्याच गोष्टीत कधी त्रास देत नाही की शंका घेत नाही. मानव दयाळू आहे ही गोष्ट आमच्या मनावर अगदी लहानपणापासून बिंबवली जाते आणि आम्ही ती खरी आहे असंच समजून चालतो. मीही इतके दिवस तसंच समजत होतो.

पण खरं म्हणजे माणसाचा दयाळूपणा पटावा असं त्यानं आमच्यासाठी काय केलं आहे? उलट असलं हे चमत्कारिक रूप आणि दुर्बल शरीर मात्र आम्हाला त्याच्या कृपेनं मिळालं आहे.

होय! आम्हाला जगवण्यासाठी त्याला बराच खर्च येतो आणि कष्ट पडतात हे खरं आहे. हे त्याचे आमच्यावर कधीही न फिटणारे उपकार आहेत असं मला इतके दिवस वाटत असे; पण मे-७ ची अवस्था बघून माझ्या लक्षात आलं होतं की माणूस हे करतो आहे ते स्वतःच्या स्वार्थासाठी! आमच्यासाठी नव्हे!

त्या रात्री मे-७ आणि मी, आम्ही दोघंही रात्रभर जागेच होतो. शिणलेल्या शरीरानं आणि मनानं आम्ही सकाळी उठलो. सकाळी साडेनऊ वाजेपर्यंत आम्ही बरोबरच होतो.

साडेनऊ वाजता दोन रक्षक आले आणि त्याला डॉक्टरांनी बोलावल्याचं त्यांनी सांगितलं. तशी त्याचा धीर सुटला. मला मिठी मारून तो रडू लागला. मीही त्याला धरून ठेवण्याचा प्रयत्न केला, पण त्या दोन रक्षकांच्या ताकदीपुढं आमचं काही चाललं नाही. ते त्याला ओढत घेऊन गेले.

मे-७ गेला आणि मला काही सुचेनासं झालं. त्याचे तिकडे काय हाल होत असतील या कल्पनेनं मात्र थरकाप होऊ लागला. काहीतरी करून त्याला वाचवलं पाहिजे असं वाटू लागलं. मी दोनदा दवाखान्यापर्यंत गेलोही; पण तिथल्या रक्षकांनी मला आत शिरू दिलं नाही. शेवटी समुद्रकिनाऱ्यावर येऊन सुन्न बसून राहिलो!

दुपार झाली तशी सारखी मोहरची आणि त्याच्या आईची आठवण येऊ लागली; पण मे-७ ला वसाहतीत हाल सोसायला सोडून कुठं जावसं वाटेना. मी त्याच्यासाठी काहीच करू शकत नव्हतो. तरीही वसाहतीपासून दूर जायला जीव धजत नव्हता. तो परत येण्याची वाट बघत मी बसून राहिलो.

बसल्याबसल्या माझ्या मनात आलं, 'इथं जे घडतं आहे ते सगळ्या जगाला ओरडून सांगायला पाहिजे. मानवाचा दयाळूपणाचा बुरखा फाडून टाकला पाहिजे. आम्हाला असं चमत्कारिक रूप बहाल करणारा मानव दयाळू कसा? आमच्या नैसर्गिक ऊर्मी दडपणारा मानव दयाळू कसा? हेतुतः आम्हाला दुर्बल बनवणारा मानव दयाळू कसा? हालहाल करून आम्हाला मारणारा मानव दयाळू कसा?'

अशाच प्रयोगामधून मानवाचं ज्ञान पुढं जातं म्हणे! असेलही तसं! मला, एका अडाणी मार्जिनलला त्यात काय कळतंय? पण हे ज्ञान पुढं नेण्यासाठी बळी दिल्या जाणाऱ्या आमच्यासारख्या जीवांचं काय? धड ना माणूस, धड ना पशू! अशा त्रिशंकू अवस्थेत जन्म काढून शेवटी शास्त्राच्या वेदीवर बळी जाणाऱ्या आम्हा मार्जिनल्सचा वाटेल तसा उपयोग करून घ्यायचा अधिकार मानवाला कोणी दिला?

जसजसा मी विचार करत होतो तसतशी डोक्यातील आग आणखीनच भडकत होती. शेवटी मी उठलो. कागद-पेन घेऊन आलो आणि मला जमली तशी सगळी हकिकत लिहून काढली.

संध्याकाळी मे-७ परत आला तेव्हा त्याला धड चालायची किंवा बोलायचीही ताकद उरलेली नव्हती. माझा हात धरून तो नुसता पडून राहिला. जेवायला चल म्हणून किती आग्रह केला तरी तो हलला नाही. मी मात्र पोटभर जेवण करून आलो. एवढंच नव्हे, तर वाढप्याची नजर चुकून चार पोळ्या गुपचूप खिशात घालून बरोबर घेऊन आलो. कारण माझा पुढचा बेत ठरलेला आहे.

जेवून झाल्यावर मे-७ ला थोडीशी पोळी मी कशीतरी खायला घातली. आता तो माझा हात धरूनच पण श्रांत झोपला आहे. कालचं जागरण आणि दिवसभरातल्या यातना यामुळे त्याला झोप लागली आहे. सगळीकडे सामसूम झाली की त्याचा हात हळूच सोडवून मी उठणार आहे. लिहिलेले कागद व्यवस्थित प्लास्टिकमध्ये गुंडाळून ते मी माझ्या खिशात ठेवले आहेत. उरलेल्या पोळ्याही गुंडाळून घेतल्या आहेत. सगळीकडे सामसूम झाली की रक्षकांचा डोळा चुकवून मी बाहेर पडणार आहे आणि समुद्राच्या काठाकाठानं जात राहणार आहे.

एकदा वाटत होतं, मोहरच्या घरी जावं. त्याला बघावं. त्याचे वडील कसे आहेत ते पाहावं. त्यांना आपली हकिकत सांगावी. पण तो मोह टाळायचा असं मी ठरवलं आहे. माझ्यामुळे ते लोक कदाचित् अडचणीत येतील. तसं व्हायला मला नको आहे. मी त्याचं घर फक्त लांबून बघणार आहे आणि माझ्या दुर्दैवी आयुष्याची सावली त्या घरावर पडू नये म्हणून तसाच पुढं जाणार आहे.

कुठपर्यंत?

कुणास ठाऊक! समुद्रकिनाऱ्यानं जाता येईल तितका वेळ मी जाणार आहे. ते अशक्य झालं की सरळ अंतर्भागात शिरणार आहे.

एकदा जमिनीवरून प्रवास करायला लागलं की पाणी केव्हा मिळेल याची शाश्वती राहणार नाही हे मला माहीत आहे. पण जमिनीवरदेखील अधूनमधून पाण्याची डबकी असतात. कुठं एखादा झरा, तलाव, नदी असते. माझा श्वास कोंडायच्या आत तिथपर्यंत पोहोचायचा प्रयत्न मी करणार आहे. ते जमलं नाही आणि पाण्याशी पोहोचण्यापूर्वीच जीव गेला तरी फारसं बिघडणार नाही.

असं काही घडण्यापूर्वी कदाचित् माझी माणसांशी गाठ पडेल. मी त्यांना माझी हकिकत सांगेन. लिहिलेलं वाचायला देईन त्यांना. कदाचित् त्यांचा माझ्या सांगण्यावर विश्वास बसेल आणि ती मला मदत करतील.

पण कदाचित् ती माणसं मला घाबरतील. माझ्यापासून दूर पळतील किंवा मला पकडून देण्याचा प्रयत्न करतील. कदाचित्... कदाचित् ती मला ठारही करतील. काय होईल कुणास ठाऊक! इथून बाहेर पडल्यावर होणाऱ्या परिणामांची मला भीती वाटते आहे. फार भीती वाटते आहे.

पण तरीही मी बाहेर पडणार आहे. मार्जिनल्सचं गाऱ्हाणं वेशीवर टांगण्याचा प्रयत्न करणार आहे. मग त्या प्रयत्नात मला मरण आलं तरी हरकत नाही!

मे-७ ला सोडून जायचं जिवावर येत आहे, पण त्याला मी काहीही मदत करू शकणार नाही याची मला जाणीव आहे आणि म्हणूनच सगळीकडे सामसूम झाली की त्याच्या हातातला माझा हात मी हळूच सोडवून घेणार आहे.

(नवल - दिवाळी १९८४)

◆

प्रवासी

एटी थ्री डाऊन-महाराष्ट्र एक्स्प्रेस चाळीसगाव स्टेशनात शिरली तशी दुसऱ्या वर्गाच्या स्लीपर्समध्ये असलेले उतारू सावरून बसले. सकाळचे सव्वासात वाजले होते आणि चाळीसगांव ते जळगाव असा रोज अप्-डाऊन प्रवास करणाऱ्या प्रवाशांचा लोंढा गाडीत शिरणार हे नक्की होतं. १९७९-८० सालापासून म्हणजे ११-१२ वर्षांपासून हा त्रास सुरू झाला होता. चाळीसगाव आणि पाचोरा या गावांमधून रोज कामासाठी किंवा शिक्षणासाठी जळगाव-भुसावळला जाणाऱ्यांची संख्या वाढतच होती. त्यांच्या मागणीप्रमाणे भुसावळ-चाळीसगाव लोकल गाड्याही सुरू करण्यात आल्या होत्या, पण तरी महाराष्ट्र एक्स्प्रेसला त्यांची होणारी गर्दी काही कमी होत नव्हती. स्लीपरमध्ये भरपूर जागा असते हे माहीत असल्याने या उतारूंचे लोंढे सरळ स्लीपर्समध्ये शिरत आणि डब्यातली सगळी जागा अडवून टाकत. चाळीसगाव येईपर्यंत स्लीपरमधले प्रवासी उठलेले असत आणि भरपूर जागा झालेली असे.

रोजच्याप्रमाणेच त्या दिवशीही गाडी चाळीसगावला पोहोचताच प्रवाशांचे लोंढे आत शिरले. अतुल पाटील आणि त्याचे तिघं मित्र असे चौघं पुणे-भुसावळ बोगीत शिरले. चौघंही जळगाव कॉलेजमध्ये तिसऱ्या वर्षाला होते. त्यांची लेक्चर्स दहा वाजता सुरू होत असत. त्यामुळे त्यांना हीच गाडी सर्वांत सोईची होती. हसत खिदळत ते डब्यात पुढे सरकू लागले. पण त्या दिवशी त्यांना बसायला कुठे जागा दिसेना. त्यांच्या आधी शिरलेल्या लोकांनी सगळ्या जागा अडवल्या होत्या. वरच्या बाकावरही लोक बसले होते.

शोधक नजरेनं इकडेतिकडे बघितल्यावर अतुलच्या लक्षात आलं की स्लीपरमधले दोघं-तिघं अजूनही झोपलेले आहेत!

झालं! अतुल आणि त्याचे मित्र समोर दिसणाऱ्या झोपलेल्या प्रवाशांच्या दिशेनं सरकू लागले. खरं म्हणजे जळगावपर्यंतचा प्रवास कुठेतरी थोडसं टेकून किंवा उभ्यानं ते सहज करू शकले असते. कित्येक वेळा त्यांना तसं करावंही लागत होतं; पण एक अख्खा बाक एकाच माणसानं अडवलेला बघून त्यांना गप्प बसवेना. ते चौघं चक्क उभे असताना त्यानं आरामात एक बाक अडवलेला त्यांना सहन होईना. त्याचं रिझर्वेशन असलं म्हणून काय झालं? झुंडशाहीत आपल्याला हवं ते करण्याचा हक्कच आहे या दृढ विश्वासानं ते त्या निजलेल्या माणसाजवळ पोहोचले.

तो इसम त्यांच्याकडे पाठ करून कुशीवर झोपलेला होता. वयस्क असावासं वाटत होतं. राहुलनं त्याला हाक मारली, "काका, अहो काका, उठा आता. आता सकाळ झाली."

त्या प्रवाशाची काहीच हालचाल दिसली नाही. तशी त्यानं परत हाक मारली. त्याच्याबरोबरच्या मित्रांनीही हाका मारायला सुरुवात केली. तरीही झोपी गेलेला जागा होईना. तेव्हा ते चेकाळले.

"काका, काका, काकी बोलावतात."

"उठा उजाडले. सूर्य उगवला."

"छगन ऊठ, जगन ऊठ."

अशी त्यांची बडबड सुरू झाली. आसपासचे प्रवासीही आता या सगळ्यात रस घेऊ लागले. पण काही उपयोग होईना. शेवटी कंटाळून राहुलनं त्याला हलवलं. तरीही तो इसम उठला नाही. तशी राहुलनं त्याचा खांदा पकडून खस्कन त्याला उताणा केला.

आणि दचकून तो बघतच राहिला.

त्या इसमाचा चेहरा पांढरा फटफटीत पडलेला होता आणि त्याच्यावर अवकळा आली होती. हा बेशुद्ध पडला आहे की मेला आहे?

राहुलनं त्याच्या कपाळाला हात लावून बघितला आणि झटक्यानं हात मागे घेतला! त्याचं अंग निर्जीव थंडगार लागत होतं.

'अरे, अरे, हा तर, याला काय झालंय?

राहुलबरोबरच्या मित्रांना आणि समोरच्या बाकावरच्या प्रवाशांनाही काहीतरी विशेष घडल्याची जाणीव झाली. त्यांनी पुढे होऊन बघितलं. तो इसम मृत झाला असावा असं वाटत होतं.

"अरे डॉक्टर आहे का कुणी इथे? डॉक्टरला बोलवा, त्याला तपासून बघू दे."

"टी. सी. ला बोलवा. टी. सी. कुठे आहे?

"असं कसं झालं. त्याच्याबरोबर कोणी नाही का?"

प्रत्येक जण आपल्या परीनं सुचवू लागला. डॉक्टर सापडला नाही. पण राहुलनं धावत जाऊन टी.सी. ला बोलावून आणलं. हबकलेला टी.सी. त्या मृत इसमाच्या कपाळाला हात लावून बघत असतानाच शेजारच्या कंपार्टमेंटमधून एक मोठी किंकाळी ऐकू आली. किंकाळी ऐकून टी.सी. आणि आसपासचे प्रवासी त्या दिशेने धावले.

किंचाळणाऱ्या बाईचा वरच्या बाकावर झोपलेला नवरा मृत झाला होता!

प्रवाशांमध्ये खळबळ माजली. एकाच डब्यात दोन प्रवासी मृतावस्थेत सापडणं भयंकर धक्कादायक होतं.

पण डब्यातल्या प्रवाशांना आणखी धक्का बसायचा होता. झोपले आहेत असं वाटणारे आणखी दोन प्रवासी प्रत्यक्षात हे जग सोडून गेलेले होते! आणि सर्वांचे चेहरे, एवढंच नव्हे तर शरीरंही पांढरी फटक पडलेली होती.

डब्यात एकच गडबड उडाली. टी.सी. घामानं थबथबून गेला. असं काही घडण्याची त्याच्या आयुष्यातली पहिलीच वेळ होती. भारतीय रेल्वेचा तो एकुलता एक प्रतिनिधी त्या डब्यात होता आणि त्या प्रवाशांची जबाबदारी भारतीय रेल्वेची म्हणजेच पर्यायानं त्याची होती!

गाडी पाचोरा स्टेशनात शिरली आणि वणव्यासारखी ही बातमी सर्व स्टेशनात पसरली. पुणे-भुसावळ बोगीशी बघ्यांची झुंबड उडाली.

पाचोऱ्याचे स्टेशन मास्तर एन. के. जोशी डब्यात येऊन पाहणी करून गेले. काय करावं ते काही वेळ त्यांना सुचेनाच. त्यांच्या पंचवीस वर्षांच्या नोकरीत असा प्रसंग त्यांच्यावर कधीच आला नव्हता. बराच विचार करून शेवटी त्यांनी रेल्वे पोलीस आणि पाचोऱ्याचं नागरी पोलीस खातं या दोन्हीशी संपर्क साधला.

आणि मग भुसावळच्या डिव्हिजनल ऑफिसशी फोन लावला. भुसावळ डिव्हिजनल ऑफिसमधले ट्रेन मूव्हमेंटस् कंट्रोलर कुलकर्णी तेव्हा जोशींच्या फोनची वाटच बघत होते. गाडी चाळीसगावहून सुटल्याची नोंद त्यांच्या ग्राफवर झाली होती. आता पाचोऱ्याला गाडी पोहोचल्याचा रिपोर्ट मिळाला की त्यांचा ग्राफ तेवढा पुढे सरकणार होता. आतापर्यंतचा त्यांचा त्या दिवशीचा ग्राफ सुरळीत चालला होता. कोणत्याही कारणानं कोणतीही गाडी त्यांच्या डिव्हिजनमध्ये डीटेन करावी लागली नव्हती. त्यामुळे सर्व गाड्या वेळेवर धावत होत्या. पाचोऱ्याचा रिपोर्ट आला की आणखी एक वक्तशीर नोंद ग्राफवर होणार होती.

असं असताना जोशींचा फोन आला आणि कुलकर्णी वैतागले. आता महाराष्ट्र एक्स्प्रेस पाचोऱ्याला डीटेन करावी लागणार हे उघडच होतं. त्यामुळे तिच्यामागून येणाऱ्या गाड्यांचं वेळापत्रकही कदाचित् बदलावं लागणार होतं. हजारो प्रवासी भारतीय रेल्वेला शिव्या घालणार होते. गाड्या थांबवून धरून लेट करण्याची जबाबदारी त्यांची आहे हे माहीत नसल्याने सर्व वैतागलेले प्रवासी त्यांना दोष न देता

स्टेशनमास्तरच्या नावानं खडे फोडणार होते ही त्यांच्या दृष्टीने त्यातल्या त्यात समाधानाची बाब होती.

आवश्यक त्या सूचना जोशींना देऊन ते उठले आणि घडलेल्या घटनेची माहिती देण्यासाठी स्वत: चीफ कंट्रोलर सातव यांच्या ऑफिसमध्ये गेले.

मिळालेल्या सूचनांप्रमाणे जोशींनी गाडी साइडिंगला घेतली आणि पोलीस तपासाची चक्रं वेगानं फिरू लागली.

त्या दिवशी महाराष्ट्र एक्स्प्रेस पाचोऱ्याहून दोन तास उशीरा सुटली. डब्यातल्या बॉडीजचा पंचनामा होऊन त्या खाली उतरवून घेतल्यावर इतर गाड्यांच्या वेळांशी महाराष्ट्र एक्स्प्रेसचं कोष्टक जुळवून ती पाचोऱ्याहून सोडण्याच्या सूचना डिव्हिजनल ऑफिसकडून येईपर्यंत ती दोन तास लेट झालेली होती.

लेट झालेली महाराष्ट्र एक्स्प्रेस भरधाव वेगानं धावू लागली. नागपूरला पोहोचेपर्यंत प्रत्येक स्टेशनवर तिनं घडलेल्या घटनेच्या बातमीची खिरापत वाटली. गावोगावातले लोक आश्चर्य व्यक्त करू लागले. हळहळू लागले. एकंदरीत त्या बातमीनं बरीच गडबड उडवून दिली. आणि दुसऱ्या दिवशीची महाराष्ट्र एक्स्प्रेस पाचोरा स्टेशनात आली, तेव्हा तर प्रचंड गदारोळ उठला. त्या दिवशी स्लीपरच्या एका डब्यात पंधरा मृतदेह सापडले होते. कोणाच्याही शरीरावर जखम नव्हती, गळा आवळल्याची चिन्हं नव्हती, पण सर्व शरीरं मात्र पांढरी पडलेली होती!

हे काय होत होतं ते कोणालाच कळेनासं झालं होतं. पण एका अनामिक भीतीनं सर्वांना ग्रासून टाकलं. स्लीपरमधले बरेच प्रवासी उतरून दुसऱ्या डब्यामध्ये जाऊन बसले. ज्या डब्यात मृतदेह सापडले होते तो डबाच गाडीपासून वेगळा करून गाडी पुढे सोडण्यात आली.

घडलेली घटना इतकी भयंकर होती की, त्याबाबत तातडीनं कारवाई करायलाच हवी होती. मुंबईहून वरिष्ठ नागरी पोलीस अधिकारी आणि भुसावळहून रेल्वेचे पोलीस अधिकारी आणि डिव्हिजनल चीफ कंट्रोलर तातडीने पाचोऱ्याला आले. मृतदेह असलेल्या डब्याची त्यांनी पाहणी केली आणि एकत्र विचारविनिमय करण्यासाठी त्यांची बैठक भरली.

एव्हाना आदल्या दिवशीच्याही काही मृतदेहांची उत्तरीय तपासणी झाली होती आणि त्या सर्व देहांच्या तपासणीचा निष्कर्ष एकच होता. शरीरात रक्त फार कमी झाल्यानं मेंदूला व हृदयाला रक्तपुरवठा कमी पडून मृत्यू झालेला होता.

शरीरातलं रक्त कमी कसं झालं असावं या विषयी मात्र तपासणी करणाऱ्या डॉक्टरांना काहीच सांगता येत नव्हतं. कोणाच्याही शरीरावर कुठेही जखम नव्हती. मात्र सर्व बॉडीज्च्या एका तळपायावर पाच बारीक छिद्रं आढळली होती. थोडं-थोडं अंतर सोडून असलेल्या या छिद्रांनी एक वर्तुळाकार तयार होत होता.

कशामुळे हे मृत्यू झाले होते हे कळत नसल्याने त्याला प्रतिबंध कसा करावा तेही कळत नव्हतं. पण काहीतरी करायला तर हवंच होतं.

दुसऱ्या दिवशीपासून महाराष्ट्र एक्स्प्रेसच्या प्रत्येक स्लीपर डब्यामध्ये दोन नागरी आणि दोन रेल्वे पोलीस नेमून रात्रभर त्यांना डब्यात गस्त घालायला सांगायचं आणि परिस्थितीवर बारीक नजर ठेवायची असं ठरवून बैठक संपली.

कोल्हापूरहून नागपूरकडे जाणाऱ्या आणि नागपूरहून कोल्हापूरकडे जाणाऱ्या अशा दोन्ही गाड्यांवर पोलीस नेमले गेले. पण दुसऱ्या दिवशीपासून स्लीपरचे डबे ओस पडू लागले. दोन दिवस घडलेल्या घटनांची वार्ता सर्वत्र पसरली होती आणि त्यामुळे स्लीपरमधून प्रवास करायला कोणी धजावत नव्हतं. स्लीपरच्या डब्यात चार पोलीस आणि एक टी.सी. असे पाच जण फक्त उरले होते आणि तेही धास्तावलेल्या मनानं रात्रभर जागत होते. गाडीचे इतर डबे मात्र खचाखच भरत होते आणि प्रत्येक स्टेशनवर स्लीपरच्या डब्यांभोवती बघ्यांची गर्दी जमत होती. त्यांच्यापैकी कोणी डब्यात पाऊल टाकायला मात्र तयार नव्हतं!

असे चार दिवस गेले आणि पाचव्या दिवशी पुणे-हैद्राबाद पॅसेंजरच्या एका स्लीपर डब्यात बारा मृतदेह आढळले!

गाडी सोलापूरला पोहोचली तेव्हा ही गोष्ट लक्षात आली. सर्व मृतदेहांच्या उत्तरीय तपासणीचा अहवाल आधीच्याप्रमाणेच आला. मेंदूला व हृदयाला रक्तपुरवठा कमी पडल्याने आलेला मृत्यू.

आता मात्र देशभर चांगलीच खळबळ माजली. पोलीस, रेल्वे आणि सरकार यांच्यावर जोरदार टीका होऊ लागली. त्याला उत्तर म्हणून, नागरिकांच्या सुरक्षिततेसाठी सरकार सर्व खबरदारी घेत असल्याचं एक मोठ्ठं निवेदन सरकारी प्रवक्त्यामार्फत करण्यात आलं. संबंधित अधिकाऱ्यांची एक बैठक होऊन बराच ऊहापोह झाला आणि त्यातून काही गोष्टी लक्षात आल्या.

पुणे-हैद्राबाद पॅसेंजर आणि महाराष्ट्र एक्स्प्रेस या दोन्ही गाड्यांना समान असणारी गोष्ट म्हणजे त्यांचा पुणे ते दौंड हा मार्ग. दौंडच्या पुढे दोन्ही गाड्यांचे मार्ग वेगवेगळे होत होते.

दोन्ही गाड्या मध्यरात्रीच्या जवळपास दौंडला पोहोचत होत्या. गाड्यांच्या स्लीपर्समधल्या कंडक्टर्सनी दिलेल्या माहितीप्रमाणे दौंडपर्यंत प्रवाशांची काही ना काही हालचाल, चढउतार चालू राहते. दौंडच्या पुढे मात्र सर्व प्रवासी गुडुप्प झोपलेले असतात. टॉयलेटमध्ये जाण्यासाठी एखादा उठेल तेवढाच. कंडक्टर्स स्वत:ही डुलक्या घेत असतात. तसंच प्रवाशांचं ओरडणं, किंचाळणं असं काहीही ऐकू आलेलं नव्हतं.

दौंडपर्यंत स्लीपरमधले बरेच प्रवासी जागे होते आणि त्यांची हालचाल चालू होती. म्हणजे तोपर्यंत कोणाचा मृत्यू झाला असण्याची शक्यता फारशी नव्हती.

दौंडपासून दोन्ही गाड्यांचे मार्ग वेगळे होत होते. तरी दोन्ही गाड्यात एकाच प्रकारची घटना घडली होती. म्हणजे मृत्यू घडवून आणणारी व्यक्ती म्हणा किंवा यंत्रणा म्हणा दौंड इथे गाडीत चढत असावी आणि दौंडहून गाडी सुटली, प्रवाशांची निजानीज झाली की आपला कार्यभाग उरकत असावी. ती हे का करत होती हे मात्र गूढच होतं.

पुढे काय करायचं याचा निश्चित आराखडा तयार झाल्यावरच बैठक संपली.

पुढचे चार दिवस गाड्यांची गर्दी एकदम ओसरली. ज्या गाड्यांमध्ये मृतदेह सापडले त्याच नव्हे तर इतर गाड्यांतून प्रवास करणाऱ्यांची संख्याही एकदम रोडावली. स्लीपरचे डबे तर रिकामे धावू लागले आणि त्यामुळे त्यांची संख्या कमी करण्यात आली.

पहिली घटना घडल्यानंतर बरोबर तेराव्या दिवशी मात्र महाराष्ट्र एक्स्प्रेसला जोडलेल्या दोन स्लीपर्सपैकी एका डब्यात १५-२० प्रवासी दिसले. त्यातले ५-६ जण कोल्हापूरपासून आलेले होते तर इतर सगळे पुण्याला चढले होते. दौंड येईपर्यंत सगळे जागेच होते. दौंडला काही जण खाली उतरून चहापाणी करून परत आले.

ठरलेल्या वेळी गाडीनं दौंड स्टेशन सोडलं. स्टेशनच्या बाहेर पडल्यावर गाडीचा वेग हळूहळू वाढू लागला आणि त्याचवेळी एकानं धावत येऊन स्लीपरच्या डब्याच्या फूटबोर्डवर उडी घेतली. दरवाज्याबाहेर काही वेळ तो लटकून उभा राहिला आणि मग खटपट करून त्यानं तो उघडला आणि तो आत शिरला.

तो आत शिरला त्याच क्षणी त्याचं भवितव्य निश्चित ठरलं. कारण स्लीपरच्या डब्यात असलेला प्रत्येकजण पोलीस खात्यातला, मुद्दाम निवडलेला अधिकारी होता. साध्या पोषाखात स्लीपरमधून प्रवास करणं हीच त्यांची त्या दिवशीची 'ड्यूटी' होती.

धावत येऊन डब्यात शिरलेला प्रवासी थोडा वेळ दारातच उभा राहिला. मग हळूहळू आत आला. त्याचं सामान म्हणजे खांद्याला लटकवलेली हँण्डबॅगेसारखी पिशवी एवढंच होतं. इकडेतिकडे बघून त्यानं एका रिकाम्या बाकावर पिशवी ठेवली आणि तो तिथेच बसला. त्याच्याखेरीज डब्यात एकूण अठरा 'प्रवासी' आणि एक 'टी.सी.' असे एकोणीस जण होते. तो कोणत्या बाकावर बसलेला आहे ते बघून 'टी.सी' झालेल्या इन्स्पेक्टर कदमांनी डोळे मिटले. इतरांनीही भराभरा अंथरुणं पसरली. पाचदहा मिनिटात सर्वजण झोपी गेले. नवीन आलेला प्रवासीही पिशवी उशाला घेऊन आडवा झाला.

असा जवळजवळ अर्धा तास गेला. डब्यात सगळं चिडिचूप होतं. एकदोन ठिकाणाहून घोरण्याचे आवाजही ऐकू येत होते. अर्ध मिटल्या डोळ्यांनी डब्यावर नजर ठेवून इ. कदम बसले होते. नवीन आलेला प्रवासीही झोपलेला होता. कदाचित तो खरंच एखादा प्रवासी असेल, असा विचार कदमांच्या मनात येतो

आहे तोच तो प्रवासी बाकावरून उठला. त्यानं आपली पिशवी उचलली आणि तो सरळ टॉयलेटकडे गेला.

कदम जरा सावरून बसले. बाकाबाकांवर झोपलेले त्यांचे सहकारी खरंच झोपी तर गेले नव्हते नां? क्षणभर ते काळजीग्रस्त झाले. त्या सर्वांची जबाबदारी त्यांच्यावर होती.

टॉयलेटमध्ये गेलेला प्रवासी बाहेर आला. हळूहळू स्वत:च्या जागेकडे जाऊ लागला पण जाताजाता वाटेत थबकला. त्यानं आसपास शोधक नजरेनं पाहिलं आणि हातातली पिशवी खाली ठेवून तो बाकाजवळ खाली वाकला.

कदमांनी निरखून पाहिलं. पिशवीतून त्यानं काहीतरी बाहेर काढलं होतं. तो ज्या बाकाजवळ वाकला होता तो अठरा नंबरचा बाक होता आणि त्याच्यावर झोपलेल्या उंच सब् इन्स्पेक्टर शेवडेचे पाय बाकाबाहेर आले होते.

कोणत्याही क्षणी झडप घालण्याच्या तयारीनं कदम त्या प्रवाशाची पुढची हालचाल बघत बसून राहिले.

शेवडे जागाच होता. टॉयलेटकडे जाताना त्यानं त्या प्रवाशाला पाहिलं होतं. परत येऊन तो आपल्या बाकाजवळ वाकल्याचं त्यानं टिपलं होतं. तो पुढे काय करणार आहे याचा अंदाज घेत कोणत्याही क्षणी त्याच्यावर उडी मारण्याच्या तयारीत शेवडे पडून होता. वाकलेला प्रवासी सरळ उभा झालेला त्यानं पाहिला आणि पुढच्याच क्षणी त्याच्या उजव्या तळपायात काहीतरी सर्रकन घुसल्याचं त्याला जाणवलं. तो उठून बसण्याचा प्रयत्न करत असतानाच सगळं रक्त पायाकडे खेचलं जातं आहे, डोक्याला मुंग्या येताहेत, हातपाय शिथिल पडताहेत, शरीरातली चेतनाच जणू कोणी ओढून काढतं आहे असं त्याला वाटलं. त्यानं ओरडण्याचा प्रयत्न केला, पण तोंडून शब्द फुटला नाही. आपण मृत्युमुखी पडणार अशी भयानक जाणीव त्याला होत असतानाच इन्स्पेक्टर कदमांनी त्या प्रवाशावर झडप घातलेली त्याला दिसली आणि पुढच्याच क्षणी त्याची शुद्ध हरपली.

इन्स्पेक्टर कदमांनी त्या प्रवाशावर झडप घालून त्याला धरणं हा जणू परवलीचा शब्द होता. झोपले आहेतसं वाटणारे सर्वजण भराभरा उठून आले. इतक्या लोकांविरुद्ध त्या एकट्याचा निभाव लागणं शक्यच नव्हतं. सर्वांनी मिळून त्याला पकडण्याचं काम चालू असतानाच कदमांनी शेवडेच्या तळपायाला चिकटलीशी वाटणारी गोल चकती ओढून काढली. भराभरा डब्यातले सगळे दिवे लावण्यात आले, बेशुद्ध पडलेल्या शेवडेवर प्रथमोपचार करण्याच्या सूचना देऊन कदम त्या प्रवाशाकडे वळले.

मध्यम उंचीच्या त्या माणसानं अंगावर जाड कापडाचा कोट घातला होता. डोक्याला संपूर्ण टक्कल होतं. डोळे भकास होते आणि चेहरा पांढराफटक होता.

शेवडेच्या पायाला लावलेल्या चकतीला एक बारीक नळी होती आणि ती त्या प्रवाशाच्या पिशवीत गेलेली होती. पिशवीत एक चौकोनी पेटी होती आणि त्या पेटीला ती नळी जोडलेली होती.

खास पोलिसी पद्धतीनं कदमांनी त्याची चौकशी सुरू केल्यावर तो घडाघडा बोलू लागला.

शेवडेच्या पायाला लावलेली चकती म्हणजे त्याचा द्रवशोषक होता. त्याचा वापर करून त्यानंच स्लीपरमधल्या लोकांचं रक्त काढून घेतलं होतं. स्लीपरच्या डब्यात एकदम बरीच माणसं झोपलेल्या म्हणजेच बेसावध अवस्थेत सापडत असल्याने तो स्लीपरमध्ये आपलं कार्य उरकत असे. शिवाय त्याला पुरेसं रक्त मिळालं की तो गाडीतून उतरून निघून जात असे.

"पण हे असं रक्तशोषण करून तुला काय मिळणार आहे?" कदमांनी विचारलं.

".... मला जीवन मिळणार आहे. माझ्या सहकाऱ्यांना जीवन मिळणार आहे."

"दुसऱ्याचं रक्त शोषून? तुम्ही काय ड्रॅक्युला वगैरे आहात की काय?"

"ड्रॅक्युला कोण ते मला माहीत नाही. पण आमचं रक्त इथल्या वातावरणाशी जुळत नाही म्हणून आम्हाला आमचं रक्त बदलून घ्यावं लागतं."

"इथलं वातावरण... तुमचं रक्त... वातावरणाशी जुळत नाही म्हणजे काय? मी तर असं कधीच काही ऐकलेलं नाही. इथे जन्मणाऱ्या प्रत्येक जिवाचं रक्त इथल्या वातावरणाशी जुळत असतंच."

"जुळत असेल पण आम्ही इथे, या ग्रहावर जन्मलेले नाही आहोत. त्यामुळे आमचं रक्त इथल्या वातावरणात तग धरू शकत नाही."

"या ग्रहावर जन्मलेले नाही... म्हणजे..."

"आमचं जन्मस्थान असलेला ग्रह इथून सत्तावन्न प्रकाशवर्ष दूर आहे. तिथलं वातावरण थोडं वेगळं आहे."

"म्हणजे तुम्ही..." इन्स्पेक्टर कदम गोंधळल्यासारखे होऊन काही क्षण गप्प बसले आणि मग एकदम संतापून म्हणाले. "हाणा रे साल्याला. फेका मारतोय स्साला. काहीही बडबडतोय."

दोघं-तिघं जण तत्परतेनं पुढे सरसावले पण त्यांना हातानं अडवत तो प्रवासी म्हणाला.

"थांबा थांबा, माझं म्हणणं तर ऐकून घ्या. मी तुमच्यासारखा नाही हे तुम्हाला प्रत्यक्ष डोळ्यांनी दिसेल."

असं म्हणून त्यानं अंगावरचा कोट, शर्ट आणि आतला गंजिफ्रॉकही काढला. त्यानं कपडे काढले आणि सगळे त्याच्याकडे बघतच राहिले!

त्याच्या अंगावर मांसल भाग जवळजवळ नव्हताच. त्वचेखालच्या बरगड्या उठून दिसत होत्या आणि पाच पाच बरगड्यांचे असे तीन टप्पे स्पष्ट दिसत होते. सगळ्या अंगावर रक्तवाहिन्यांचं जाळं पसरलेलंही स्पष्ट दिसत होतं आणि रक्तवाहिन्यांचा रंग हिरवा होता! काळपट हिरवा!

सुन्न होऊन सगळे बघत राहिलेले पाहून तो पुढे बोलू लागला. कित्येक हजार वर्षांपूर्वी म्हणजे सुमारे पन्नास हजार वर्षांपूर्वी आमची चार अंतराळयानं इथे उतरली होती. परत जाताना त्यांनी इथली काही मानवी बाळं बरोबर नेली होती. त्या मुलांच्या सुदैवानं अंतराळप्रवासाच्या सर्व धोक्यांमधून ती बचावली; वाढली. त्यांचा वंश चांगला फोफावला. मी त्यांच्या वंशातलाच आहे. आता आमच्या ग्रहावर लोकवस्ती इतकी वाढली आहे की स्थलांतर करणं, निदान काही लोकांनी तरी, आवश्यक झालं आहे. त्यासाठी आमच्या मूळच्या घराइतकी चांगली जागा दुसरी कोणती असू शकेल? स्थलांतराच्या दृष्टीनं पाहणी करण्यासाठी आमची टीम इथे आली आहे; पण इथल्या हवेत आमचं शरीर नीट काम करत नाही, घुसमटायला होतं. आम्ही इथून गेल्यानंतर पन्नास हजार वर्षात आमच्या रक्ताच्या रासायनिक संचरनेत हळूहळू फरक पडत गेलेला आहे. त्यामुळे मानववंशाचे असूनसुद्धा आम्हाला इथे जगणं कठीण होतं आहे. अंगातलं रक्त बदललं की काही दिवस बरं चालतं.''

''पण त्यासाठी इतकी माणसं मारायची? ब्लड बँकेतून रक्त का नाही घेतलंत तुम्ही?''

''इथे रक्ताचे साठे कुठेतरी असतील हे आम्हाला कळलं होतं. थोडी चौकशी केल्यावर ब्लड बँकेतून रक्त मिळेल हे आम्हाला कळलं होतं; पण त्यासाठी एखाद्या डॉक्टरची चिठ्ठी लागते आणि डॉक्टरकडे जाणं आम्हाला कसं शक्य आहे?''

त्याच्या अंगावरच्या रक्तवाहिन्यांच्या जाळ्याकडे बघत सगळे गप्प बसले. मग न राहवून एकजण म्हणाला,

''सर, हा भलताच डांबिस आहे. इतकं चांगलं मराठी बोलतोय आणि म्हणतोय परग्रहावरचा आहे म्हणून.''

तो हसला आणि म्हणाला, ''तुमच्या संगणकात जशी भाषा भरण्याची व्यवस्था असते तशी आमच्या मेंदूतही आहे. त्यामुळे भाषा ही आम्हाला कधीच अडचण ठरत नाही.''

''पण मी आता तुमच्या वाटेतला अडसर ठरणार आहे.'' कदम जरबेनं म्हणाले, ''तू परग्रहावरचा असं किंवा कोणीही अस. तुझी आणि तुझ्या गँगची पाळंमुळं मी आता खणून काढणार आहे. सरळ, बऱ्या बोलानं तुझ्या गँगला माझ्या स्वाधीन केलंस तर तुझा आम्ही सहानुभूतीनं विचार करू. बोल, कुठे आहे तुमचा अड्डा?''

कदमांच्या प्रश्नाला त्याने काहीच उत्तर दिलं नाही. तेव्हा ते म्हणाले, ''धरा रे ***** ला आणि चांगला दणका दाखवा त्याला. नगर येण्याच्या आत धडाधडा उत्तर दिली पाहिजेत पोपटासारखी.''

''हां, हां, थांबा, हात लावू नका माझ्या अंगाला.'' तो ओरडला. ''पन्नास हजार वर्षांच्या काळात आमच्या शरीरानं एक संरक्षण यंत्रणाही निर्माण केली आहे. माझ्या अंगावर टचटचीतपणे उठून दिसणाऱ्या रक्तवाहिन्या म्हणजे आमच्या जातीच्या संरक्षणाच्या फळ्या आहेत. तुम्ही माझ्यावर हल्ला केलात तर दाबानं त्या फुटतील. मी तर मरेनच. पण त्यातला द्राव तुमच्या अंगावर पसरून तुमचाही जीव गमावेल.''

तो म्हणत होता तसं खरंच होईल का? सर्वांच्या मनात एकच प्रश्न उभा राहिला. तो सर्वांपेक्षा वेगळा दिसत तरी होता. कदमांसकट सर्व जण गप्प झालेले पाहून तो हळूहळू दाराच्या दिशेने सरकू लागला, तशी न राहवून एका तरुण फौजदारनं त्याच्या अंगावर झेप घेतली आणि त्याला खाली पाडून, तो त्याच्या छातीवर बसून बुक्के मारू लागला.

काय होत आहे हे कळायच्या आत त्या माणसाच्या अंगातून हिरवट, किरमिजी रंगाच्या चिळकांड्या उडाल्या. त्याच्या छातीवर स्वार झालेल्या फौजदाराच्या अंगावर तो द्रव सांडताच अंग भाजल्याप्रमाणे तो तडफडू लागला. प्रवाशाचीही तडफड होत होती. त्याच्या अंगातून वाहणारा तो द्रव काही वेळानं कमी झाला, पण तोपर्यंत त्याच्या छातीवरचा फौजदार खाली कोसळला होता आणि तो स्वत:ही निपचित निष्प्राण पडला होता.

काही क्षणाच्या आत घडलेल्या या प्रकारानं सगळे हबकून गप्प बसले होते. इन्स्पेक्टर कदम सुन्न होऊन समोरच्या दृश्याकडे बघत राहिले होते. समोरच्या बाकावर सबइन्स्पेक्टर शेवडे अजूनही बेशुद्धावस्थेत होता आणि कदमांच्या मनात एक भयंकर विचार नागासारखा फणा काढत होता. 'तो' म्हणाला तशी त्यांची टीम इथे आलेली असली तर रक्तशोषण पुढेही चालू राहील का? आगगाड्यांच्या स्लीपर्समध्ये की आणखी कुठे?

डब्यात घडलेल्या जीवघेण्या प्रसंगाची कल्पना नसलेली महाराष्ट्र एक्स्प्रेस नगरच्या दिशेने धावत होती.

(मानिनी - दिवाळी १९८५)

◆

दास यंत्रसजीवाचा

पराग अमिताशेजारी कोचावर बसला होता आणि समोरच्या उघड्या दाराकडे बघत विचारात बुडाला होता. घडून गेलेली घटना म्हणजे भास तर नव्हे ना, असं त्याला स्वत:लाही वाटत होतं. मग इतरांचा त्यावर कसा विश्वास बसला असता?

काल मध्यरात्री एकच्या सुमारास मोठा आवाज होऊन अमिता आणि पराग जागे झाले होते आणि काय झालं ते बघण्यासाठी बाहेर आले होते. मनोहरही उठून आला होता आणि ते तिघंजण बघत असतानाच ज्वारीच्या रानात आगीच्या ज्वाळा दिसू लागल्या होत्या!

म्हणजे ज्वारीच्या रानात काहीतरी- एखादं विमान किंवा हेलिकॉप्टर कोसळलं असावं.

धावतपळत तिघंजण त्या अपघाताच्या ठिकाणी पोहोचले होते.

विमानाचे अपघातानं तुकडे झाले असावेत कारण विखरून पडलेले अनेक भाग पेटून जळत होते; आणि त्यातच एके ठिकाणी काहीतरी धडपड चालू असल्याचं त्यांना दिसलं होतं.

पराग आणि मनोहरनं त्या ठिकाणी धाव घेतली होती आणि त्या धडपडणाऱ्या व्यक्तीला बाहेर काढलं होतं. त्याच्या अंगावरचे कपडे बरेच जळलेले होते आणि चेहरा, हात, पाय हेही बऱ्याच प्रमाणात भाजलेले दिसत होते.

"आणखी कोणी होतं का तुझ्याबरोबर?" परागनं विचारलं होतं.

त्या माणसानं काहीच उत्तर दिलं नव्हतं. अपघाताच्या धक्यातून तो बाहेर आला नव्हता हे स्पष्ट दिसत होतं.

परागनं परत विचारलं होतं,

"किती लोक होतात तुम्ही विमानात?"

तरीही त्यानं काही उत्तर दिलं नव्हतं. तेव्हा मनोहर म्हणाला होता,

"त्याला जबरदस्त शॉक बसला आहे. आपणच बघू या आणखी कोणी आहे का ते! अमिता याच्याजवळ थांबेल."

"तू म्हणतोस ते बरोबर आहे. चल, आपल्याला कोणी सापडतं का ते बघू या."

पराग म्हणाला आणि ते दोघं आगीकडे वळले होते. तेवढ्यात तो माणूस उठला होता आणि काय होतं आहे हे कळायच्या आतच तीरासारखा धावत आगीकडे धावला होता.

"अरे, अरे..." असं म्हणत मनोहर आणि पराग त्याच्या मागे आगीत घुसले होते. श्वास रोखून अमिता समोरच्या आगीकडे पाहत राहिली होती. तिला काही कळण्यापूर्वीच तिघंही आगीत दिसेनासे झाले होते.

हळूहळू भीतीनं तिच्या मनाचा कब्जा घेतला होता. समोरच्या आगीतून पराग आणि मनोहर सुखरूप बाहेर येणार आहेत ना, की...

पण तेवढ्यात ते तिघंही बाहेर पडताना दिसू लागले. तिघं एकत्र होते आणि तिघं मिळून काहीतरी ओढत आणत होते.

ते आगीतून बाहेर पडले आणि अमिताला दिसलं की, तो एक मोठा, काळा, कुत्र्यासारखा प्राणी होता. त्या प्राण्याला आगीपासून जरा दूर, अमिता उभी होती तिथपर्यंत ओढत आणल्यावर परागनं सुस्कारा सोडला होता आणि तो मट्‌कन खाली बसला होता.

"पराग... पराग... काय झालं? काय होतं आहे?" असं अमिता म्हणत असतानाच अपघातातून वाचलेला तो माणूस धाडकन्‌ खाली कोसळला होता.

तो बेशुद्ध पडला होता!

पराग घाईघाईनं उठला होता आणि मग त्या तिघांनी मिळून कसंबसं त्या माणसाला आणि त्या कुत्र्यासारख्या दिसणाऱ्या अवजड प्राण्याला घरी नेलं होतं.

थोड्या प्रयत्नांनी तो माणूस शुद्धीवर आला होता. त्याच्यावर प्रथमोपचार करून आणि स्वत:चे कपडे त्याला घालायला देऊन परागनं त्याला विचारलं होतं.

"तुला पोटात, छातीत वगैरे कुठे काही दुखत नाही ना?"

त्यानं नुसतंच परागकडे बघितलं होतं. तो अजूनही अपघाताच्या धक्क्यातून सावरला नव्हता.

"तुला काही होत असलं तर सांग, म्हणजे आपण लगेच त्याच्यावर उपाय करू." पराग परत म्हणाला होता.

खरं म्हणजे उपाय काय करणार हा प्रश्नच होता. कारण त्याचं शेत आणि घर गरदवाडीपासून ९-१० कि. मी. अंतरावर होतं. गरदवाडीत कोणीही डॉक्टर नव्हता. एक अनुभवी कम्पाऊंडर तेवढा होता आणि अमरावतीला जायचं म्हटलं

तर निदान ७५-८० कि. मी. प्रवास करावा लागला असता, तोही सगळा कच्च्या उखडलेल्या रस्त्यावरून जीपमधून. त्यामुळे काही विशेष वैद्यकीय मदत तातडीनं मिळणं ही अशक्यप्राय गोष्ट होती.

अर्थात हे सगळं त्या माणसाला सांगणं शक्यच नव्हतं.

पण परागच्या बोलण्यावर काही उत्तर देण्याऐवजी तो माणूस उठला होता आणि व्हरांड्यात ठेवलेल्या त्याच्या त्या चमत्कारिक कुत्र्याजवळ गेला होता.

तो कुत्रा भाजलेला होता. त्याचे केस ठिकठिकाणी जळलेले होते. अनेक ठिकाणी भाजलेल्या जखमा खोलवर गेलेल्या दिसत होत्या आणि त्यातून रक्त आणि पाणी स्त्रवत होतं. तो बेशुद्ध होताच.

त्या माणसानं कुत्र्याला थापट्या मारून, त्याच्या तोंडावर पाणी मारून त्याला शुद्धीवर आणण्याचा खटाटोप सुरू केला. त्याचा काही उपयोग होत नाही हे लक्षात आल्यावर तो कुत्र्याला जोरजोरानं हलवू लागला आणि हाका मारू लागला,

"ऊठ, ऊठ... ऊठ चामीडन ऊठ... मी काय करू?"

अमिता चकित होऊन ऐकू लागली. चामीडन हे कुठल्या प्रकारचं नाव होतं?

"ऊठ, ऊठ रे... अरे मी आता काय करू?

बोलता-बोलता तो माणूस रडकुंडीला आलेला अमिताला जाणवलं आणि ती म्हणाली,

"पराग, गरदवाडीला जाऊन तू जोशी कंपाऊंडरना घेऊन येतोस का? डॉक्टर नाही तर नाही. निदान जोशी आले तर..."

"डॉक्टर? कोण डॉक्टर?" ताडकन उठून उभा राहत माणूस आळीपाळीनं त्या तिघांकडे बघत म्हणाला,

"डॉक्टर नाही, पण गरदवाडीला एक कंपाऊंडर आहे. अमरावतीच्या एका मोठ्या डॉक्टरांच्या हाताखाली त्यानं पुष्कळ वर्ष काम केलं आहे. तो..."

"डॉक्टर किंवा कंपाऊंडरला बोलावण्याची काही गरज नाहीये." परागचं वाक्य मध्येच तोडत तो म्हणाला.

"पण तुझ्या जखमा एखाद्या डॉक्टरनं किंवा निदान एखाद्या कंपाऊंडरनं बघितलेल्या बरं नाही का? तसंच या कुत्र्यालाही औषधपाणी करायला पाहिजे." मनोहर म्हणाला.

"मला फारसं काही झालेलं नाही आणि या चामीडनला मीच औषधपाणी करू शकेन."

"त्यापेक्षा एखाद्या गुरांच्या डॉक्टरला आपण..."

"मी डॉक्टरच आहे आणि चामीडनला काय उपचार करायचे ते मला माहीत आहे." तो ठामपणे म्हणाला.

त्याबरोबर सगळे एकदम गप्प झाले. मग मनोहर म्हणाला,

"निदान अपघाताचा रिपोर्ट तरी करायला हवा पोलिसात."

"नाही. नाही.. आमच्या अपघाताची बातमी कोणालाही कळता कामा नये."

"कळता कामा नये? ते का?" न राहवून अमितानं चट्कन विचारलं, "तुमच्या विमानाला अपघात झाला यात लपवण्यासारखं काय आहे."

"या प्रदेशात चोरून टेहळणीसाठी तर आला नव्हतात ना तुम्ही?" परागनं विचारलं."

"चोरून टेहळणीसाठी?... नाही, नाही. तसं काही नाही आहे. आम्ही एका महत्त्वाच्या कामगिरीवर आलो होतो, पण ती कामगिरी गुप्त ठेवायची होती."

"आम्ही? आम्ही म्हणजे कोण?"

"आम्ही म्हणजे... मी तुम्हाला थोडक्यात सांगतो, पण मी सांगतो ते बाहेर फुटणार नाही असं आश्वासन तुम्ही मला देणार का?"

"बाहेर फुटणार नाही असं आश्वासन? ते का?"

काय बोलावं ते न कळून सगळे जरा गप्प बसले. मग पराग म्हणाला,

"आवश्यक असलं तर आम्ही नक्कीच गुप्तता पाळू आणि नाहीतरी इथे फारसं कोणी येत-जात नाही. त्यामुळे अपघाताची बातमी आम्ही किंवा आमच्या नोकर माणसांनी सांगितल्याखेरीज कोणालाही कळणार नाही."

तरीही तो माणूस थोडा घुटमळला होता. पण मग शेवटी त्यानं त्याची हकिकत सांगितली होती. हकिकत थोडक्यात अशी होती-

तो एक अंतरिक्ष-शास्त्रज्ञ होता. त्याचं नाव विश्वास होतं. काही अतिशय गुप्त असे प्रयोग करण्यासाठी तो आणि त्याचा चामीडन असे दोघं अंतराळयानातून चार दिवसांपूर्वी अवकाशात गेले होते. खरं म्हणजे आणखी १५-२० दिवसांचा त्यांचा अंतरिक्षातला चाचण्यांचा कार्यक्रम होता; पण कुठेतरी गणित चुकलं होतं. त्यांचं यान नियंत्रणाबाहेर गेलं होतं आणि दुरुस्तीचा प्रयत्न चालू असताना पृथ्वीवर येऊन आदळलं होतं.

सगळा कार्यक्रम गुप्त ठेवायचा असल्यामुळे कुठल्याही स्थानिक यंत्रणेला- म्हणजे पोलिसांना किंवा अगदी लष्करालासुद्धा काही कळू द्यायचं नव्हतं.

"म्हणजे पडलं ते विमान नव्हतं तर! अंतराळयान होतं!"

मनोहर उद्गारला.

"अंतराळयान! आणि गुप्त प्रयोग! माझा तर विश्वासच बसत नाहीये की, आपल्या शेतात एक अंतरिक्षयान येऊन पडलं आहे म्हणून! सगळं कसं विलक्षण वाटतंय!" अमिता म्हणाली.

"यानामध्ये तुझ्याबरोबर आणखी कोणी नव्हतं का?" परागनं विचारलं.

“नाही. आम्ही दोघंच होतो.”

“दोघं म्हणजे तू आणि... हा कुत्रा?”

“कुत्रा? कोण कुत्रा? हा... हा कुत्रा नाही.”

“पण मग तो कुठला प्राणी आहे? पुष्कळसा कुत्र्यासारखा दिसतो आहे म्हणून मी त्याला कुत्रा म्हटलं पण...

“तो... तो आमच्या प्रयोगातला फार महत्त्वाचा घटक आहे.”

“तो बेशुद्धच आहे मघापासून. त्याला काहीतरी औषध, इंजेक्शन...”

“सांगितलं ना, मी डॉक्टर आहे म्हणून. त्याला काय औषध द्यायचं ते मीच देईन आणि औषधं सगळी आमच्याबरोबर यानात होती, ती शोधून तेवढी आणायला हवीत.”

“पण आता ती औषधं शिल्लक राहिली असतील का, की आगीत जळून गेली असतील?”

“नाही, नाही. तसं झालेलं नसेल. औषधांची पेटी फार भक्कम बनवलेली आहे.”

“पण अपघातात सगळ्या यानाचेच तुकडे झाले आहेत, तशीच पेटीही मोडून पडली असली तर?” पराग म्हणाला.

“छे! छे!, असं होता कामा नये. असं... नाही... असं होणार नाही...” स्वत:चीच समजूत काढल्यासारखा विश्वास म्हणाला आणि पायातले त्राण गेल्याप्रमाणे खाली बसला.

“आणि तसं झालं असलं तरी घाबरायचं काही कारण नाही.” मनोहर म्हणाला; “काय औषधं लागतील त्यांची यादी जर तू आम्हाला दिलीस तर अमरावतीला जाऊन मी ती औषधं घेऊन येईन.”

“सांगितलं ना, मला तुमचा डॉक्टर, औषधं वगैरे काही नको म्हणून!” विश्वास एकदम ओरडला.

त्याचं असं ओरडणं इतकं अनपेक्षित होतं की सगळेच गप्प झाले. मग अमिता हळूच म्हणाली,

“मी आता सर्वांसाठी कॉफी करते. कॉफीनं जरा बरं वाटेल.”

थोड्याच वेळात तिनं कॉफी करून आणली. ती घेतल्यावर बळेबळेच परागनं आणि मनोहरनं मिळून विश्वासला गेस्ट रूममध्ये झोपायला लावलं. झोपण्यापूर्वी विश्वासनं स्वत:च्या पलंगावरची चादर चामीडनच्या अंगावर नेऊन घातली आणि मगच तो आडवा झाला.

झालेल्या श्रमांनी आणि जागरणानं घरातल्या सर्वांना लगेचच झोप लागली.

दुसऱ्या दिवशी सकाळी पराग जागा झाला तेव्हा बराच उशीर झालेला होता.

अमिता आधीच उठून कामाला लागलेली असावी, कारण ती शेजारी दिसत नव्हती. पराग उठला. नेहमीप्रमाणे तोंड धुवून स्वयंपाकघरात जाण्याऐवजी तो गेस्टरूमकडे गेला.

खोलीचं दार बंद होतं. दार उघडून तो आत गेला आणि बघतच राहिला.

पलंगावर विश्वास नव्हता, तर बेशुद्ध चामीडन होता आणि विश्वास मात्र कुठेही दिसत नव्हता.

त्यानं मनोहरला हाक मारली आणि दोघांनी मिळून सगळं घर शोधलं, पण विश्वास कुठेही दिसला नाही. तो कुठे गेला असेल याचा विचार करत असतानाच तो ज्वारीच्या रानाकडून येताना अमिताला खिडकीतून दिसला.

"तो पाहा, विश्वास येतोय." ती म्हणाली.

पराग आणि मनोहर दोघंही खिडकीशी गेले.

विश्वास भराभर येत होता. त्याच्या दोन्ही हातांमध्ये सामान होतं आणि तो स्वत:च्याच तंद्रीत चालत होता. आजूबाजूला त्याचं अजिबात लक्ष नव्हतं.

तो घराशी पोहोचला आणि तडक गेस्टरूममध्ये गेला. खोलीचा दरवाजा उघडून लावल्याचा आवाज झाला. तसा मनोहर म्हणाला,

"औषधं शोधून आणलेली दिसताहेत त्यानं अमिता, एक कपभर चहा दे करून. मी त्याला नेऊन देतो. जरा बरं वाटेल त्याला."

अमितानं सगळ्यांसाठीच चहाचं आधण ठेवलं, कारण अजून कुणाचाच चहा झाला नव्हता.

चहा झाल्यावर ट्रेमध्ये चहा आणि बिस्कीटं घेऊन मनोहर आणि पराग दोघंही गेस्टरूमशी गेले. परागनं दरवाजा ढकलला, पण तो उघडला नाही.

त्याला आतून कडी लावलेली होती!

"विश्वास, विश्वास, दार उघड. चहा आणायला तुझ्यासाठी." त्यानं हाक मारली.

जरा वेळानं दरवाजा उघडला.

दरवाजा उघडला, पण दरवाजात विश्वास दरवाजा अडवल्यासारखा उभा होता. अनोळखी नजरेनं दोघांकडे बघत त्यानं विचारलं,

"काय पाहिजे? मला कशाला हाक मारली?"

हा एवढ्यात आपल्याला विसरला की काय? याच्या डोक्यावर तर परिणाम झालेला नाही ना? असा विचार मनात येत असतानाच परागनं सांगितलं,

"चहा आणलाय तुझ्यासाठी."

विश्वासनं नजर खाली करून बघितलं. मग मनोहरच्या हातातला ट्रे जवळजवळ हिसकावून घेत तो पुटपुटला,

"चहा. चहा आणलाय. ठीक आहे."

आणि कोणाच्या लक्षात येण्यापूर्वीच त्यानं ट्रे जमिनीवर ठेवून धाडकन् दरवाजा लावून घेतला!

पराग आणि मनोहर आश्चर्यानं बघतच राहिले.

विश्वासचं वागणं फारच चमत्कारिक आणि कृतघ्नपणानं होतं. पण असतो एकेकाचा स्वभाव, शिवाय अपघातामुळे त्याला जबरदस्त मानसिक धक्का बसला आहे, अशी स्वत:च्या मनाची समजूत काढत ते रोजच्या उद्योगाला लागले.

उन्हाळा असल्यामुळे शेतात काम असं काहीच नव्हतं. शंकर आणि महेश हे दोघं तेवढे कायमचे नोकर त्यांच्याकडे होते. बाकी सगळे जरुरीप्रमाणे तात्पुरते नेमलेले असत.

थोड्या वेळानं शंकर आणि महेश कामावर आले. शेतातल्या विहिरीवरचा पंप बिघडला होता. तो दुरुस्त करायचा होता. घराशेजारी हत्यारं, अवजारं ठेवण्याची खोली होती, ती साफ करून तिच्या छपराची डागडुगी करायची होती. ही दोन तेवढी तातडीनं करण्याची कामं होती. बाकी फारसं काही काम नव्हतं.

मनोहरनं शंकरला बरोबर घेतलं आणि ते विहिरीकडे गेला. परागनं महेशला हत्यारांच्या खोलीची कायकाय दुरुस्ती करायला हवी आहे हे सांगितलं आणि तो मागच्या दारी असलेल्या डेरेदार बकुळीच्या पारावर जाऊन बसला. महेशनं गावातून येताना बरोबर आणलेलं ताजं वर्तमानपत्र त्यानं उघडलं आणि अमिताला हाक मारली.

"अमिता, ए अमिता..."

"हो... मला माहीत आहे. मी आधीच आधण ठेवलंय चहाचं." अमिता आतूनच उत्तरली.

"वा, वा... हे तू फार छान केलंस." खूश होऊन पराग म्हणाला आणि त्यानं हेडलाईन्स वाचायला सुरुवात केली.

त्यानं जेमतेम पहिल्या पानावर नजर फिरवली असेल नसेल, तेवढ्यात त्याला विश्वास दिसला.

तो ज्वारीच्या रानाकडे चालला होता.

'म्हणजे तो अजूनही औषधांची पेटी शोधत होता का? पण मग तो मघाशी काय घेऊन आला? अपघातामुळे पेटी फुटून आतलं सामान विखरून तर पडलेलं नाही ना? तसं असण्याची शक्यता खूप आहे. आणि तसं असलं तर त्याच्या शोधात आपण त्याला मदत करायला हवी.'

हातातलं वर्तमानपत्र ठेवून पराग उठला आणि चहाचं विसरून विश्वासच्या पाठोपाठ जाऊ लागला. त्यानं दुरूनच विश्वासला हाक मारली,

“विश्वास, विश्वास.”

विश्वास थांबला आणि वळून परागकडे बघत उभा राहिला.

“थांब, मी पण येतो तुझ्याबरोबर. आपण दोघं मिळून शोधू या तुला हवी असणारी औषधं. शिवाय सगळीकडे विखरून पडलेलं, अर्धवट जळलेलं सामानही एकत्र करायला हवं, नाही का?”

“मला कोणाच्या मदतीची गरज नाही.”

परागकडे रोखून बघत विश्वास म्हणाला.

“अरे पण, दोघांनी मिळून जर शोधलं...”

“सांगितलं ना की, मला कोणाची मदत नको आहे म्हणून. उगाच माझ्या मागे लागू नकोस. घरी परत जा.”

विश्वास रागीट स्वरात म्हणाला.

त्याचा रागावलेला सूर ऐकून परागलाही राग आला, पण तो गिळून तो परत म्हणाला,

“तू एकटा किती काम करणार? अपघातानं विखुरलेलं, इकडे-तिकडे पडलेलं सामानही...”

“तू मुकाट्यानं जा आणि माझ्या कामात अडथळा आणू नकोस, परिणाम बरा होणार नाही.” धमकावणीच्या सुरात विश्वास म्हणाला.

पराग चकितच झाला. अडथळा? अडथळा कोण आणणार होतं? आणि परिणाम बरा होणार नाही म्हणजे काय?

तेवढ्यात त्याच्याकडे पाठ करून विश्वास चालू लागला आणि पराग तिथेच थबकून बघत उभा राहिला.

अपघाताच्या जागी पोहोचल्यावर विश्वास शोधून-शोधून एक-एक वस्तू गोळा करू लागला आणि दुरून त्याच्याकडे बघताना परागच्या मनात एक-एक शंका येऊ लागली- हा विश्वास इतका रागीटपणे, उद्धटपणे का वागतो आहे? आपण त्याला काही प्रश्न विचारू नयेत म्हणून तर नव्हे? त्याला आपल्यापासून काय लपवायचं आहे? त्यानं आपल्याला सांगितलेली गुप्त प्रयोगाची हकिकत खरी आहे का? तो खरंच अंतरिक्ष-शास्त्रज्ञ आहे की एखादा परदेशी हेर आहे? त्याच्याबरोबरचा तो चमत्कारिक कुत्रा; कुत्रा कसला, काहीतरी चमत्कारिक प्राणी आहे तो. थोडा कुत्र्यासारखा दिसतो एवढंच. अपघाताची हकिकत कोणालाही कळवायची नाही असं त्यानं म्हटलं आणि आपण ते ऐकलं. हे बरोबर आहे का? आपल्या शेतात एक अंतरिक्ष-यान येऊन पडलं-निदान तसं तो आपल्याला सांगतो आहे आणि आपण ते दडवून ठेवतो आहोत!- परागच्या मनात विचाराचं, शंकांचं मोहोळ उठलं.

विश्वासकडे बघत तो तिथेच बांधावर बसला. विहिरीवरच्या नादुरुस्त पंपाची मोटर काढून ती घराकडे घेऊन जाणारे मनोहर आणि शंकर त्याला दुरून दिसले, तरी तो तसाच बसून राहिला. बऱ्याच वेळानं आपली शोधाशोध संपवून विश्वास घराकडे परतला. तो दिसेनासा झाल्यावर पराग उठला आणि अपघाताच्या जागी गेला.

जवळजवळ दीड-दोनशे फुटांच्या परिसरात अनेक वेगवेगळ्या वस्तू तोडून-मोडून पडलेल्या दिसत होता. काही पूर्ण जळून गेल्या असाव्यात, कारण काही ठिकाणी धुमसणारे राखेचे ढीग दिसत होते. कित्येक काळेठिक्कर पडलेले वेडेवाकडे आकार आसपास पडलेले होते; पण तरीही काही न जळलेले, लहानमोठे, चित्रविचित्र आकाराचे धातूचे असावे, तसे वाटणारे भागही मधूनमधून दिसत होते.

पराग जवळ जाऊन बघू लागला. धातूचे वाटणारे भाग पिवळसर-पांढरे होते. सकाळच्या उन्हात ते लखलखीतपणे चमकत होते. तारांचे खूपसे तुकडेही जिकडेतिकडे पडलेले दिसत होते.

हा काय धातू आहे? आपण तर असा धातू पूर्वी कधी बघितलेला नाही; पण अंतरिक्षयानात काय वापरतात, हे आपल्याला कुठे माहीत आहे? आणि हा कदाचित् एखादा मिश्रधातू असेल... मुद्दाम या प्रयोगासाठी तयार केलेला. विचार करत पराग जरा वेळ तिथेच उभा राहिला आणि मग घरी परतला.

तो घराशी पोहोचला तेव्हा अमिता त्याची वाट बघत दारातच उभी असलेली त्याला दिसली. तो जवळ येताच तिनं अधिरेपणानं त्याला विचारलं,

"पराग, हा विश्वास कोण आहे?"

"म्हणजे काय? त्यानं सांगितलं नाही का, की तो एक अंतरिक्ष-शास्त्रज्ञ आहे आणि त्याचं यान..."

"ते मला माहीत आहे. पण ते खरं आहे का?"

त्याच्याच मनातली शंका तिनं बोलून दाखवली. तेव्हा त्यानं विचारलं,

"का? असं का म्हणतेयस?"

"कारण तो फार चमत्कारिकपणे वागतोय आणि... आणि त्याच्या त्या चमत्कारिक प्राण्यावर तो काहीतरी... काहीतरी चमत्कारिक प्रयोग करतोय."

"म्हणजे?"

"तू त्याच्यामागे गेलेला मी बघितलं आणि मला काय वाटलं कुणास ठाऊक, हातातलं काम संपल्यावर मी त्याच्या खोलीचं दार उघडून आत गेले. तो चमत्कारिक चामीडन परत एकदा बघावा असं मला वाटलं असेल कदाचित्; मी खोलीत गेले आणि मला काय दिसलं माहीत आहे?"

"काय दिसलं?"

“चामीडनला पलंगावर झोपवलेला होता आणि त्याच्या डोक्याला आणि कानांना अनेक सूक्ष्म, केसांपेक्षाही बारीक अशा लखलखीत तारा जोडलेल्या होत्या. त्या तारांची दुसरी टोकं एका गोलसर अशा वस्तूला जोडलेली होती. आणि... आणि तो... तो चामीडन काहीतरी अर्धवट बडबडत होता.”

“म्हणजे त्याच्या तोंडातून आवाज येत होते? की तो भुंकत होता?”

“नाही. तो बोलत होता.” अमिता ठासून म्हणाली, “मला त्याचे शब्द कळले नाहीत, पण तो काहीतरी बोलत होता. तो काय म्हणतो आहे ते समजून घेण्याचा मी थोडा प्रयत्न केला. पण मग... हळूहळू मला त्याची भीतीच वाटायला लागली. शेवटी मी खोलीतून बाहेर आले. दाराला बाहेरून कडी घातली आणि आता काय करावं असा विचार करत उभी असतानाच विश्वास परत आला.”

“मग?”

“त्यानं मला ओळखलंच नाही. मला जवळजवळ ढकलूनच तो खोलीत शिरला आणि त्यानं आतून कडी लावून घेतली.”

पराग विचारात पडला. विश्वास चमत्कारिकपणे वागत होता, हे खरंच होतं. आणि अमिता जे काय सांगत होती, तो चामीडन बोलत होता म्हणून, ते तर फारच चमत्कारिक होतं.

तो प्राणी खरंच बोलत असेल? पण अमिता उगाच भलतंच काहीतरी कशाला सांगेल? शिवाय ती स्वभावानं काही तशी भित्री नाहीये. तेव्हा हा काय प्रकार आहे, ते शोधून काढायला हवं. पण खोलीचं दार तर आतून बंद आहे. खोलीला बाहेरच्या बाजूला खिडकी आहे. ती उघडी आहे तर...

तो आणि त्याच्यामागे अमिता असे दोघंही बाहेर पडले आणि घराला वळसा घालून गेस्टरूमच्या खिडकीशी गेले. खिडकी बंद होती; पण खिडकीच्या दोन्ही फळ्या नीट घट्ट लागत नसत. दोन्हीच्या मध्ये एक बारीकशी फट राहत असे, हे घरातल्या सर्वांनाच ठाऊक होतं. परागनं त्या फटीला डोळा लावला आणि शोधकपणे आत नजर टाकली.

आणि तो बघतच राहिला!

तो चामीडन नावाचा प्राणी उठून, चक्क दोन पाय खाली सोडून माणसासारखा पलंगावर बसला होता. त्याच्या डोक्यातून अजूनही काही तारा लोंबत होत्या. हातामध्ये- म्हणजे त्याच्या पुढच्या दोन पायांमध्ये- त्यानं काहीतरी लहान पेटी धरल्यासारखी दिसत होती. समोरच्या टेबलावर काहीतरी लहान-लहान यंत्रं ठेवलेली दिसत होती. अपघातातून वाचलेलं जे सामान विश्वासनं शोधून आणलं होतं त्यातून ती यंत्रं तयार केली असावीत आणि आता तो त्या यंत्रांशी काहीतरी खटपट करत होता.

पराग बघत असतानाच तो चामीडन तोंड उघडून घोगऱ्या आवाजात काहीतरी बोलला! त्याचे शब्द परागला कळले नाहीत, तरी तो कुठल्यातरी भाषेत चक्क बोलत होता, हे मात्र त्याला कळलं.

विश्वासनं नकारार्थी मान हलवलेली त्याला दिसली. चामीडन परत काहीतरी म्हणाला. आता त्याचा आवाज चढला होता. विश्वासनं परत नकार दिला.

असं आणखी एकदा झाल्यावर चामीडननं हात पुढे करून हातातली पेटी विश्वासच्या दिशेनं वळवली. त्याबरोबर विश्वासचा चेहरा वेडावाकडा झाला. पोटावर हात दाबत, तोंडून फुटणारी किंचाळी दाबण्याचा प्रयत्न करत तो खाली कोसळला आणि वेदनांनी माशासारखा तडफडू लागला.

आश्चर्यचकित होऊन पराग बघत राहिला

चामीडननं हात मागे घेतला. त्याबरोबर विश्वासची तडफड थांबली. हळूहळू तो उठून उभा राहिला. मग त्यानं टेबलावरचं, बारीक सुरीसारखं दिसणारं हत्यार घेतलं आणि त्यानं तो खुर्चीचा लाकडी पाय कापू लागला.

मग त्यानं पलंगावरच्या चादरीचा तुकडा कापला.

गादीतला थोडा कापूस काढला.

चहाचा कप फोडून झालेल्या तुकड्यांमधला एक तुकडा घेतला.

हे सगळं त्यानं टेबलावरच्या एका गोल यंत्राच्या वरच्या, बशीसारख्या भागात ठेवलं आणि तो खाली मान घालून उभा राहिला.

मग चामीडन उठला आणि टेबलाजवळ जाऊन काहीतरी खटपट करू लागला.

काही वेळ गेला आणि मग बघता-बघता त्या बशीतल्या तुकड्याचा आकार लहान होऊ लागला. हळूहळू ते सगळे वितळल्यासारखे झाले आणि त्या सर्वांचं मिळून एक तांबट-तपकिरी रंगाचं कीटण त्या बशीवर बसलेलं दिसू लागलं.

अवाक् होऊन पराग बघत राहिला होता!

आता चामीडननं ते कीटण असलेली बशी विश्वासच्या हातात दिली आणि तो परत पलंगावर जाऊन बसला.

बशी घेऊन विश्वास हळूहळू चामीडनजवळ गेला आणि बशीवरचं ते कीटण बोटांनी चामीडनच्या डोक्यावरच्या जखमेवर लावू लागला.

ते औषध अतिशय झोंबणारं असावं. कारण चामीडन एकदम ओरडला आणि त्यानं विश्वासच्या खाड्कन थोबाडीत मारली!

जरा थांबून विश्वास परत मलम लावू लागला. अधूनमधून मार खात त्यानं चामीडनच्या भाजलेल्या जखमांवर औषध लावलं.

आणि परागच्या डोळ्यांदेखत त्या जखमा भरून येऊ लागल्या! स्तिमित

होऊन पराग बघत होता. बघता-बघता हळूहळू त्याला धोक्याची जाणीव होऊ लागली.

अपघातानं त्याच्या घरी आलेले ते दोघं फार चमत्कारिक होते. त्या दोघांतला संबंधही विलक्षण वाटत होता. विश्वास म्हणजे एक माणूस, त्या चामीडनच्या, एका जनावराच्या हुकुमात असल्यासारखा दिसत होता.

त्या चामीडनचं तंत्रज्ञान फार उच्च कोटीचं होतं. चार अगदी सामान्य वस्तूंमधून आवश्यक ते घटक मिळवून त्यानं विलक्षण गुणकारी असं मलम बनवलं होतं, तेही अगदी थोड्या वेळात!

तो कोण होता? एखाद्या अतिप्रगत देशात निर्माण झालेला प्रायोगिक प्राणी होता की तो एखाद्या परग्रहावरून आला होता? आणि तो आपल्याला, आपल्या माणसांना काही करणार तर नाही? परागच्या मनात भीती दाटून आली.

आपण निदान गावातून मदतीसाठी चार माणसं तरी बोलावली पाहिजेत. तो घाईघाईनं मागे वळला आणि घराच्या पुढच्या दरवाजाकडे जाऊ लागला. त्याच्यामागे उभ्या असलेल्या अमितानं विचारलं,

"अरे, काय झालं पराग? काय दिसलं तुला?"

तिच्या प्रश्नाचं उत्तर देण्याऐवजी त्यानं विचारलं.

"मनोहर कुठे आहे?"

"तो आणि शंकर बिघडलेली मोटर दुरुस्तीला घेऊन गेलेत."

"म्हणजे जीप त्यांनी नेली असणार."

"हो. अर्थातच. पण तू काय बघितलंस ते सांग ना."

परागनं तिला सगळं सांगितलं आणि मग तो म्हणाला,

"आपण हे कुणालातरी कळवायला पाहिजे."

"कुणालातरी म्हणजे कोणाला? पोलिसांना!"

"गरदवाडीत तर फक्त एक पोलीसचौकी आहे आणि तिथे एका वेळेला फक्त दोन पोलीस असतात असं मी बघितलं आहे. शिवाय मी सांगीन त्यावर त्यांचा कितपत विश्वास बसेल कोणास ठाऊक!"

"पण मग काय करायचं? आपल्या घरी तर फोनसुद्धा नाही आणि अमरावती इथून कितीतरी दूर आहे."

काय करावं ते न कळून ती दोघं विचार करत तशीच उभी राहिली. मग पराग एकदम म्हणाला,

"अमिता, माझं पिस्तूल काढ कपाटातून आणि मी आधी त्या खोलीला बाहेरून कडी घालतो. म्हणजे ते दोघं पळून जाऊ शकणार नाहीत."

"पिस्तूल ?" असं अमिता म्हणाली खरी, पण तिनं लगबगीनं जाऊन पिस्तूल

काढून आणून दिलं.

पिस्तूल घेऊन पराग गेस्टरूमकडे गेला आणि त्यानं त्या बंद दाराला बाहेरून हळूच कडी लावली.

पण तरीही कडी लावताना थोडासा आवाज झालाच आणि लगेच दारावर आतून धडका मारल्या जाऊ लागल्या. विश्वास ओरडू लागला,

"कडी कोणी घातली बाहेरून? उघडा दार. दार उघडा, ओऽ दार उघडा."

जरा वेळ तो हाका मारत दार वाजवत राहिला. पराग आणि अमिता श्वास रोखून दाराकडे बघत उभे होते. हा दार फोडण्याचा तर प्रयत्न करणार नाही ना?'

पण जरा वेळानं दारावरच्या धडका आणि ओरडणं बंद झालं. सगळी गडबड ऐकून महेश काम सोडून आला. तेव्हा त्याला सगळी हकिकत सांगून परागनं त्याला मदत आणण्यासाठी सायकलवरून गरदवाडीला पाठवलं. तो आणि अमिता गेस्टरूमच्या बाहेर बसून राहिले. दुसरं काय करावं ते त्यांना सुचेना. अशा प्रकारचा प्रसंग त्यांच्यावर पूर्वी कधीच आला नव्हता.

थोडा वेळ गेला आणि दारापाशी काहीतरी आवाज ऐकू येऊ लागला. विश्वास आणि चामीडन आत काय करत आहेत असा विचार पराग करतो आहे, तोच स्फोट झाल्यासारखा आवाज होऊन दरवाजा एकदम फुटला आणि आतले दोघं पळत बाहेर पडले.

ही गोष्ट इतकी अनपेक्षित होती की काय होतं आहे हे लक्षात येण्यापूर्वीच ते घराच्या बाहेर पडले होते.

भानावर आलेल्या परागनं घराबाहेर धाव घेतली. तोपर्यंत चामीडन बराच दूरवर गेला होता आणि आता तो चार पायांवर पळत होता; विश्वास मात्र फारसा दूर जाऊ शकला नव्हता.

परागनं नेम धरून विश्वासवर सटासट गोळ्या झाडल्या. दुरून पिस्तुलाचा नेम कितपत लागेल याची त्याला शंकाच होती, पण एक गोळी विश्वासच्या पायात घुसली आणि तो खाली कोसळला.

पराग आणि अमिता धावतच त्याच्यापाशी गेले. त्याच्या पोटरीतून रक्ताची धार लागली होती. ते रक्त पाहूनच अमिता कावरीबावरी झाली. ती म्हणाली,

"किती रक्त वाहतंय! याला डॉक्टरकडे न्यायला हवं."

"ते सगळं मागून. आधी मला याच्याकडून काही प्रश्नांची उत्तरं हवी आहेत."

"अरे पण, फार रक्त वाहून गेलं तर..."

"त्याच्या जिवाला धोका आहे. मला ते माहीत आहे आणि मला वाटतं, त्यालाही माहीत आहे. काय रे विश्वास, मी म्हणतो ते खरं आहे ना?" त्याच्याकडे रोखून बघत परागनं विचारलं.

तो काही बोलला नाही, पण त्याच्या मनाची चलबिचल त्याच्या चेहऱ्यावर स्पष्ट दिसली.

पराग पुढे म्हणाला,

"माझ्या प्रश्नांची उत्तरं द्यायला तू जितका वेळ लावशील तितका मृत्यू तुझ्या जवळ येईल हे लक्षात ठेव.'

तरीही तो काही बोलला नाही तेव्हा परागनं विचारलं,

"तू कोण आहेस?"

"म्हणजे.. म्हणजे काय?"

"म्हणजे तू कोण आहेस? आमच्यासारखा दिसतोस, पण तू आमच्यातला नाहीस आणि तो चामीडन कोण आहे? कुठला आहे? तुम्ही कुठल्या कामगिरीवर इथे आला आहात?"

विश्वासनं काही उत्तर दिलं नाही. एव्हाना त्याच्या पायांखाली रक्ताचं थारोळं जमलं होतं.

तो बोलत नाही असं बघून परागनं हात उचलून त्याच्या जखमेवर प्रहार केला. विश्वास कळवळला आणि अमिताही न राहवून किंचाळली.

पराग म्हणाला,

"नाहीतरी त्याला मरायचं आहे, असं दिसतं आहे. तेव्हा त्याला मरायला मी मदत करतो."

आणि त्यानं परत हात उचलला. त्याबरोबर विश्वास घाईनं म्हणाला,

"नको, नको थांब. मी तुला काय हवी ती माहिती देतो."

"सांग तर पटापट. तू कोण आहेस? चामीडन कोण आहे? तुम्ही इथे कशाला आलात?"

"मी माणूसच आहे. तुमच्यासारखा; पण मी इथला नाही. दुसरा.. दुसऱ्या ग्रहावरचा आहे."

"काय?" अमिता चकित होऊन उद्गारली.

"दुसऱ्या ग्रहावरचा? म्हणजे कुठला? कुठे आहे तुमचा ग्रह? आणि चामीडनला तू कशासाठी बरोबर आणला आहेस? असा चमत्कारिक प्राणी..." पराग म्हणाला.

"त्याला चमत्कारिक प्राणी म्हणू नकोस." रागावलेल्या आवाजात विश्वास म्हणाला, "तो अतिश्रेष्ठ आहे. तो माझा स्वामी आहे."

"तुझा स्वामी? म्हणजे? तू त्याचा नोकर आहेस?" आश्चर्यचकित होऊन परागनं विचारलं.

"मी त्याचा दास आहे. त्याची सेवा करण्यासाठीच माझा जन्म झाला आहे."

"काय म्हणतोस काय तू? तुझ्यासारखा माणूस त्या... त्या चामीडनचा दास

आहे? गुलाम आहे? कसं शक्य आहे?''

''का बरं? तूही कुणाचातरी दास असशीलच की! तसा मी माझ्या स्वामीचा दास आहे.''

''मी? कुणाचा दास!'' थक्क होत पराग म्हणाला, ''तुम्ही कुठून आला? तिथे असे तुझ्यासारखे मानव दास आहेत?''

''अर्थात् आम्ही सर्व जण दासच आहोत. थोर चामीडनांची सेवा करण्यासाठीच आम्हा मानवांना जन्म दिला जातो. तसं नसतं, तर आम्हाला जन्मच मिळाला नसता.''

''हे सगळं फार चमत्कारिक आहे.'' पराग गोंधळून म्हणाला, ''तू सगळं नीट सविस्तर सांगशील का? मी तुला काही करणार नाही.''

पायातून वाहणाऱ्या रक्ताकडे बघून विश्वास बोलू लागला.

''आम्ही जिथून आलो तो ग्रह इथून शेकडो प्रकाशवर्ष दूर आहे. चामीडन हे तिथले मूळचे रहिवासी. त्यांचं तंत्रज्ञान इथल्या, पृथ्वीवरच्या तंत्रज्ञानापेक्षा पुष्कळ पुढारलेलं आहे. त्यामुळे आतापर्यंत आमचे चामीडन पृथ्वीला पुष्कळदा भेट देऊन गेलेत. या ग्रहाचा त्यांचा अभ्यास जवळजवळ पूर्ण होत आला आहे. आतासुद्धा ही आमची अभ्यास-मोहीमच आहे. मी मानव असल्यामुळे इथल्या लोकांच्यात सहज मिसळू शकतो आणि माझी भाषाही मानवी असल्यामुळे इथे माझा खूप उपयोग होतो म्हणून मला मोहिमेत घेतलं आहे. प्रत्येक मोहिमेत एक-दोन तरी दास-मानव बरोबर असावे लागतात.''

''पण... पण तू जर मानव आहेस, तर तू तिथे कसा गेलास?''

''मी नाही, माझे पूर्वज गेले. मला नक्की माहीत नाही, पण माझ्या आधीच्या सहाव्या की सातव्या पिढीतले काही मानव चामीडनांनी इथून नेले होते. त्यांच्यावर जीवशास्त्रीय प्रयोग करून मग शेवटी त्यांना नष्ट करायचं असं आधी ठरलं होतं म्हणे; पण मानवही बुद्धिमान प्राणी आहे असं लक्षात आल्यावर त्यांनी त्या माणसांना दास बनवलं, जीवदान दिलं. मी त्यांच्यापैकीच एका मानवाच्या वंशातला आहे.''

''पण.. असं दास्यत्व करणं, गुलाम होऊन राहणं तुला... तुम्हाला आवडतं? त्याची चीड नाही येत?''

''चीड कशाला येईल? आमचा जन्म त्यासाठीच झालेला असतो; शिवाय चामीडन आमच्यापेक्षा कितीतरी श्रेष्ठ आहेत. आम्ही तुमच्यासारखेच नुसते सजीव आहोत, पण चामीडन मात्र यंत्रसजीव आहेत.''

''यंत्रसजीव म्हणजे?''

''म्हणजे त्यांच्या शरीरात अनेक ठिकाणी सूक्ष्म यंत्रं बसवलेली असतात.

त्यामुळे त्यांची सगळी इंद्रियं अतिशय कार्यक्षम बनलेली असतात आणि शरीराची पुनर्निर्माणाची क्षमताही वाढलेली असते. सर्व दृष्टींनी ते आमच्यापेक्षा श्रेष्ठ असतातच.''

"पण तरीही त्यांच्या ताब्यातून सुटावंसं तुला कधी वाटत नाही?'' न राहवून परागनं विचारलं.''

"ताब्यातून सुटावंसं? नाही बुवा! असं कशाला वाटेल?''

पराग गप्प राहिला. चामीडनसारख्या प्राण्याचं दास्यत्व एका माणसानं करणं, तेही आनंदानं, हे त्याला फार चमत्कारिक वाटत होतं.

तेवढ्यात विश्वास म्हणाला,

"मी तुला सगळी माहिती दिलेली आहे. आता माझ्या जखमेवर औषधपाणी करायला तुझी काही हरकत नाही ना?''

विश्वासच्या पायातून खूप रक्त वाहून गेलं होतं, हे परागला एकदम जाणवलं. त्यानं अमिताला घरी जाऊन जखम बांधायला पट्ट्या आणि हळद घेऊन यायला सांगितलं. मग तो म्हणाला,

"विश्वास, आता चामीडन पळून गेला आहे. तेव्हा आता तू मुक्त आहेस, अगदी स्वतंत्र आहेत. आमच्यात मिसळून तू इथे आनंदात स्वतंत्रपणे जगू शकशील.''

विश्वास झटपट उठून बसला आणि आपला जखमी पाय ओढत, तोल सावरत परागपासून दूर जाण्याचा प्रयत्न करत तो म्हणाला,

"नाही, नाही, ते शक्य नाही. चामीडनांची सेवा, त्यांचं रक्षण हेच माझं जीवन आहे. माझ्या चामीडनची आज्ञा पाळणं आणि प्रसंगी जीव देऊन त्याचं रक्षण करणं हे माझं कर्तव्य आहे. त्यापेक्षा वेगळं काही करणं मला शक्य नाही. तू हे असं काही तरी मला का सांगतो आहेस?''

आणि तो रक्ताळलेला पाय ओढत, घसटत दूर जाऊ लागला.

"अरे.. अरे.. विश्वास, थांब. मी तुला काही म्हणत नाही. तुझ्या जखमेवर...' बोलता-बोलता पराग समोर बघत राहिला.

समोरच्या झाडामागून चामीडन चार पायांवर वेगानं पुढे येत होता. बघता-बघता तो त्याच्यापाशी पोहोचला. एका झटक्यात त्यानं विश्वासला उचलून खांद्यावर टाकला आणि दोन पायांवर पळत तो परत झाडामागे जाऊ लागला.

पराग काही क्षण बघतच राहिला. मग बाजूला टाकलेलं पिस्तूल उचलून त्यानं चामीडनवर गोळी झाडली, पण ती त्याला लागली नाही. तो पळत झाडाआड गेला. परागनं परत चाप ओढला, पण गोळी सुटली नाही. पिस्तुलातल्या गोळ्या संपल्या होत्या.

पिस्तुलाच्या गोळीचा आवाज ऐकून अमिता पळतच आली.

"काय झालं?'' तिनं विचारलं.

परागनं तिला सगळं सांगितलं. तशी ती म्हणाली,

"मग आता आपण काय करायचं?"

"खरंच! काय करायचं?"

"चामीडनला पकडायला जायचं? पण तो आपल्याला सापडेल का? आणि सापडलाच तर तोच आपल्याला पकडणार नाही ना?"

काय करावं ते न कळून तो गप्प राहिला. मग जरा घुटमळून ते दोघंही घरी परतले. घरी परतल्यावर घराची दारे-खिडक्या परागनं घट्ट बंद केली. मग फक्त बाहेरचा दरवाजा उघडून तो अमितासह दरवाज्यासमोर कोचावर येऊन बसला; वाट बघत.

काही वेळानं महेश गावातल्या लोकांना घेऊन आला असता. मनोहर आणि शंकरही केव्हातरी परतले असते. त्या सर्वांना तो काय सांगणार होता? मनोहरचा त्याच्यावर विश्वास बसला असता. कारण त्यानं चामीडनला पाहिलं होतं, पण महेश आणि शंकरनंसुद्धा त्याला पाहिलं नव्हतं. गावातल्या माणसांनी तर काहीच बघितलं नव्हतं.

घडलेल्या घटनेचा पुरावा म्हणून गेस्टरूममध्ये चकचकीत पिवळट पांढऱ्या तारांचे काही तुकडे तेवढे पडले होते! लोकवस्तीपासून दूर अशा त्यांच्या घरी येऊन गेलेल्या लोकविलक्षण पाहुण्यांची तेवढीच खूण बाकी होती.

त्याच्या हकिकतीवर विश्वास ठेवणं कोणालाही कठीणच गेलं असतं; पण त्याच्या हातात काहीच नव्हतं. त्यामुळे तो आणि अमिता काही न बोलता आपल्याच विचारात बुडून नुसते बसून राहिले.

(विज्ञानयुग - दीपावली १९९२)

◆

वारस

गेल्या दोन दिवसांपासून माझी रात्रीची झोप उडाली आहे. दिवस तर कामात निघून जातो. पेशंट्स, व्हिजिट्स, ऑपरेशन्स या धबडग्यात रात्र केव्हा होते ते कळत नाही. रात्री अंथरुणावर पडल्यावर मात्र विचारांनी डोकं पिकायची वेळ येते.

सुषमाची समस्या कशी सोडवायची? तिच्या होणाऱ्या बाळाला कोणता आजार आहे असं सांगितलं तर आईसाहेबांना पटेल? आणि त्या आजारावरच्या उपचारांसाठी म्हणून तिला कोणत्या परदेशात पाठवायचा सल्ला द्यायचा? त्यासाठी कोणत्या परदेशी मित्राची मदत घ्यायची? या प्रश्नांनी माझा पिच्छा पुरवला आहे. दोन दिवसांपूर्वी सुषमा दवाखान्यात येऊन मला भेटल्यापासून हे चालू आहे. सुषमा म्हणजे दिवंगत आप्पासाहेब आणि आईसाहेब जहागिरदारांची सून. गावातल्या श्रीमंत, प्रतिष्ठित, घरंदाज घराण्याच्या एकुलत्याएक वारसदाराची पत्नी, भावी वारसाची माता.

आणि एका खुनी इसमाची बायको!

सध्या तरी तिची हीच ओळख सर्वांत अधिक परिचित आहे. तिच्या नवऱ्यानं, जहागिरदारांच्या एकुलत्या एक लेकानं, राजीवनं दहा-बारा माणसांच्या समोर अगदी क्षुल्लक कारणावरून दोन जणांची निर्घृण हत्या केली; त्याला जेमतेम तीन आठवडे झाले आहेत आणि त्यामुळे सुषमाला पाहिलं की, तिच्या नवऱ्यानं केलेल्या खुनांची आठवण होणं अपरिहार्य आहे.

राजीव तसा पहिल्यापासून हिंसक आणि आक्रमक आहे. बारीकसारीक कारणांवरून घरच्या माणसांना, नोकर माणसांना शिव्या घालणं, नोकरांच्या अंगावर हात टाकणं ही तर त्याची नेहमीचीच सवय आहे. कधीकधी तर तो एखाद्याच्या जिवावरच उठतो. गेली अठरा-वीस वर्षं मी त्या कुटुंबाला ओळखतो. एवढ्या काळात राजीवच्या अतिरेकी हिंसाचाराच्या कितीतरी घटना मी पाहिल्या आहेत.

त्याच्या या अतिरेकी आक्रमकतेला त्याची जनुकीय रचना कारणीभूत असावी, असं आता आमच्या लक्षात आलं आहे. अर्थात, म्हणून तो हिंसाचार क्षम्य ठरतो असं नाही.

किती वेळा मी त्याला त्या हिंसाचाराच्या परिणामांपासून वाचवलंही आहे! पण दहाबारा जणांच्या साक्षीनं त्यानं दोन कोवळ्या तरुण मुलांना मारलं तेव्हा मात्र त्याच्या गुन्ह्यावर पांघरूण घालणं केवळ अशक्य झालं.

त्या तरुण मुलांचा अपराध तरी काय होता?

तर, त्यांचा पतंग जहागिरदारांच्या बागेतल्या शिरीषाच्या झाडावर अडकला होता आणि तो काढण्यासाठी त्यांच्यातला एक जण परवानगीशिवाय झाडावर चढला होता. त्या दोघांच्या दुर्दैवानं राजीवनं नेमकं त्याला झाडावर चढताना पाहिलं आणि तो ओरडतच बाहेर बागेत धावला.

"ए... ए... काय तुमच्या बापाचं झाड आहे का? चोर स्साले.. उतर, उतर आधी खाली." असं राजीवचं ओरडणं ऐकून खालचा मुलगा पळायच्या विचारात असावा, पण तेवढ्यात वर चढलेला त्याचा मित्र म्हणाला,

"अरे, अगदी हाताशी आला आहे आता, एक मिनिटात काढतो."

एव्हाना आरडाओरडा ऐकून आईसाहेब, सुषमा, आचारी सदू, वरकामाचे दोघं नोकर, जनाबाई, शेवंता असे सगळे बाहेर बागेत जमा झाले होते. बागेत तण काढण्यासाठी त्या दिवशी माळ्याच्या हाताखाली दोन बायका काम करत होत्या. त्या आणि माळीही हातातलं काम थांबवून झाडाखाली गोळा झाले होते. मारामारी सुरू झालेली पाहून कुंपणाबाहेर रस्त्यावरून जाणारे दोघं-चौघंही तमाशा बघायला थांबले होते.

झाडावर चढलेला मुलगा हातात पतंग घेऊन विजयी मुद्रेनं खाली आला... आणि राजीवनं त्याच्यावर हल्ला केला. दातओठ खाऊन तो त्या मुलाला मारत सुटला. ते बघून खाली उभ्या असलेल्या मुलानं राजीवला मारायला सुरुवात केली. जोरदार मारामारी सुरू झाली.

त्या दोघा तरुण मुलांच्या पुढे राजीवची ताकद कमी पडू लागली आणि तो मार खाऊ लागला. मग एका क्षणी त्यानं, गवत कापणं थांबवून तमाशा बघणाऱ्या बाईच्या हातातला कोयता हिसकावून घेतला आणि तो सपासप त्या मुलांवर वार करू लागला. काय होतं आहे हे कळायच्या आतच एक मुलगा खाली पडला आणि दुसरा ओरडत पळून जाऊ लागला. तशी त्याचा पाठलाग करून राजीवनं त्याला धरलं आणि त्याच्याही मानेवर वार केले. जमलेल्या सगळ्यांनी मिळून मग राजीवला आवरलं; पण तोपर्यंत फार उशीर झाला होता.

आईसाहेबांनी फोन केल्यावर मी तातडीनं तिकडे गेलो; पण दोन्ही मुलांचा मृत्यू आधीच झाला होता. मला सगळी हकिकत सदूनं आणि माळ्यानं सांगितली. आईसाहेब हवालदिल होऊन रडत होत्या. या हत्येच्या परिणामांपासून राजीवला

त्यांची माया वाचवू शकणार नाही हे त्यांच्या लक्षात आलं होतं आणि सुषमा भेदरून गप्प झाली होती. तसंही ती फार कधी बोलत नसे.

त्यामुळे त्या दिवशी ती दवाखान्यात माझ्यासमोर येऊन बसली तेव्हा मी चकितच झालो. ती एकटीच आलेली दिसत होती. बरोबर आईसाहेब तर नव्हत्याच, पण एखादी मैत्रीण किंवा मोलकरीणसुद्धा नव्हती. जहागिरदारांच्या घरातल्या स्त्रियांनी असं एकट्यानं बाहेर पडण्याची पद्धत नव्हती.

दवाखाना अगदी बंद व्हायच्या वेळेला ती आली होती, म्हणजे तिला काहीतरी खास बोलायचं असावं. ती का आली असावी याचा विचार करत मी तिला म्हणालो,

"ये, काय म्हणतेस? तब्येत वगैरे तर ठीक आहे नं? या दिवसात तब्येतीची विशेष काळजी घ्यायला हवी बरं का आणि.. एकटीच आली आहेस? आईसाहेबांनी बरं तुला एकटीला येऊ दिलं?"

ती जरा वेळ गप्प राहिली. मग एकदम म्हणाली,

"डॉक्टर, मला गर्भपात करायचा आहे."

"काय?" मी उडालोच. "अगं काय बोलते आहेस तू? गर्भपात करायचा... आईसाहेबांना माहीत आहे का तू.."

"मी इथे आल्याचं त्यांना माहीत नाही आणि त्यांना यातलं काही माहीत होण्याचं कारणही नाही. राजीवला पोलिसांनी पकडून नेल्यापासून त्या दुःखानं वेड्यापिशा झाल्या आहेत. त्यात माझा हा विचार त्यांना कळला तर..."

"विचार? कसला विचार? अविचार म्हण. तुला तरी हा अविचार का सुचतो आहे? जहागिरदार घराण्याचा वंश तुझ्या पोटी वाढतो आहे, त्याला नष्ट करावा असं तुला वाटू तरी कसं शकतं? पोटच्या गोळ्याचा घात करायला निघाली आहेस तू... पण का?

"मला वाटतं, मी असं का करायला निघाले आहे हे तुम्हाला नक्की कळेल." माझ्याकडे रोखून बघत ती म्हणाली.

मी चमकलो. ती असं का म्हणत होती?

"मला कळेल? काय... काय म्हणायचं आहे तुला?" मी विचारलं.

"परत एक राजीव जन्माला यावा असं मला वाटत नाही आणि मी असं का म्हणते आहे हे तुम्हाला नक्की समजेल."

म्हणजे? तिला काही कळलं होतं की काय? जहागिरदारांसाठी मी कायकाय केलं आहे हे तिला माहीत झालं आहे की काय? माळ्याच्या मुलाचा बुडून मृत्यू, शेवंताच्या डोक्याला पडलेली मोठ्ठी खोक, आप्पासाहेबांचा मृत्यू...

सुषमा पुढे म्हणाली, "मी शनिवारी राजीवला भेटून आले..." पुढे काही न बोलता ती गप्पच बसली तेव्हा जरा वेळ वाट बघून मी विचारलं,

"काय म्हणत होता तो?"

ती खिन्नपणे हसली आणि म्हणाली,

"नेहमीप्रमाणेच आधी संतापानं मला, घरच्या नोकरांना, पोलिसांना, सगळ्यांना त्यानं शिव्या घातल्या आणि मग... तुम्हालाही शिव्या घातल्या. तुम्ही म्हणे त्याचं रक्त काढलंत. बाहेर आल्यावर तो तुम्हालाही बघून घेणार आहे..."

बाहेर आल्यावर! मला बघून घेणार आहे..!

त्याचे गुन्हे झाकण्यासाठी, त्याच्या दुष्कृत्यांवर पांघरूण घालण्यासाठी मी आईसाहेबांना सतत मदत करत आलो आणि हा म्हणतो... पण सुषमा काय म्हणत होती? गर्भपाताचं? आणि मला कळेल म्हणजे काय?

"रागात असला म्हणजे काहीही बोलायची सवयच आहे राजीवला." काहीतरी बोलायचं म्हणून मी म्हणालो, "पण तो रागानं बोलला म्हणून तू एकदम..."

"त्याला भेटून मग मी जेलर जोशी साहेबांना जाऊन भेटले. राजीव रक्ताचं काय म्हणत होता ते त्यांना विचारलं, तेव्हा ते म्हणाले की तुम्ही काही संशोधनासाठी त्याच्या रक्ताचा नमुना घेतला म्हणे."

"हो. घेतला खरा. आईसाहेबांच्या परवानगीनंच घेतला." मी गडबडून म्हणालो. तिला ही गोष्ट कळली असेल असं मला वाटलं नव्हतं.

"घरी गेल्यावर मी आईसाहेबांना गाठलं आणि त्यांनाही विचारलं. तेव्हा त्यांनी रक्ताचा नमुना घेतल्याचं तर सांगितलंच, शिवाय त्या रक्ताच्या तपासणीचा निकाल चांगला आला आहे हेही मोठ्या उत्साहानं सांगितलं. राजीवची निर्दोष सुटका होईल अशी त्यांना आशा वाटू लागली आहे... असं होऊ शकेल, डॉक्टर?"

मी गडबडलो. "अं... म्हणजे काय आहे... सुटका होईल की नाही हे तर कोर्टावरच अवलंबून राहील, पण त्याच्या स्वभावातली आक्रमकता, त्याचा संतापीपणा या गोष्टी त्याच्या हातातल्या नाहीत. म्हणून त्याच्या कृत्याला तो जबाबदार नाही आणि म्हणून त्याला शिक्षा होऊ नये असा युक्तिवाद आपल्याला करता येईल... अर्थात, याबाबतचा कायदा काय आहे हे मला माहीत नाही. पण..."

"तो जबाबदार नाही? सर्वांच्या डोळ्यादेखत कोयत्यानं केलेल्या हत्येला तो जबाबदार नाही? आणि हे तुम्हाला रक्ताच्या तपासणीनं समजलं?"

"त्याच्या रक्ताची तपासणी आम्ही केली ती जन्मापासून त्याच्या स्वभावात असलेली जी अतिरेकी आक्रमकता आहे, तिला काही आनुंवशिक, जनुकीय कारण आहे का हे तपासण्यासाठी आणि तसं कारण आहे हे त्यात दिसून आलं आहे."

"पण स्वभावातले गुणदोष बरेचसे आनुवंशिक असतातच ना?"

"हे आपलं सर्वसाधारण निरीक्षण झालं; पण या गोष्टीला प्रत्यक्षात शारीरिक आधार आहे का, हे आता काही रोगांच्या, आजारांच्या बाबतीत गुणसूत्रांच्या

तपासणीनं सांगणं शक्य झालं आहे. राजीवच्या स्वभावातली आक्रमकता हा एक मानसिक आजार आहे. त्या आजाराला त्याच्या गुणसूत्रांमधला दोष कारणीभूत आहे हे आम्हाला त्याच्या रक्ततपासणीनं लक्षात आलं आहे.''

सुषमा गोंधळल्यासारखी वाटली म्हणून मी म्हणालो,

''माणसाच्या शरीरातल्या पेशींमध्ये गुणसूत्रांच्या २३ जोड्या असतात हे तर तुला माहीत आहे नं? हल्ली आता हे साधारणपणे सर्वांना माहीत असतं. या जोड्यांपैकी २३ वी जोडी ही त्या व्यक्तीचं लिंग ठरवते. स्त्रीच्या २३ व्या जोडीतील दोन्ही गुणसूत्रं एकसारखीच असतात, तर पुरुषाच्या २३ व्या जोडीतली दोन्ही गुणसूत्रं वेगवेगळी असतात. स्त्रीच्या जोडीतल्या गुणसूत्रांना एक्स-एक्स म्हटलं जातं, तर पुरुषात त्यांना एक्स-वाय म्हणतात. गर्भधारणा होताना स्त्रीच्या जोडीतलं एक गुणसूत्र आणि पुरुषाच्या जोडीतलं एक गुणसूत्र अशी दोन सूत्रं एकत्र येऊन गर्भाची २३ व्या गुणसूत्राची जोडी तयार होते. पुरुषाकडून एक्स सूत्र आलेलं असलं तर नवीन जन्माला येणारा जीव हा स्त्री असतो, कारण २३ वी जोडी एक्स-एक्स अशी बनते आणि जर ते सूत्र वाय असलं तर तो जीव पुरुष असतो, कारण एक्स-वाय अशी जोडी तयार झालेली असते... लिंगसूत्रांची जोडी जमताना जर काही बिघाड निर्माण झाला... म्हणजे त्यातलं एक्स गुणसूत्र कमी लांबीचं किंवा तुटलेलं असलं किंवा एक्स-वाय अशी जोडी होण्याऐवजी एक्स्-वाय-वाय असं तिळं तयार झालं, तर अशा या ॲब्नॉर्मल जोडीमुळे काही शारीरिक आजार होऊ शकतात, तसेच काही मानसिक आजारही या विचित्र जोडीच्या परिणामस्वरूप होतात. राजीवच्या लिंगसूत्रांची जोडी अशीच ॲबनॉर्मल आहे आणि त्यामुळे त्याच्या स्वभावातली आक्रमकता ही जन्मजात आहे.''

विचारात बुडून सुषमा जरा वेळ गप्प बसली आणि मग म्हणाली,

''राजीवच्या गुणसूत्रांमधला दोष हा जन्मदोष असल्यामुळे तो त्याच्या कृत्यांना जबाबदार नाही; तो आजारी आहे, असा युक्तिवाद आता केला जाणार! आईसाहेब तर त्या तयारीलाही लागल्या आहेत. दोन दिवसांपासून आमच्या घरी वकिलांच्या फेऱ्या त्यासाठीच सुरू झाल्या असणार... कोर्ट काय ठरवेल ते ठरवेल, पण... पण... जन्मदोष म्हणून राजीवचे गुन्हे माफ होऊन तो सुटणार?''

''असं नाही मला वाटत. मला वाटतं की, त्याला एखाद्या मनोरुग्णालयात पाठवलं जाईल किंवा थोडी शिक्षा दिली जाईल.'' मी म्हणालो. खरं म्हणजे कायदा काय आहे हे मला काहीच माहीत नव्हतं; पण राजीव सुटण्याच्या कल्पनेनं ती धास्तावली आहे हे माझ्या लक्षात आलं होतं. तिची भीती कमी व्हावी म्हणून केवळ तिला धीर देण्यासाठी मी असं म्हणालो.

''राजीवच्या शिक्षेचं काय होईल ते होईल, पण आक्रमकतेचा जन्मदोष बरोबर

घेऊन आणखी एक राजीव जन्माला येता कामा नये, डॉक्टर... त्याच्या अतिरेकी आक्रमकतेपायी घरातल्या सर्वांनी खूप भोगलं आहे... मी, नोकर-चाकर, अगदी आईसाहेबांनीपण खूप सोसलं आहे... या सगळ्याची पुनरावृत्ती मला व्हायला नको आहे. राजीवचं मूल मला नको आहे, डॉक्टर.''

''अगं, काय हा वेडेपणा! मूल राजीवसारखं निपजेल की काय या भीतीनं तू स्वत:च्याच मुलाचा जीव घ्यायला निघालीस? पण होणारं बाळ हे तुझंही नाही का? ते राजीवसारखंच होईल; असं तू का समजतेस? आईवडील दोघांचेही रूप-गुण त्याच्यात असणार नाहीत का? कदाचित बाळ जास्त तुझ्यासारखंच असेल; सुंदर, शांत, समजूतदार... त्याच्यामुळे कदाचित् राजीवचा रागीटपणाही कमी होईल.'' मी म्हणालो. मग किंचित् हसत विचारलं, ''आणि.. मुलगा आहे की मुलगी? सोनोग्राफी झालीच असेल ना एव्हाना?''

त्यावर ती कडवटपणे म्हणाली,

''सोनोग्राफी करण्याची गरजच नाहीये. मला राजीवसारखाच मुलगा होणार आहे...''

''इतक्या खात्रीपूर्वक तू कसं...''

''कारण माझ्या पोटात राजीवचा क्लोन वाढतो आहे.''

''आँ..? राजीवचा... क्लोन!'' आता मात्र मी खरंच उडालो. ''काय म्हणतेस काय?.. खरंच राजीवचा. पण कसं... म्हणजे..''

''सप्टेंबरमधे आम्ही जपानला गेलो होतो. महिनाभरासाठी म्हणून, आणि मग तीन महिने तिथेच राहिलो होतो. हे तुम्हाला आठवत असेल.''

''हो...'' मी मान डोलावली.

''तिथे... डॉक्टर कुरासावांशी आमची ओळख झाली आणि मग.. आपल्यासारखाच मुलगा आपल्याला हवा या वेडानं राजीवला पछाडलं आणि... माझं त्यानं काही चालू दिलं नाही... नाहीतरी माझं तो कधी काय ऐकत होता? माझ्या पोटात स्थापित केलेला क्लोन सुरळीत वाढतो आहे याची खात्री होईपर्यंत कुरासावांनी आम्हाला तिथे राहायला लावलं. ही गोष्ट कोणालाही सांगायची नाही अशी राजीवनं मला ताकीद दिलेली होती आणि त्याच्या शब्दाबाहेर जाण्याची हिंमत माझ्यात नव्हती. अजूनही नाही. पण.. आता मात्र...''

राजीवचा क्लोन! म्हणजे अगदी त्याच्याचसारखा दिसणारा आणि वागणारा आणखी एक माणूस. घरच्या-दारच्या सर्वांच्या सुखाचा घास घेणारा, केव्हाही भडकणारा कर्दनकाळ. लग्न झाल्यापासूनच्या दोन वर्षांमध्ये त्यानं सुषमाला चांगलंच छळलं असणार. ती घाबरली होती यात आश्चर्य वाटण्याजोगं काही नव्हतं. पण म्हणून गर्भपात? अजून जन्मालाही न आलेल्या एका निष्पाप जिवाची हत्या? आणि ती करायला मी मदत करायची! कल्पना भयंकर होती आणि माझी त्याला तयारी नव्हती.

“सुषमा, हे बघ. आपण जरा शांतपणे विचार करू या. आतताईपणानं एकदम गर्भपाताचा निर्णय घेऊ नकोस तू. अगं, बाळाचा यात काय दोष आहे बरं? त्याचा जन्मजात स्वभाव जरी राजीवसारखा असला तरी त्याला वळण लावणं आपल्या हातात आहे ना, आपण त्याच्यावर कसे संस्कार करतो त्यावर..”

“संस्कारांनी जन्मदोष कमी होईल?... तुमच्याच म्हणण्याप्रमाणे त्याच्या जनुकांमधे दोष आहे. हा दोष संस्कारांनी दूर होईल?”

मी गडबडलो. याबाबत निश्चित काही आकडेवारी आजतरी उपलब्ध नाही आहे. भोवतालची परिस्थिती आणि संस्कार यांमुळे आक्रमकता कमी होते असा काही संशोधकांचा दावा आहे, तर असा फरक पडू शकत नाही असं काहींचं म्हणणं आहे... म्हणजे सगळं संदिग्ध आहे.

पण सुषमाची समजूत तर घालायला हवी होती.

पण अशी समजूत मी घालावी का? की तिला गर्भपातासाठी एखाद्या स्त्री रोगतज्ज्ञाकडे पाठवावं? गर्भामध्ये अपरिहार्य असे काही आनुवंशिक दोष किंवा रोग असले तर गर्भपात कायदेशीर ठरतो... आणि एका डॉक्टरनं तसा सल्ला दिल्यावर गर्भपात केला गेला, तर कोणीच विशेष चौकशी करणार नाही. पण म्हणून एका जिवाची हत्या होऊ द्यायची?

डॉक्टरी व्यवसायात कितीतरी वेळा मृत्यूला सामोरं जावं लागतं. कधीकधी एखादी शस्त्रक्रिया चांगली होऊनसुद्धा पेशंट आपल्या डोळ्यादेखत दगावतो. हा माझ्या या व्यवसायाचाच एक अप्रिय भाग आहे. पण मुद्दाम, ठरवून एका न जन्मलेल्या जिवाला मृत्युमुखी ढकलणं म्हणजे...

“हे बघ सुषमा, याबाबत निश्चित काही सांगता आलं नाही, तरी चांगल्या, मायेच्या आणि सुजाण वातावरणात वाढलेली मुलं अधिक शांत, समाधानी, विचारी, दुसऱ्यांशी जुळवून घेणारी असतात हे आपण बघत नाही का? असं वातावरण मुलाच्या भोवती ठेवणं आपल्या हातात आहे ना!”

“वातावरण...” ती स्वत:शीच पुटपुटली आणि विचारात बुडून गप्प बसून राहिली. जरा वेळानं मी म्हणालो,

“सुषमा, अगं आपल्याच हातानं आपलं बाळ मारावं असं...”

“डॉक्टर!” ती एकदम ओरडली आणि मग ढसाढसा रडू लागली. इतका वेळ तिनं धारण केलेला निर्विकारपणाचा मुखवटा गळून पडला आणि तिचं आईचं हृदय आक्रंदू लागलं. वरवरच्या तिच्या शांतपणाखाली अश्रूंचा एवढा महापूर झाकलेला होता हे माझ्या लक्षातच आलं नव्हतं.

“सुषमा, शांत हो सुषमा... रडू नको...” मी तिला शांत करण्याचा प्रयत्न करू लागलो; पण तिचे डोळे वाहायचे थांबेनात. मी मग गप्प बसून राहिलो.

थोड्या वेळानं तिच्या रडण्यचा जोर कमी झाला. तिनं रुमालानं चेहरा, डोळे पुसले आणि ती म्हणाली,

"डॉक्टर, मला माझं बाळ हवंय हो, पण.. पण आणखी एक राजीव जन्माला आला तर तो अनेकांचं जिणं असह्य करून टाकेल, कित्येकांचा जीवही घेईल.."

"पण असं होईलच असं नाही. प्रयत्नांनी आपण त्याच्या स्वभावात बदल करू शकू. योग्य त्या वातावरणात त्याची जोपासना झाली, योग्य-अयोग्य, चांगलं-वाईट, नीती-अनीती या गोष्टींचं ज्ञान आणि महत्त्व त्याला लहानपणापासून कळू लागलं, तर त्याचा स्वभाव तितका आक्रमक राहणार नाही.

यावर कपाळाला आठ्या घालून ती म्हणाली, "असं व्हायचं असलं तर त्याला आईसाहेबांच्या आणि तुमच्या प्रभावापासून दूर ठेवायला हवं. तुम्हा दोघांची सावलीही त्याच्यावर पडायला नको."

मी आ वासून तिच्याकडे बघतच राहिलो.

"माझ्या प्रभावापासून दूर? का बरं?" मी आश्चर्यानं विचारलं. तिचा गर्भपाताचा विचार आता मागे पडलेला दिसत होता हे चांगलं होतं, पण मी तिचं काय घोडं मारलं होतं बुवा?

"खून करून राजीव तुरुंगात जायला तुम्ही दोघं जबाबदार आहात."

"काय? आम्ही दोघं जबाबदार... काहीतरी बडबडू नकोस."

"काहीतरी बडबडत नाहीये, विचार करूनच बोलते आहे मी. राजीवशी लग्न झाल्यापासून गेली दोन वर्ष मी बघते आहे, आईसाहेबांच्या वेड्या मायेनं राजीवच्या आक्रमकतेला खतपाणीच मिळतं. अगदी सकाळी उठल्यापासून त्या त्याच्या दिमतीला असल्यासारख्या सारख्या त्याच्या अवतीभवती असतात; त्याच्या प्रत्येक लहानसहान मागणीसाठी नोकरांची धावपळ चालू असते; त्यात जरा एखाद्या गोष्टीत दिरंगाई झाली, तर त्याच्याआधी त्याच रागावतात; त्यानं आरडाओरडा केला तर त्याची बाजू घेऊनच त्याही नोकरांवर सरबत्ती सुरू करतात... त्याच्या प्रत्येक गोष्टीचं अफाट कौतुक करतात... आणि कधीकधी अनावर होऊन तो जेव्हा नोकरांवर हात टाकतो तेव्हा त्याला आवरायच्या ऐवजी त्या नोकरालाच आणखी रागावू लागतात. मग त्याला गुपचूप पैसे चारून राजीवच्या वागण्याबद्दल बाहेर काही न बोलण्याचं वचन घेतात.... पैशाच्या लोभानं आणि आमच्या घरी बाकी सर्व जण त्यांच्याशी चांगलं वागत असल्यामुळे नोकरमाणसंही अपमान सहन करून राहतात. तरी पुष्कळजण शेवटी कंटाळून सोडून जातात. लहानपणापासून राजीवच्या सगळ्या गैरकृत्यांवर त्या पांघरूण घालत आल्या आहेत. त्याचा आक्रमक स्वभाव जन्मजात आणि आनुवंशिक असेल कदाचित, पण त्याच्या आक्रमकतेला त्यांनी नेहमीच खतपाणी घातलं आहे."

“बरोबर आहे तुझं म्हणणं. मीदेखील गेली अठरा-वीस वर्ष बघतो आहे की, त्या राजीवला नेहमी पाठीशी घालतात आणि त्यामुळे आपलं काही चुकतं आहे असं त्याला वाटतच नाही; पण हे आपण तुझ्या बाळाच्या बाबतीत टाळू शकू.”

“त्यांच्याइतकेच तुम्हीही दोषी आहात डॉक्टर. त्याचे गुन्हे लपवून ठेवायला तुम्ही त्यांना सतत मदत करत आलात.”

“अग, पण म्हणून.. राजीवला मी तो पाच-सहा वर्षांचा असल्यापासून ओळखतो आणि मायेपोटी माणसं नेहमीच आपल्या माणसांच्या चुका पोटात घालतात. तो काही गुन्हा ठरत नाही.”

“मायेपोटी! चुका!.... डॉक्टर, माळ्याच्या बारा वर्षाच्या मुलाला पंधरा वर्षांच्या राजीवनं बागेतल्या हौदात बुडवून मारणं हे कृत्य म्हणजे चूक? शेवंताच्या हातून राजीवच्या अंगावर चहा सांडला म्हणून त्यानं तिला केसांना धरून फरफटत नेऊन भिंतीवर तिचं डोकं आपटणं म्हणजे चूक? मुलगा गमावल्यावर आईसाहेबांकडे बघून आणि त्यांनी देऊ केलेल्या पैशांचा मोह पडून माळ्यानं पोलिसात तक्रार केली नाही, पण तो काम सोडून गेला. शेवंतानं बिचारीनं तर कामही सोडलं नाही. मुळातच ती बुद्धीनं कमी होती आणि डोकं फुटून भळाभळा रक्त वाहून गेल्यापासून तर ती जवळ-जवळ मतिमंदच झाली आहे. त्यामुळे तिच्या घरच्यानींही पैसे घेऊन तोंडं बंद ठेवली आहेत. एवढंच नाही, तर ती अजूनही कामाला येते; पण राजीवला बघितलं की थरथर कापते...”

“जखमेवर औषधपाणी केलंत; अर्थात, भरपूर फी घेऊन आणि माळ्याच्या मुलाला न्यूमोनियानं नैसर्गिक मृत्यू आला असं सर्टिफिकेट दिलंत; अर्थात, भरपूर मोबदला घेऊन... मायेपोटी तुम्ही हे केलंत हे मात्र खरं, भरपूर माया गोळा झाली आहे आता तुमच्याकडे, जहागिरदारांची सेवा करून.”

मी रागानं ताडकन् उठून उभा राहिलो. “तू आता नीघ सुषमा. माझ्या दवाखान्यात बसून माझ्यावरच वाटेल ते आरोप करते आहेस...”

“वाटेल ते नाही डॉक्टर. मी खरं तेच बोलते आहे. हे सगळं मला कसं कळलं असं तुम्हाला वाटत असेल... पण मांजर डोळे मिटून दूध पीत असलं तरी जगाचे डोळे मिटलेले नसतात हे तुम्ही विसरलात. भिंतींना कान असतात आणि मग त्यांना जिभाही फुटतात. घरच्या नोकरांकडूनच नव्हे तर बाहेरच्या कितीतरी जणांच्या कुजबुजीतून मला अनेक गोष्टी कळल्या आहेत; आणि एका भयंकर प्रसंगाला तर मी स्वतः साक्षीदार आहे.”

“कसला भयंकर प्रसंग?” तिला आणखी काय माहीत होतं कुणास ठाऊक!

“आप्पासाहेबांच्या मृत्यूचा. आप्पासाहेब गेले त्या दिवशी रात्री जेवणानंतर त्यांची आणि राजीवची जी भयंकर खडाजंगी झाली ती सगळी मी जेवणघराच्या दाराबाहेर उभी राहून ऐकली आहे. भांडण सुरू झाल्यावर आईसाहेबांनी मला माडीवर

जायला सांगून बाहेर काढलं आणि जेवणघराचं दार लावून घेतलं, पण मी वर गेले नव्हते. तिथेच दाराबाहेर उभी होते...''

"मग?'' न राहवून मी विचारलं. मला खरं तर तिची आता जरा भीतीच वाटायला लागली होती.

"आप्पासाहेब आणि राजीव दोघांचेही आवाज चढले असल्यामुळे मला सगळं स्पष्ट ऐकू येत होतं. इस्टेटीचा काही भाग विकण्यावरून त्यांचं भांडण सुरू होतं. मध्येच एकदम "थांब थेरड्या, दाखवतोच तुला'' असे राजीवचे शब्द ऐकू आले आणि मग आतून धडपडीचे आवाज ऐकू येऊ लागले... त्याचबरोबर आईसाहेबांच्या किंचाळण्याचे, "अरे, सोड, सोड मेल्या... राजू, अरे सोड...'' आवाज आले. मग घुसमटून रडल्यासारखा आवाज ऐकू येऊ लागला. पुढे होऊन दार वाजवावं असं मला फार वाटत होतं, पण धीर झाला नाही. कारण आईसाहेबांची आज्ञा मी कधीच मोडली नव्हती... जरा वेळ असाच गेला आणि मग दाराची कडी काढण्याचा आवाज आला; तशी मी पळत जिना चढले, पण खोलीत गेले नाही. लँडिंगवर भिंतीशी खेटून उभी राहिले. आईसाहेब बाहेर बैठकीच्या खोलीत आल्या आणि त्यांनी तुम्हाला फोन केला. "डॉक्टर, लवकर या, इथे भयंकर घडलं आहे. राजीवनं यांचा घात केला आहे...'' असं त्यांनी रडतरडत बक्या आवाजात तुम्हाला सांगितलेलं मी स्वत:च्या कानांनी ऐकलं. मग तुम्ही आलात, आप्पासाहेबांना तपासलंत, त्यांना हृदयझटका येऊन त्यांचा मृत्यू झाल्याचं सर्टिफिकेट दिलंत. या सगळ्या पुढच्या गोष्टी माझ्यादेखत झाल्या...''

"हे... हे खोटं आहे.''

"नाही डॉक्टर, हे सगळं खरं आहे. तुमचं सर्टिफिकेट खोटं आहे, कारण राजीवनं गळा दाबल्यामुळे आप्पासाहेब मृत्यू पावले असताना तुम्ही हृदयझटक्यानं मृत्यू आल्याचं सर्टिफिकेट दिलं आहेत... ही घटना घडून गेल्यावरच तुमची सुसज्ज प्रयोगशाळा उभी राहिली.''

"काय वाटेल ते आरोप करू नकोस. तुझ्या म्हणण्याला काही आधार आहे का? केवळ तू म्हणतेस म्हणून लोक तुझ्यावर विश्वास ठेवतील असं तुला वाटतं का?''

"हां, मला वाटतं, ठेवतील. कारण जहागिरदारांच्या मुलाविषयी आधीच लोकांमध्ये खूप प्रवाद आहेत. शिवाय मला काही कुठे माझं म्हणणं सिद्ध करायला जायचं नाही आहे; पण मी जर चार ठिकाणी या गोष्टी सांगू लागले तर... तर मला वाटतं तुमच्या प्रॅक्टिसवर त्याचा निश्चित परिणाम होईल... कदाचित् दवाखाना बंद करायचीही पाळी येईल, कुणी सांगावं!''

सुषमा मला चक्क धमकी देत होती! नेहमी गरीब, आज्ञाधारक वाटणारी ही मुलगी एवढी धीट कशी झाली? हे बळ तिला कुठून आलं?

"पण मी असं काही करणार नाही आहे. डॉक्टर, मला तुमचं नुकसान करण्याची मुळीच इच्छा नाही. मला फक्त तुमची मदत हवी आहे."

"कसली मदत?"

"मला माझ्या बाळाला मोकळ्या वातावणात, सर्वसामान्य मुलासारखं वाढवायचं आहे. त्याला आईसाहेबांपासून दूर ठेवायचं आहे. त्यासाठी त्याला घेऊन जहागिरदारांच्या, त्यांच्या पैशाच्या प्रभावापासून दूर जायचं आहे... इतकं दूर... की जिथे नेहमी-नेहमी जाणं जहागिरदारांच्या खिशालासुद्धा परवडणार नाही... एखाद्या परदेशात." इतकं म्हणून ती विचारमग्न बसून राहिली.

"कायम परदेशात राहायचं, तर त्यासाठी काहीतरी भक्कम कारण हवं." ती पुढे बोलू लागली. "बाळाला जर एखादी अशी व्याधी असली की, जिच्यावर आपल्याकडे उपचार होऊ शकत नाही, तर मग बाळाला घेऊन मी कायम तिकडे राहणं सयुक्तिक ठरू शकेल... त्यासाठी मला तुमची मदत हवी आहे. त्याला कुठला आजार आहे असं सांगायचं, त्यासाठी उपचारांसाठी म्हणून कुठे जायचं, हे सगळं तुम्हीच ठरवू शकाल आणि तशी व्यवस्थाही करू शकाल."

"म्हणजे हा सगळा बनाव रचण्यात मी सहभागी व्हायचं! आईसाहेबांना फसवायचं... गेली अठरा-वीस वर्ष तुमच्या कुटुंबाशी माझे घरोब्याचे संबंध आहेत आणि आता या कठीण काळात मी त्यांना फसवू?"

"मग दुसरा काही मार्ग तुम्हाला सुचतो आहे का?"

"दुसरा मार्ग?... नाही. पण अशी फसवणूक करायची म्हणजे..."

"जमेल तुम्हाला, डॉक्टर. अनुभव आहे तुम्हाला फसवणुकीचा." थोबाडीत मारल्यासारखं सुषमा म्हणाली. मग उठताउठता आजूबाजूला नजर फिरवत ती पुढे म्हणाली,

"छान प्रशस्त आहे हं तुमचा दवाखाना. मी प्रथमच पाहते आहे, पण अगदी ऐटीचा आहे."

तिच्या बोलण्यातल्या गर्भित धमकीनं अवाक् होऊन मी बघत असतानाच ती बाहेर पडली.

तेव्हापासून तिच्या होणाऱ्या बाळासाठी कोणता आजार शोधून काढायचा आणि त्याची कशी व्यवस्था करायची या चिंतेनं माझी झोप उडाली आहे. लवकरच काहीतरी नक्की करायला हवं आहे. इतक्या वर्षांच्या मेहनतीनं उभ्या केलेल्या माझ्या व्यवसायावर मला पाणी सोडायचं नाही आहे.

(धनंजय - दिवाळी २०००)

◆

कल्पादी

घड्याळाचा गजर झाला तेव्हा नुकतं कुठे फटफटू लागलं होतं. सूर्योदयाला खरं म्हणजे अजून वेळ होता. वृंदानं डोळे उघडून पहाटेचा तो मंद प्रकाश पाहिला. डोळे मिटून परत एकदा झोपी जावं असा तिला मोह झाला पण तिला एकदम आठवलं, आज जॉनपूरला जायचं आहे!

डोळ्यांवरची झापड झटकून ती घाईघाईनं उठली. रात्रीच भरून ठेवलेली पातळ पत्र्याची पाण्याची टाकी घेऊन घरामागच्या त्यांच्या वाट्याला आलेल्या खोलीमागच्या प्रशस्त, लांबलचक बाल्कनीत ती आली. त्यांच्या मजल्यावरच्या चोवीस बिऱ्हाडांच्या चोवीस सूर्यचुली एका ओळीत बाल्कनीत बसवलेल्या होत्या. प्रत्येक चुलीशेजारी छोटासा ओटा, त्याखाली शेल्फ अशी सगळी व्यवस्था होती. प्रत्येक चुलीवर क्रमांक टाकलेला होता. सतरा क्रमांकाची चूल तिची होती.

चुलीवरचं झाकण वृंदानं दूर केलं नि टाकी चुलीवर चढवली. जास्तीत-जास्त सूर्यकिरण शोषून घेतील अशा बेतानं चुलीचे वेगवेगळे कोन सेट करून तिनं आजूबाजूला नजर टाकली. आजूबाजूच्या चुली अजून थंड होत्या. फक्त तीन नंबरच्या चुलीपाशी मिसेस तुंगारे काहीतरी करत होती.

ही का इतक्या लवकर उठली आहे? हिलाही कुठे बाहेर जायचं आहे की काय? हिच्याजवळ किरणवर्धक मागावा का?... मनात विचार येताक्षणी वृंदा मिसेस तुंगारेच्या दिशेनं चालू लागली. मिसेस तुंगारेच्या ढालगज स्वभावामुळे तिच्याशी फारशी घसट वृंदानं ठेवली नव्हती; पण जॉनपूरला जायची बस पकडायची असेल आणि त्याआधी खाणंपिणं नि गरम पाण्याची अंघोळ या दोन्ही गोष्टी साधायच्या असतील, तर आज ढालगज तुंगारेचीच मदत घ्यायला हवी होती.

वृंदा आपल्याकडेच येत असल्याचं मिसेस तुंगारेनं ताबडतोब हेरलं आणि ती खुष झाली. तेवढाच थोडा वेळ मजेत जाईल! नाहीतरी कामाची काही तिला घाई नव्हती; हल्ली वयपरत्वे झोप कमी झाली होती. अंथरुणात पडून कंटाळा आला होता म्हणूनच केवळ ती उठून चुलीशी आली होती.

"काय वृंदा? आज इतक्या लवकर उठलीस?" वृंदा चार पावलांवर असतानाच तिनं विचारलं.

"हो. आज जरा बाहेर जायचं आहे. त्याआधी दोघांची अंघोळ उरकावी म्हणून जरा लवकरच उठलेय." वृंदानं सांगितलं.

"काय बस-बिस पकडायची आहे वाटतं जॉनपूरची?"

'हिला बरं नेमकं कळलं!' असं मनात म्हणतच वृंदानं होकारार्थी मान डोलावली.

"अरे व्वा! म्हणजे घरात पाळणा हलवायचा विचार ठरला वाटतं तुमचा? बरं झालं हो! नाहीतरी किती वर्ष असं लांबणीवर टाकत जायचं? तसं आता तुझं आणि जयंतचं वयही काही अगदी कमी नसेल, नाही का?"

मिसेस तुंगारेच्या बोलण्याकडे दुर्लक्ष करीत वृंदानं विचारलं,

"जरा तुमचा वर्धक देता का काकू? म्हणजे तेवढंच जरा लवकर तापेल पाणी."

"वर्धक ना? होऽ, घेऊन जा की! मला काऽही घाई नाही. पण काय गं, हल्ली म्हणे कंपल्सरी केलं आहे, त्या मायानगरीत जाऊन येणं? त्याशिवाय म्हणे मूल होण्याची परवानगी नाही?"

मायानगरी?... हां हां! जॉनपूरजवळच्या समुद्राच्या पोटातल्या मानवी वसाहतीला त्या मायानगरी म्हणत होत्या वाटतं!

सर्व सुखसोयींनी युक्त अशा गजबजलेल्या शहरात अर्ध आयुष्य गेलेल्या मिसेस तुंगाऱ्यांना सध्याच्या परिस्थितीशी जुळवून घेणं कठीण जावं आणि समुद्री वसाहत मायानगरीसारखी वाटावी यात काहीच आश्चर्य नव्हतं. त्या वसाहतीचं फ्रेनावती हे नाव त्यांच्या तोंडात येणं तर जवळजवळ अशक्यच होतं!

पण मिसेस तुंगाऱ्यांशी बोलत बसायला वृंदाला वेळ नव्हता.

"वर्धक देताय ना काकू?" तिनं आठवण करून दिली, तशी चुलीखालीच ठेवलेला अर्धगोलाकार, चकचकीत, पट्ट्यापट्ट्यांचा वर्धक त्यांनी काढून दिला. तिची घाई त्यांच्या लक्षात आली आणि "जॉनपूरहून आलीस की ये ग गप्पा मारायला" असं म्हणत त्यांनी बोलणं आवरतं घेतलं.

स्वत:च्या चुलीला स्वत:चा आणि तुंगाऱ्यांचा असे दोन्ही वर्धक बसवून वृंदा पुढच्या उद्योगाला लागली. हातांबरोबरच तिच्या डोक्यातली विचारांची चक्रंही फिरू लागली.

तिसऱ्या महायुद्धात मिसेस तुंगाऱ्यांची दोन मुलं गेली होती. युद्धात म्हणजे प्रत्यक्ष युद्धभूमीवर नव्हे. युद्धावर जाण्याइतकी ती मोठी नव्हती; पण युद्धात वापरल्या गेलेल्या रासायनिक आणि जैविक अस्त्रांना ती बळी पडली होती; धाकट्याच्या अंगावर मोठाले फोड उठले होते. त्यात पाणी होऊन ते फुगले. धक्का लागून एखादा फोड फुटला की त्यातलं पाणी बाहेर पसरे. जिथेजिथे ती लस लागे, तिथे नवीन फोड येत. असं होताहोता शेवटी त्याच्या अंगावर बोट ठेवायला जागा उरली नव्हती. मोठ्याला फोड आले नव्हते. पण एक दिवस खेळायला म्हणून बाहेर गेलेला तो घरी परतला तोच मुळी "पोटात आग होते!" असं म्हणत. धावाधाव करून डॉक्टरांना बोलावून ते येईपर्यंत त्याची वाचाच बंद झाली. तो मूकपणे तडफडत असलेला बघून, अंगावरच्या फोडांमुळे आधीच त्रस्त झालेला धाकटा मोठमोठ्यानं रडू लागला. जमले तेवढे उपचार डॉक्टरांनी केले, पण काहीही उपयोग न होता दोन्ही मुलं तीन दिवसात दगावली. तुंगारे पतिपत्नींना वेड लागायचंच तेवढं बाकी राहिलं होतं.

वृंदा त्या वेळी आठ-नऊ वर्षांची होती. तिच्या वडलांचं पोस्टिंग अकोल्याला झालं असल्यानं सगळं कुटुंबच अकोल्याला होतं. तिचा सुबोध दादा तेव्हा असेल पंधरासोळा वर्षांचा. युद्ध सुरू झालं आणि तो युद्धाखेरीज दुसऱ्या कुठल्या विषयावर बोलेचना. त्या अर्धवट वयात त्याला युद्ध या गोष्टीचं प्रचंड आकर्षण वाटत होतं. सैन्यात दाखल होऊन शौर्य गाजवण्यासाठी त्याचे हात शिवशिवत होते, पण पुरेसं वय नसल्यानं त्याला युद्धाच्या गप्पांवरच आपली इच्छा भागवावी लागत होती.

सुबोधच्या गप्पा ऐकून-ऐकून वृंदाला या तिसऱ्या महायुद्धाची थोडीफार माहिती झाली होती. मध्यपूर्वेत प्रथम युद्धाची ठिणगी पडली. ती लहानशीच होती. पण सगळ्या राष्ट्रांनी त्यात उडी घेतल्यानं या ठिणगीचं वणव्यात रूपांतर झालं होतं. जगभर अनेक लहानमोठ्या राष्ट्रांना त्यात उतरावं लागलं होतं. भारतालाही अलिप्त राहता आलं नव्हतं.

या युद्धात जर अण्वस्त्रं वापरली गेली तर सगळं जग बेचिराख होईल, अशी भीती सर्वांनाच वाटत होती. सुदैवानं अण्वस्त्रवापरातला धोका लक्षात घेऊन कुठल्याच राष्ट्रानं त्यांचा वापर केला नव्हता; पण रासायनिक आणि जैविक अस्त्रांचा मात्र सर्रास वापर केला होता!

प्रत्यक्ष पेटलेलं युद्ध संपलं तरी त्याचे परिणाम पुढे कित्येक वर्ष भोगावे लागत होते - फक्त सैनिकांनाच नव्हे, तर सर्वसामान्य लोकांनासुद्धा.

युद्धाचे नगारे बंद पडले तशी सुबोधनं मुंबईला जाण्याचा धोशा लावला. इतके दिवस त्याला आईवडलांनी दाबून ठेवलं होतं, पण आता काही धोका नाही म्हणून त्यांनी त्याला मुंबईला जाण्याची परवानगी दिली.

पेट्रोलवर चालणाऱ्या वाहनांच्या संख्येत इंधनटंचाईमुळे युद्धापूर्वीच बरीचशी कपात झाली होती. युद्ध सुरू होताच सर्व खाजगी वाहनं सरकारनं ताब्यात घेतली. कोळशावर चालणाऱ्या आगगाड्या मात्र पुष्कळशा प्रमाणात चालू होत्या.

आठ दिवस मुंबईला राहण्याची परवानगी घेऊन सुबोध युद्धाच्या कथा ऐकायला अतिशय अधीरपणे मुंबईला रवाना झाला. तो गेला आणि दोनच दिवसांनी गावात येणारी मुंबईची वर्तमानपत्रं बंद झाली. मुंबईचं एकही वृत्तपत्र गावात येईना. अकोल्याच्या एजंट्सनी फोनवरून मुंबईच्या वृत्तपत्रांच्या ऑफिसात संपर्क साधला, तेव्हा त्यांना आधी उडवाउडवीची उत्तरं मिळाली; पण जेव्हा गावोगावचे लोक पुन्हापुन्हा विचारणा करू लागले तेव्हा खरं कारण सांगावंच लागलं.

मुंबईला वीजपुरवठा करणाऱ्या केंद्रांमधले इतके कामगार आजारी पडले होते, की नेहमीच्या एक-तृतीयांश इतकीसुद्धा वीज-निर्मिती होत नव्हती. त्यामुळे अत्यावश्यक गोष्टी सोडून इतर सर्वांचा वीजपुरवठा बंद करण्यात आला होता. अर्थातच छापखान्यांनाही वीज मिळत नव्हती.

ही बातमी कानावर आली, तशी वृंदासकट घरचे सगळे काळजीत पडले. सुबोध मुंबईला गेला होता. त्याला तर काहीतरी होणार नाही ना या काळजीनं तिच्या आईवडलांची झोप उडाली.

अकोल्यातही काही लोकांच्या अंगावर टरारून फोड उठल्याचं आणि काही माणसं दगावल्याचं कानावर आलं. देवाची प्रार्थना करत सुबोधची वाट बघण्याखेरीज काहीच करता येण्याजोगं नव्हतं.

आठ दिवस मुंबईला राहण्यासाठी म्हणून गेलेला सुबोध पाचव्याच दिवशी परत आला. त्याचा चेहेरा ओढलेला होता, डोळे खोल गेले होते, केस विसकटलेले होते आणि अंगावरचे कपडे जागोजागी फाटले होते. बरोबर नेलेली सूटकेस कुठे दिसत नव्हती.

"हे रे काय सुबोध? काय झालं? कपडे इतके फाटले कशानं? आणि तुझी सूटकेस कुठे आहे?" असं आईनं विचारताच तो घळाघळा रडू लागला.

मग त्यांनी त्याला पुढे काही विचारलं नाही. दांडीवरचा टॉवेल त्याच्या हातात देत त्या म्हणाल्या, "जा, आधी स्वच्छ हात-पाय-तोंड धुऊन ये गार पाण्यानं. मी चहा करते तोपर्यंत."

आईनं दिलेला चिवडा, लाडू खाऊन वर गरम चहा घेतल्यावर सुबोध जरा स्वस्थ झाला.

आणि मग त्यानं जी हकिकत सांगितली ती भयानकच होती.

तिसरं महायुद्ध प्रत्यक्ष भारताच्या भूमीवर खेळलं गेलं नव्हतं, पण त्या युद्धात वापरलेले जीवाणू आणि रसायनांचे फवारे आता भारतापर्यंत पोहोचले होते. वाऱ्यावर

वाहत येऊन हे अस्मानी संकट आता पश्चिम किनाऱ्यावर कोसळलं होतं. मुंबईत तर हलकल्लोळ माजला होता. दर चारपाच माणसांत एकाचं अंग फोडांनी भरलं होतं. काही थोड्या लोकांच्या पोटात आग पडली होती. डॉक्टरी उपाय पुरे पडत नव्हते आणि माणसं तडफडून मरत होती.

प्राण्यांवर आणि वनस्पतींवरही या अस्त्रांचा परिणाम झाला होता. ठिकठिकाणी चिमण्या, कावळे, खारी, कबुतरं मरून पडलेली दिसत होती. घरोघरी उंदीर मरून पडू लागले होते.

आणि सर्वांत भयानक गोष्ट म्हणजे झाडांची पानं गळून पडली होती... सर्वच्या सर्व! अख्ख्या मुंबईत एकाही झाडाला एकही पान शिल्लक नव्हतं. झाडांचे, रोपांचे नुसते खराटे उभे होते आणि गळून पडलेल्या पानांचे ढीग बुंध्याशी जमत होते.

सुबोध मुंबईला मावशीकडे गेला होता. पहिले दोन दिवस त्यानं मावसभावाबरोबर मुंबईची ही दैना बघत फिरण्यात घालवले. तिसऱ्या दिवशी मावसभावाच्या अंगावर फोड उठले! ते बघून मावशीनं सुबोधला पोळीभाजीचा डबा करून दिला आणि अकोल्याला निघून जायला सांगितलं.

सुबोध स्टेशनवर पोहोचला तेव्हा तिथं पंढरपूरच्या यात्रेसारखी गर्दी जमली होती. मुंबईतल्या परिस्थितीला घाबरलेले लोक मुंबई सोडून जाऊ पाहत होते. त्या गर्दीत पुढे सरकण्याचा प्रयत्न काही केल्या सफल होईना. तेव्हा त्यानं सारा सभ्यपणा गुंडाळून ठेवला आणि लोकांना धक्के मारत, शिव्या घालत तो पुढे घुसू लागला.

मध्यरात्रीच्या सुमारास त्याला एका गाडीच्या टपावर बसण्यापुरती जागा मिळाली. त्याच्यासारखे आणखी तीस-पस्तीस जण वरती बसलेले होते. डब्याडब्यावर अशी माणसं बसलेली होती. एकदा गाडी सुरू झाल्यावर वर बसलेले सगळे एकमेकांना आधार देत, गप्पा मारत वेळ काढत बसले. या टपावर बसून केलेल्या रात्रीच्या प्रवासात त्याची सूटकेस केव्हातरी खाली पडली होती.

मनमाडला सुबोधनं ती गाडी सोडली. इथंही लोकांची खूप गर्दी होती, पण मुंबई इतकी वाईट अवस्था नव्हती. धक्काबुक्की करत का होईना, पण त्याला डब्यात शिरता आलं. मनमाडपासून पुढचा प्रवास त्यानं उभ्यानंच केला.

धक्काबुक्कीत त्याचे कपडे फाटले होते. सूटकेसच हरवल्यामुळे तिच्यातला पोळीभाजीचा डबाही गेला होता. त्यामुळे दीड दिवस तो उपाशीच होता. डब्यातून उतरून काही खाऊन येणं अशक्य होतं.

पण या सगळ्या शारीरिक कष्टांपेक्षाही प्रवासात दिसलेल्या दृश्यांनी त्याच्या मनावर पडलेला ताण फार प्रचंड होता- मैलोगणती प्रदेश उद्ध्वस्त झाला होता. झाडांची पानं गळून पडली होती. ज्या काही थोड्या झाडांना पानं शिल्लक होती ती

पिवळीधमक पडली होती. रुळाच्या कडेच्या शेतात दिसणारी जनावरं, गायी, गुरं कित्येकदा त्याच्या डोळ्यांदेखत खाली कोसळत होती.

सुबोधची हकिकत ऐकत असतानाच त्याच्या वडिलांनी एक अतिशय महत्त्वाचा निर्णय मनाशी घेऊन टाकला. आता आपल्या घरी जायचं; इथं अकोल्यात राहायचं नाही. बुलढाण्याला त्यांचा भाऊ राहत असे. तो वडिलोपार्जित शेती सांभाळत असे. गावात त्याचं मोठ घरही होतं.

वृंदाच्या वडिलांनी दुसऱ्याच दिवशी दोन महिन्यांच्या रजेचा अर्ज खरडला आणि रजा मंजूर होण्याची वाट न पाहता ते बुलढाण्याला जाण्याच्या तयारीला लागले.

रेल्वेचं रिझर्वेशन लवकर मिळेल अशी त्यांना आशा नव्हतीच; पण पुन्हापुन्हा फेऱ्या मारूनसुद्धा तीन-चार महिन्यांतलं कुठलंच रिझर्वेशन मिळेना, तेव्हा काय करावं असा त्यांना प्रश्न पडला. रिझर्वेशन मिळूनही फारसा उपयोग झाला नसता, कारण गाड्यांना इतकी प्रचंड गर्दी होती की सगळेच डबे गच्च भरून जात होते– अगदी पहिल्या वर्गाचेसुद्धा.

आणि एक दिवस मुंबईहून येणाऱ्या गाड्यांपैकी एकही गाडी आली नाही!

गाड्या का येत नाहीत याचं कारणही कुठून कळेना. तेव्हा त्यांनी माहितीतल्या एका माणसाची बैलगाडी चक्क खरेदी केली आणि गाडी हाकण्यासाठी पैसे देऊ करून त्याला बरोबर घेतलं. जमेल तेवढं सामानसुमान गाडीत भरून आणि सर्वांना गाडीत बसवून ते बुलढाण्याच्या दिशेनं मार्गस्थ झाले.

अकोला सोडण्याचा त्यांचा हा निर्णय फारच शहाणपणाचा ठरला. त्यांचं सगळं कुटुंब त्यामुळे सुखरूप राहू शकलं.

त्यानंतरची चार-पाच वर्षं नुसता जीव जगवण्यात खर्ची पडली!

आगगाड्यांचं दळणवळण बंद पडलं. मोटारी आणि बसेस तर कधीच बंद झाल्या होत्या. टेलिफोनचं दळणवळण फक्त सरकारी पातळीवर चालू राहिलं. बाहेरच्या जगाशी संपर्काचं एकच साधन शिल्लक होतं, ते म्हणजे ट्रान्झिस्टर! आकाशवाणीची काही केंद्र प्रयत्नपूर्वक चालू ठेवण्यात आली होती.

बाहेरच्या इतर देशांमध्ये तर, याहीपेक्षा वाईट परिस्थिती होती. तिथं मनुष्यहानी तर झाली होतीच, त्याहीपेक्षा साधनसंपत्तीची झालेली हानी फार प्रचंड होती.

आणि सर्वांत भयाण परिस्थिती होती ती पिकाऊ जमिनीची. शांततेच्या काळात गुप्तपणे प्रयोग करून मिळवलेलं विविध रासायनिक अस्त्रांचं ज्ञान वापरून बघण्याची अनेक देशांची खुमखुमी या युद्धात जिरली होती आणि त्यापायी हजारो एकर जमीन वैराण झाली होती! पुढे कित्येक वर्षे त्या जमिनीत काही पीक येऊ शकणार नव्हतं.

युद्ध संपलं तरी सामान्य माणसाला भोगावे लागणारे त्याचे परिणाम मात्र संपले

नाहीत. उलट ते वाढत गेले. प्रत्यक्ष युद्धबंदी जाहीर झाल्यानंतरही कितीतरी दिवस लोकांच्या अंगावर फोड उठत राहिले, पोटात आग पडत राहिली आणि झाडं निष्पर्ण होत राहिली.

गळणाऱ्या प्रत्येक पानाबरोबर, उजाड होण्याऱ्या प्रत्येक इंचाबरोबर अन्नधान्याचा प्रश्न अधिकाधिक बिकट होत गेला! युद्धाच्या वणव्यातून वाचलेल्यांच्या तोंडात दोन वेळचा घास पडणं कठीण होऊन बसलं. ज्यांची जमीन होती त्यांनी तीत नवीन पिकं काढण्याचा प्रयत्न केला, पण पेरलेल्यातलं एकही बी उगवेना, तेव्हा त्यांनी शहराचा रस्ता धरला. चार पैसे मोजून चार अन्नकण पोटात पडतील या आशेनं लोकांचे लोंढेच्या लोंढे परत शहराकडे वाहू लागले. मुंबई, दिल्ली, रोम, पॅरिस, न्यूयॉर्क यांसारख्या शहरांमध्ये तर रोजच जत्रेसारखी गर्दी दिसू लागली.

ज्यांची जमीन वैराण झाली नव्हती त्यांची परिस्थिती थोडीशी बरी होती, पण त्यांना प्रत्येक धान्यकणाचं रक्षण प्राणपणानं करावं लागत होतं.

देशोदेशी हीच परिस्थिती असल्यानं आणि पुढे कित्येक वर्ष ती अशीच राहील अशी शक्यता दिसत असल्यानं, माणसाला या दिव्यातून पार पडण्यासाठी संघटितपणे प्रयत्न करायला हवेत हे अनेक विचारवंतांच्या लक्षात आलं; आणि मग देशोदेशीच्या पुढाऱ्यांनी एकत्र येऊन चर्चा, वादंग, मतभेद, तडजोड हे सर्व सोपस्कार नेहमीप्रमाणे यथासांग पार पाडून एक वैश्विक सरकार स्थापन केलं.

वाईटातून चांगलं निघालं, ते असं!

विश्व-सरकारची स्थापना होताच त्यानं प्रथम तातडीनं हातात घेतलेलं काम म्हणजे सागरी संशोधनं. इंधन-साठे शोधण्यासाठी किंवा मच्छीमारीची वाढ करण्यासाठीच केवळ हे संशोधन नव्हतं. या कामांना तर वेग देण्यात आलाच, पण त्याहीपेक्षा अधिक वेगानं सागरी संशोधन सुरू करण्यात आलं, ते समुद्रात मानवी वसाहती निर्माण करणं कितपत शक्य आहे याचा अंदाज घेण्यासाठी.

पृथ्वीवरची जवळजवळ तीन-चतुर्थांश जमीन नापीक झाली. जगातली सगळी माणसं एकवेळचं जेवू लागली, तरी पुरणार नाही इतकं तुटपुंज अन्नोत्पादन होत होतं. त्या मानानं सागरी खाद्य मात्र भरपूर उपलब्ध होतं. विविध प्रकारचे मासे, प्राणी, वनस्पती मुबलक होत्या. पण हे भरपूर असलेलं अन्न लोकांपर्यंत पोहोचवणं फार कष्टाचं आणि वेळ, पैसा यांचा अपव्यय करणारं होतं. त्यापेक्षा माणसांच्या वसाहतीच समुद्रात वसवल्या तर? नाहीतरी शहरांमध्ये इतकी गर्दी झाली होती की, आता माणूस माणसाला खातो की काय अशी परिस्थिती आलेली होती.

कोणाच्या सुपीक डोक्यातून ही कल्पना निघाली होती कोणास ठाऊक! पण ती इतकी अभिनव होती की, सर्व प्रकारचे तंत्रज्ञ संशोधक यांचा तिनं कब्जा घेतला. त्यांच्या कल्पकतेला, बुद्धिचातुर्याला एक नवीन आव्हान मिळालं.

समुद्रात वसाहत उभी करायची!

परग्रहावर वस्ती करण्याइतकी कठीण गोष्ट! लक्षावधी वर्षे पृथ्वीतलावर राहून माणसानं समुद्राशी जवळीक करण्याचा कधी फारसा प्रयत्न केलेला नव्हता. सागरापासून मिळणाऱ्या साधन-संपत्तीचा आणि अन्नपदार्थांचासुद्धा त्यानं पुरेसा उपयोग करून घेतलेला नव्हता. समुद्रात शिरताना माणसाचं मुख्य उद्दिष्ट असायचं ते समुद्र पार करून पलीकडच्या जमिनीवर पाय टेकण्याचं. आपल्या उद्दिष्टाच्या आड येणारा एक अडथळा, एवढंच समुद्राचं स्वरूप माणसाला माहीत होतं!

पण आता त्याच्या पोटात शिरण्याचा प्रयत्न सुरू झाल्यावर असं लक्षात आलं की पृथ्वीच्या दोन-तृतीयांश भाग असलेल्या या अफाट जलसंचयाविषयी माणसाला फारच थोडी माहिती आहे! त्याचा बराच भाग अजून असंशोधितच आहे. आणि या अफाट पाण्याच्या पोटात असलेली साधनसंपत्ती आणि जलचर-वनस्पतींच्या स्वरूपातलं सागरी अन्न सगळ्या मानवजातीला पुरून उरणारं आहे.

ठिकठिकाणी सुरू केलेल्या सागरी संशोधनाला वेग देण्यात आला. नवनवीन सागरी वनस्पतींची लागवड मोठ्या प्रमाणावर करण्यात येऊ लागली. मच्छीमारीसाठी नवीन तंत्रांचा वापर केला जाऊ लागला. अत्याधुनिक बोटी आणि पाणबुड्यांचे ताफे मासेमारी करण्यासाठी खोल समुद्रात महिनोन् महिने तळ ठोकून राहू लागले.

आणि तरीही समुद्र त्यांच्या उद्दिष्टाच्या आड येतच राहिला! त्याच्या खारट जलराशीशी सामना करूनच माणसाला अन्न मिळवायला लागत होतं. मग त्याच्या पोटात वसाहत करणं कसं शक्य होतं? पण अशक्य वाटणारी गोष्ट करण्याच्या मागे लागणं हा तर माणसाचा पुरातन स्वभाव होता.

समुद्रात जास्तीत जास्त वेळ राहणं मानवाला शक्य व्हावं यासाठी प्राणवायूचा पुरवठा करणारी वेगवेगळ्या प्रकारची यंत्रं निर्माण होऊ लागली. काही पाठीवर वाहून नेण्याची होती, काही बोटीत बसवून त्यांच्यापासून निघालेल्या नळ्यांमधून प्राणवायू खालपर्यंत पुरवणारी तर काही समुद्राच्या पाण्यात हव्या त्या उंचीवर बुडलेली राहून प्राणवायू पुरविणारी होती.

तरीही या सर्वांना मर्यादा होती. त्यांचा उपयोग करून मिळू शकणारा फायदा मर्यादित होता. त्यामानानं त्यांच्यावर होणारा खर्च मात्र बराच मोठा होता.

हे सगळे प्रयत्न चालू असतानाच एक दिवस जगाला विस्मित करून सोडणारी घटना घडली.

अमेरिकन सैनिकी संशोधन केंद्रात काम करणाऱ्या डॉ. जॉन लायमन यांनी सागरी पाण्यातला प्राणवायू शोषून घेऊन तो श्वासोच्छ्वासाला पुरवणाऱ्या यंत्राचा प्रयोग हवाई बेटांजवळ शेकडो पत्रकार, तंत्रज्ञ आणि शास्त्रज्ञ यांच्या उपस्थितीत करून दाखवला!

तो आणि त्याचा एक सहकारी असे दोघे जण हवाई बेटाजवळ जमलेल्या हजारो लोकांच्या उपस्थितीत, त्यांचं यंत्र पाठीवर बसवून घेऊन समुद्रात बुडाले ते तब्बल पंधरा तासानंतर पृष्ठभागावर आले. तेही जेवण आणि झोप यासाठी! जेवून, मल्टिव्हिटॅमिन्सची इंजेक्शनं घेऊन आणि एक झोप काढून त्यांनी परत बुडी मारली ती वीस तास!

विजेचा झटका बसावा त्याप्रमाणे सगळं जग या बातमीनं थरारून गेलं.

आता पाण्याला भिण्याचं काहीच कारण उरलं नव्हतं!

समुद्राच्या पोटात वस्ती करणं अजूनही कठीण होतं, पण आता ते अशक्य राहिलं नव्हतं.

पुढच्या काही वर्षांत जिकडेतिकडे पाण्याच्या आत समुद्रकाठानं वस्ती झाली. समुद्रकाठच्या खडकांना धरून पाण्याखाली ॲल्युमिनिअम, स्टील, पॉलिपरस्पेक्स यांची घरं बांधली जाऊ लागली. या ठिकाणी सागरी अन्नांचे साठे करणं, त्यांचं वर्गीकरण, साफसफाई करणं, संरक्षित भागात त्यांची पैदास करणं ही कामं होऊ लागली. जेवण आणि झोप या दोन गोष्टींसाठीच फक्त या कामगारांना पृष्ठभागावर येण्याची गरज भासे.

समुद्राकाठच्या खडकांजवळ असलेली वस्ती हळूहळू आतमध्ये घुसू लागली. प्रथम उथळ भागात तळाशी नवीन वस्त्या झाल्या. या वस्त्यांच्या जोरावर पाण्याच्या पृष्ठभागावर, खालच्या माणसांच्या जेवण्याझोपण्यासाठी प्रचंड तरंगते तराफे बांधलेले असत.

आणि मग थोड्याच दिवसांत पाण्याखाली छोटीछोटी तरती नगरं तयार झाली.

सागरी इमारती खडकांना किंवा समुद्रतळाला धरून बांधण्याची खरं म्हणजे काही आवश्यकता नाही. ज्याप्रमाणे नांगर टाकलेलं जहाज पाण्यावर स्थिर राहू शकतं त्याप्रमाणे या सागरी इमारतींचं वजन योग्य त्या प्रमाणात असल्यास त्याही पाण्यात जवळजवळ स्थिर राहू शकतील हे लक्षात आल्यावर, एखाद्या हिमनगाप्रमाणे नऊ-दशांश भाग पाण्याखाली आणि एक-दशांश भाग पाण्यावर असलेल्या प्रचंड इमारती समुद्रात उभ्या राहू लागल्या. पाण्याखालच्या भागात दिवसभर काम करून, खेळ खेळून, मनोरंजन करून, जेवायला आणि झोपायला फक्त माणसं वर येऊ लागली. वरच्या मजल्यावरच्या शय्यागृहात झोपायला जावं तितक्या सहजपणे या गोष्टी होऊ लागल्या. पाण्यात वापरता येतील अशी अनेक साधनं, खेळ निर्माण झाले. पाण्याच्या परावर्तनाचा परिणाम लक्षात घेऊन, त्याच्याशी जुळवून घेऊन पडद्यावर स्पष्ट चित्र दाखवणारे चित्रपटदर्शक-प्रोजेक्टर-सुद्धा तयार झाले.

प्राचीन काळी ज्याप्रमाणे नद्यांच्या काठानं वस्ती झाली, त्याप्रमाणे या सागरी वस्त्या सागरी प्रवाहांच्या काठाकाठानं वाढू लागल्या. कारण प्रवाहांबरोबर वाहून

येणारे मासे, इतर जलचर यांची भरपूर शिकार तिथे मिळत असे. या प्रवाहांच्या काठी एकामागून एक इमारती उभ्या राहिल्यावर, कधी वादळ झालं तर त्याला तोंड देताना त्या एकमेकींवर आपटू नयेत म्हणून दोन इमारतींमध्ये सुरक्षित अंतर राखणं, त्यांच्यामध्ये बफर्सची व्यवस्था करणं, वादळात या इमारतींना स्थिर ठेवण्यासाठी जागोजागी वजन कमीजास्त करण्याची यंत्रणा सज्ज ठेवणं या आणि अशा अनेक आनुषंगिक गोष्टींमध्ये झपाट्याने प्रगती होत गेली.

या सर्व गोष्टी निर्विघ्नपणे घडत गेल्या असं नव्हे. अनेक अडचणींना आणि संकटांना तोंड देतच ही वाटचाल चालू होती. जंगलात शिरणाऱ्या माणसाला जंगली जनावरांना तोंड द्यावं लागतं, तसंच समुद्रात राहाणाऱ्या माणसांनाही अनेक प्रचंड जलचरांशी सामना करावा लागत होता. सतत पाण्याखाली राहून त्वचेवर होणाऱ्या दुष्परिणामांवर अगदी रामबाण उपाय अजूनही सापडला नव्हता. वेगवेगळ्या पदार्थांपासून तयार केलेले कपडे थोड्याफार प्रमाणात उपयोगी पडत होते इतकंच; पण अजूनही काही लोकांना त्वचेवर होणाऱ्या परिणामामुळे पाण्यातलं काम सोडून जमिनीवर येऊन राहावं लागत होतं. शिवाय, सागरी वस्त्या उभारून श्वसोच्छ्वास करणं ही अशक्यप्राय वाटणारी गोष्ट डॉ. जॉन लायमन नावाच्या एका माणसानं शक्य करून दाखवली होती म्हणून! जॉन लायमनविषयीच्या प्रेमादराची खूण म्हणून ठिकठिकाणच्या सागरी वस्त्यांना जॉन लायमनचं आणि त्याची बायको फ्रेनी हिचं नाव देण्यात आलं. जॉनियाना, जॉनाबाद, फ्रेनीशहर, जॉनपूर अशी लहान-लहान सागरी गावं उभी राहिली होती!

वृंदा आणि जयंत या दोघांना आज ज्या जॉनपूरला यायचं होतं ते अगदी प्रथमप्रथम बसवल्या गेलेल्या, समुद्रकाठच्या खडकांना धरून बांधलेल्या वस्त्यांपैकी एक होतं.

जॉनपूरपर्यंत वृंदाचे विचार आले आणि काम करता-करता तिचे हात थबकले. जॉनपूरला त्यांना जायचं होतं, ते तिथून फ्रेनावतीला रोज फेरी जाते म्हणून. जॉनपूर तिनं पूर्वी एकदा पाहिलं होतं, पण फ्रेनावतीविषयी नुसतंच ऐकलं होतं!

विश्वसरकार स्थापन झाल्यावर त्यानं लगेच केलेला एक कायदा असा होता की, कोणाही स्त्रीला दोनपेक्षा अधिक मुलं होता कामा नयेत! शिवाय, मूल होण्यासाठी सरकारी परवाना लागत असे. हा परवाना दाखविल्याशिवाय कोणीही डॉक्टर किंवा रूग्णालय गर्भवती स्त्रीला मदत करत नसे.

परवाना मिळवण्यासाठी ज्या अटी पूर्ण कराव्या लागत त्यात एक अट होती; मूल हवं असणाऱ्या प्रत्येक स्त्रीनं बी-कॅटेगरीच्या एका तरी सागरी वसाहतीला भेट दिलेली असली पाहिजे. कारण बी-कॅटेगरीच्या वसाहतीमध्ये मत्स्य-मानवी मुलं होती.

डॉ. जॉन लायमनच्या यंत्राचा उपयोग करून सागरी वस्त्या वाढत असतानाच जपानच्या राष्ट्रीय जीवशास्त्रीय संशोधनशाळेत मानवी पेशींमधल्या जीन्सवर प्रयोग चालू होते. त्यातल्या डी.एन.ए.ची रचना थोडीशी बदलून पाण्याखाली जगणं माणसाला शक्य व्हावं असे प्रयत्न चालू होते. डॉ. लायमनच्या यशस्वी प्रयोगानंतर बरोबर दोन वर्षांनी मत्स्य-मानवांचा पहिला गट या संशोधनशाळेनं जन्माला घातला होता. या चार मत्स्य-मानवांच्या जन्माची बातमी अतिशय गुप्त राखण्यात आली होती. त्यांच्यासाठी तयार केलेल्या खास सागरी केंद्रात त्यांना ठेवण्यात आलं होतं. पहिली दोन वर्ष त्यांच्या वाढीचं निरीक्षण करून ती मुलं अगदी सर्वसामान्य मानवी मुलांसारखी वाढत आहेत हे दिसल्यावर मगच या मुलांची माहिति जगाला देण्यात आली होती. मध्यंतरीच्या काळात नवीन-नवीन मत्स्यमानवांची निर्मिती चालूच होती.

मत्स्य-मानवाची बातमी सगळीकडे पसरताच जगभर एकच कोलाहल माजला होता. काही लोकांनी 'अद्‌भुत चमत्कार', 'ब्रह्मदेवाची बरोबरी', 'मानवाची प्रचंड झेप' अशा शब्दात या कामगिरीचं कौतुक केलं होतं; तर बऱ्याच धर्ममार्तंडांनी 'हे सैतानी चाळे थांबवा', 'निसर्गनियमांशी खेळून विनाश ओढवून घेऊ नका' अशी ओरड केली होती.

पण कोणी काहीही म्हणालं तरी ही निर्मिती थांबणार नव्हती. ही मुलं मोठी झाली की, जमिनीवरच्या मानवजातीच्या पोषणरक्षणासाठी त्यांची मदत अनमोल ठरणार होती. एक भाऊ जमिनीवर आणि एक पाण्यात असावा आणि त्यांनी एकमेकांना मदत करावी, तसं होणार होतं.

आणि म्हणून प्रत्येक स्त्रीनं आपल्या दोन मुलांपैकी एक मत्स्यमानव म्हणून जन्माला घालावं अशी सरकारची इच्छा होती. मत्स्यमानव म्हणजे काहीतरी भयंकर प्राणी नव्हे. माणसासारखाच माणूस आहे; त्यांच्यात जो काय बदल घडलेला आहे तो फार थोडा आहे; एवढंच नव्हे, तर पाण्यातलं त्यांचं जीवन पृथ्वीवरच्या मानवी जीवनापेक्षा फार सुखाचं आहे हे स्त्रियांच्या मनावर ठसवण्यासाठी, त्यांचं मन वळवण्यासाठी म्हणून बी-कॅटेगरीच्या वसाहतीची भेट ही परवान्यासाठी आवश्यक ठरवण्यात आली होती.

कशी असतील ही मुलं? माशासारखी दिसत असतील की माणसासारखी? त्यांच्यातली सर्वांत मोठी चार मुलं तर आता तेरा वर्षांची झाली आहेत म्हणे! फ्रेनावतीला कोणत्या वयाची मुलं असतील? फ्रेनावती ही बी-कॅटेगरीची वसाहत आहे. तिथं किती मुलं असतील? आणखी किती वेळ वृंदा विचारात बुडाली असती कोणास ठाऊक! पण तेवढ्यात जयंत उठून खोलीच्या दाराशी आला आणि ती भानावर आली.

सूर्यचुलीवरचं पाणी एव्हाना तापलं होतं. त्यातलंच पाणी घेऊन तिनं चहा तयार केला आणि जयंतपुढे कप ठेवत ती म्हणाली, “लवकर-लवकर आटप बरं का! आपल्याला जॉनपूरची बस पकडायची आहे ना आज?”

“हो, लक्षात आहे माझ्या.” जयंत म्हणाला. उभ्याउभ्याच दोघांनी चहाचे कप उचलून तोंडाला लावले. घोट-दोन घोट चहा पिऊन झाला असेल नसेल, तेवढ्यात शेजारच्या खोलीचा दरवाजा धाडकन उघडून जाधवांचा सुनील आणि त्याच्या मागोमाग मिलिंदा धावत आली. बारा-तेरा वर्षांचा सुनील मोठमोठ्यानं हसत बाल्कनीतल्या सूर्यचुलीभोवती पळू लागला आणि त्याला पकडण्यासाठी मिलिंदा हात उगारून त्याच्यामागे धावू लागली.

धावताधावता लक्ष न राहून सुनील वृंदाच्या चुलीवर आपटला. टाकीतलं गरम पाणी त्याच्या हातापायांवर सांडलं! त्याबरोबर तो ओरडून बाजूला झाला आणि चहा पीत उभ्या असलेल्या जयंताच्या अंगावर आपटला.

जयंताच्या हातातला कप खाली पडून खळ्कन फुटला आणि त्याच्या पायजम्यावर चहाचं शिंपणं झालं.

“ए, हे काय आहे सुनील? काय दंगा चालवला आहेस? या एवढ्याशा जागेत दंगा काय करतोस? काही कळतं की नाही? माझा सगळा पायजमा खराब करून टाकलास!” जयंत चिडून त्याच्यावर ओरडला.

गरम पाणी सांडल्यामुळे भाजलेल्या भागाची आग होत असल्यामुळे आणि कप फुटल्यामुळे सुनील आधीच गांगरून उभा होता. त्यात जयंत रागावल्यामुळे तो आणखीच बापुडवाणा झाला.

वृंदाला त्याची कीव आली. ती म्हणाली, “जाऊ दे रे जयंत, लहान आहे अजून तो.”

एवढ्यात, ही गडबड ऐकून सुनीलची आई बाहेर आली. एकंदर प्रकार काय झाला असावा ते तिनं ताडलं आणि सुनीलला धबाधबा दोन धपाटे घालून ती म्हणाली, “एवढा मोठा झालास तरी अजून खोड्या थांबत नाहीत तुझ्या. नुसत्या उनाडक्याच करणार आहेस का जन्मभर?”

“जाऊ द्या हो, त्यानं काही मुद्दाम केलं नाही.” जयंत म्हणाला.

“नाही, पण मी म्हणते, या एवढ्याशा जागेत पळापळ करावीच कशाला? गप्प बसता येत नाही कारट्याला?” सुनीलला ओढत खोलीत नेत त्याची आई म्हणाली.

वृंदाला वाईट वाटलं. ‘एवढासा बारा-तेरा वर्षांचा मुलगा! हूडपणा करण्याचं हे त्याचं वयच आहे; पण एक-दोन मिनिटाच्या पळापळीसाठी त्याला किती बोलून घ्यावं लागलं, मार खावा लागला आणि शिवाय पाण्यानं अंग पोळलं ते निराळंच!’

'त्याची आई तरी काय करणार बिचारी! आपल्या मुलानं पळू नये असं का तिला वाटत असेल? पण या एवढ्याशा एका खोलीच्या संसारात खेळायला जागा कुठून आणायची? सगळ्याच शहरात माणसांची इतकी गर्दी झालेली आहे की, मुलांना खेळण्यासाठी एकही मैदान शिल्लक नाही. रस्त्यांवर तर माणसांची इतकी गर्दी असते की जणू माणसांचा प्रवाहच वाहत असतो, मुलांनी खेळायचं तरी कुठं?'

"माझी दाढी होतेय तोवर तू आंघोळ करून घे गं वृंदा!" जयंतचे शब्द कानावर आल्यावर वृंदा भानावर आली आणि पुढच्या तयारीला लागली.

जॉनपूरहून फेरी सुटून जवळजवळ पाऊण तास झाला होता. फेरीच्या खिडकीतून पाण्याखेरीज दुसरं काहीच दिसत नव्हतं. ही फेरी पाणबुडीसारखी पाण्यातून फिरणारी होती. वृंदानं फेरीत नजर टाकली. त्यांच्यासारखीच आणखी सतरा जोडपी फेरीत होती. सर्वांनी लायमन मशीन पाठीवर बसवून त्याची नळी नाकाजवळ आणून सोडलेली होती. अनेक प्रयोगानंतर लायमन मशीनचा आकार आता पूर्वीपेक्षा खूपच लहान झाला होता, त्यामुळे त्याचं ओझं वाटत नव्हतं.

फेरीला लहानसा धक्का बसला आणि ती थांबली. फेरीचालकाच्या जवळ बसलेला उंच, दाढीवाला इसम उठून उभा राहिला. सर्वांच्याकडे एकदा हसतमुखानं बघून त्यानं हात जोडले आणि तो म्हणाला, "नमस्कार, मी तुमच्या या सफरीतला गाईड आहे. माझं नाव चंदासिंग परदेशी. आपण आता फ्रेनावतीच्या स्पेशल नर्सरीपाशी आलो आहोत. सध्या तिथं तीन ते दहा वयोगटातली सोळा, आणि दहा ते तेरा वयोगटातली चार मुलं आहेत. त्यांच्यावर देखरेख करण्यासाठी चार दाया आणि दोन रक्षक आहेत."

"आता प्रत्येकानं आपल्या सीटखाली ठेवलेले, बदकाच्या पायांसारखे दिसणारे रबरी स्लिपर्स घालायचे आहेत. बेदिंग सूट तुम्ही आधीच चढवला आहे. या फेरीतून बाहेर पडण्यासाठी दुहेरी दरवाज्यातून जावं लागेल. पहिल्या दारातून बाहेर पडताच लायमन मशीनच्या नळीच्या टोकाला असलेलं ढापण नाका-तोंडावर चपखल बसवून लगेच दुसऱ्या दारातून बाहेरच्या पाण्यात शिरायचं. सर्व जण बाहेर पडले की सर्वांत शेवटी मी येईन आणि मग आपल्या पाहणीला सुरुवात होईल..."

फेरीतल्या प्रवाशांनी आपापल्या सीटखालचे स्लिपर्स चढवले आणि एकामागून एक ते दुहेरी दरवाज्यातून बाहेर पडले. चंदासिंग सर्वांच्या शेवटी बाहेर पडला आणि सर्वांच्या पुढे जाऊन फेरीच्या टोकाला वळसा घालून त्यानं पुढे सरकायला सुरुवात केली. स्लिपर्स घातलेले पाय हलवून आपल्याला जितक्या सहजपणे जमिनीवर करता येते तितक्याच सहजपणे पाण्यातही हालचाल करता येते हे वृंदाच्या लक्षात आलं.

एका हातानं जयंतचा हात घट्ट पकडून ती चंदासिंगच्या मागोमाग जाऊ लागली. फेरीच्या टोकाला त्यांनी वळसा घातला. नायलॉनच्या धाग्यांनी बनवल्यासारखी वाटणारी बारीक जाळीची भिंत समोर उभी होती. त्या जाळीशी चंदासिंग थांबला होता. सगळे प्रवासी तिथं पोहोचल्यावर तो बोलू लागला. कानांजवळ असलेल्या लायमन मशीनच्या दोन टोकांमधून त्याचा आवाज केवढातरी मोठा येत होता!

"समुद्रातल्या जलचर प्राण्यांचा आणि तरंगणाऱ्या वनस्पतींचा त्रास होऊ नये म्हणून ही संरक्षक जाळी बसवलेली आहे. मोठ्या माशांना अडकवण्यासाठी या जाळीचा उपयोग होणार नाही, पण या भागात मोठ्या माशांची वस्ती नाही. त्यामुळे या जाळीचं संरक्षण पुरतं.

"आता या दरवाज्यातून आत शिरून आपण थोडे पुढे गेलो की पाहणीमार्ग लागेल. या मार्गाच्या बाजूला असलेली पॉलिपरस्पेक्सची भिंत एका बाजूनं पारदर्शक आहे. म्हणजे आत काय चाललं आहे ते आपल्याला दिसेल, पण आतल्या मुलांना आपण दिसणार नाही. आठवड्यातून तीन दिवस ही टूर असते. इतके प्रेक्षक आपल्याला बघायला येतता हे लक्षात येऊन मुलांच्या मनावर, त्यांच्या दैनंदिन जीवनावर काही परिणाम होऊ नये म्हणून ही काळजी घेण्यात आली आहे. आता आपण मुलं बघणार आहोत, ती त्यांच्या नित्याच्या कार्यक्रमात गढलेली असताना."

चंदासिंगनं दरवाजा उघडला आणि त्याच्या पाठोपाठ सर्वांनी आत प्रवेश केला. थोडं अंतर जाताच समोर धुरकट रंगाची पॉलिपरस्पेक्सची भिंत उभी असलेली दिसली.

"ही नर्सरी शंभर फूट लांब आणि पन्नास फूट रुंद आहे. या इमारतीचे एकूण तीन मजले असून त्यावर गच्ची आहे. या गच्चीचा सहा फूट भाग पाण्याखाली बुडालेला आहे आणि बाकीचा वरचा भाग पाण्याच्या पृष्ठभागावर आहे."

केवळ वीस मुलांसाठी इतकी जागा! वृंदाला आश्चर्य वाटलं. समोरच्या भिंतीकडे तिनं मान वर करून निरखून बघितलं आणि तिचा स्वत:च्या डोळ्यांवर विश्वासच बसेना.

जयंतच्या हाताला चिमटा काढत ती म्हणाली, "जयंत, मला ती भिंत हलताना दिसतेय. मलाच फक्त हा भास होतोय का? की तुलाही..."

"भास नाही, खरंच ती भिंत हलतेय." जयंत म्हणाला, "सागरी वसाहतीच्या इमारती पाण्याबरोबर थोड्याफार हलतच असतात. पाण्याच्या हालचालींशी जुळवून घेता यावं आणि पाण्याचा दाबही पेलता यावा म्हणूनच या पॉलिपरस्पेक्सच्या बनवलेल्या असतात. हे पॉलिपरस्पेक्स थोडं लवचिक असतं, पण तरीही अतिशय चिवट आणि बळकट असतं."

एव्हाना सर्व जण भिंतीजवळ पोहोचले होते. चंदासिंगच्या पाठीमागे जात, भिंतीच्या एका टोकापासून सुरुवात करून दुसरीकडे जायला त्यांनी सुरुवात केली.

तळापासून सुमारे सहा फूट उंचीवर भिंतीच्या भुरकट रंगात एक गडद रंगाचा पट्टा दिसत होता. चंदासिंगनं पट्ट्यातून वाकून पाहायला सुरुवात केल्यावर इतरांनीही त्याचं अनुकरण केलं.

वृंदानं आत पाहिलं. शंभर फूट लांब आणि पन्नास फूट रुंद अशा मैदानाएवढ्या आकाराच्या त्या प्रचंड खोलीचा तळ आणि उरलेल्या तीनही भिंती पॉलिपरस्पेक्सच्या असल्या तरी त्यांना बरीच छिद्र होती. त्या जाळीदार होत्या आणि त्यातून पाणी आतबाहेर खेळत होतं. त्या प्रचंड खोलीचे मधोमध दोन भाग केलेले होते. ही मधली भिंत पादर्शक होती. भिंतीच्या पलीकडे सारख्या अंतरावर अठरा प्रशस्त पलंग होते. प्रत्येक पलंगाशेजारी एक लिहिण्याचं टेबल, खुर्ची, कपाट, एक मोठा आरसा असं साहित्य होतं. सगळं सामान खालच्या तळाला स्क्रूनी पक्कं केलेलं होतं. पलंगाच्या पलीकडे तीनचारच्या गटांनी आरामखुर्च्या मांडलेल्या होत्या. प्रत्येक गटाच्या मध्यभागी एक टेबल होतं.

"पाण्याच्या हालचालीबरोबर सामान इकडेतिकडे जाऊ नये म्हणून सगळ्या मोठ्या वस्तू जमिनीत किंवा भिंतीत पक्क्या केलेल्या असतात. लहान वस्तू सगळ्या कपाटात बंद करून ठेवाव्या लागतात." चंदासिंगनं माहिती पुरवली, "उदाहरणार्थ, त्या टेबलाच्या खणामध्ये या मुलांची अभ्यासाची पुस्तकं, वह्या, पेन्सिली वगैरे साहित्य आहे. पाण्यात न भिजणारा कागद-कागद नव्हेच तो, पण सोयीसाठी आपण त्याला कागद म्हणू या आणि त्यावर उमटणारी, पाण्यानं पुसली न जाणारी पेन्सिल इथं वापरली जाते हे तुम्हाला कदाचित ऐकून ठाऊक असेल."

भिंतीच्या अलीकडे दोन लहान आणि एक मोठा अशा तीन-तीन पलंगाचे दोन गट एकमेकांमध्ये थोडं अंतर राखून बसवलेले दिसत होते. या पलंगाच्या जवळ लिहिण्याची टेबलं नव्हती. त्याऐवजी दोन्ही गटांच्या मधल्या मोकळ्या जागेत बरीच मोठमोठी खेळणी ठेवलेली दिसत होती. गंमत म्हणजे त्यात तीनचाकी सायकल, स्कूटर, पायांनी चालवण्याचं विमान या वस्तूही होत्या. पलंगाच्या मधेमधे मोठेमोठे शंख, शिंपले, प्रवाळ, समुद्रफेस यांच्या रचना उभ्या केलेल्या होत्या. भिंतींनाही जागजागी रंगीत शंखशिंपले लावलेले दिसत होते.

एवढ्या मोठ्या हॉलमध्ये चिट्पाखरूही नव्हतं!

"हे मुलांचं शय्यागार आहे. रात्री फक्त निजण्यासाठी मुलं इथं येतात. आठ वर्षाखालची जी चार मुलं आहेत, ती भिंतींच्या अलीकडच्या भागात निजतात. दर दोन लहान मुलांच्यामध्ये एक जरा मोठी – म्हणजे साधारण अकरा-बारा वर्षांची मुलगी असते." चंदासिंगनं माहिती पुरवली. मुलींचा उल्लेख ऐकून त्याचे श्रोते चमकलेले बघताच तो म्हणाला, "होय, इथल्या मुलांमध्ये चार मुली आहेत आणि स्वभावत:च त्या जास्त मायाळू आहेत. त्यामुळे रात्री लहान मुलांना सोबत म्हणून

दोघी जणी त्यांच्याजवळ निजतात. भिंतीपलीकडच्या भागात सगळी उरलेली मुलं आणि चौघी दाया झोपतात.''

''पण या दाया लहान मुलांजवळ का झोपत नाहीत?'' वृंदानं विचारलं.

''त्याचं काय आहे.'' चंदासिंग उत्तरला, ''इथं नेमलेल्या दाया या तुमच्या आमच्यासारख्याच मानवी असल्यानं त्यांना लायमन मशीन, डोळ्यांना चष्मे वगैरे लावूनच वावरावं लागतं. त्यामुळं लहान मुलंसुद्धा त्यांच्या कुशीत शिरायला नाखूष असतात. त्यापेक्षा त्यांच्यासारख्याच दिसणाऱ्या थोड्या मोठ्या मुलींचा त्यांना जास्त आधार वाटतो. दुसरी गोष्ट म्हणजे, या नेमलेल्या दाया मुलांप्रमाणे इथं स्वस्थपणे आठ-नऊ तास झोपू शकत नाहीत. पाण्याच्या हालचालीमुळे ते शक्य होत नाही. मुलांवर लक्ष ठेवण्यासाठी त्या इथं बसतात, विश्रांतीसाठी अधूनमधून आडव्या पडून डुलकी घेतात; पण रात्रभर स्वस्थ झोपू शकत नाहीत. दिवसभरात आठ-आठ तासांच्या तीन पाळ्यांमध्ये या दाया काम करतात... आता आपण वरच्या मजल्यावर जाऊ या. तिथं तुम्हाला मुलं प्रत्यक्ष अभ्यास करताना, कामं करताना दिसतील.''

चंदासिंगनं वरच्या दिशेनं झेप घेतली. त्याच्या पाठोपाठ इतरांनीही वरच्या दिशेनं हालचाल करायला सुरुवात केली.

वरच्या मजल्यावरची रचना खालच्यापेक्षा वेगळी होती. या मजल्याचेही वेगवेगळे भाग केलेले दिसत होते, पण ज्या भिंतींनी हे भाग केले होते त्या पारदर्शक नव्हत्या. पारदर्शक पट्टीला डोळे लावून वृंदानं आत बघितलं आणि ती एकदम दचकली.

आतमध्ये भिंतीच्या जवळच दोन बाक आडवे टाकलेले होते. दोन्हींच्या मध्ये एक प्रशस्त टेबल होतं. त्या टेबलाभोवती बाकांवर काही मुलं समोर वह्या ठेवून बसली होती आणि लायमन, चष्मा वगैरे घातलेली एक स्त्री टेबलावर पसरलेल्या मोठ्या कागदावर काहीतरी काढून दाखवत होती.

ते सर्व जण भिंतीच्या इतके जवळ होते की, परक्याच्या घरात डोकावून बघत असल्यासारखं वृंदाला वाटलं. तिनं टेबलाभोवतीची मुलं मोजली. एकूण सहा जण होती. ती मुलं साधारण आठदहा वर्षं वयाची असावीत असं वाटत होतं.

एकदम बघितल्यावर सगळी मुलं मानवी मुलांसारखीच दिसत होती, पण निरखून बघू लागल्यावर त्यांचं निराळेपण वृंदाच्या लक्षात येऊ लागलं.

सर्वांत मोठा लक्षात येण्याजोगा फरक म्हणजे, त्यांच्या शरीराचा रंग. सर्वांची त्वचा निळसर-सावळी दिसत होती. गोरी नव्हेच पण काळीही नव्हे! निळासावळा रंग म्हणजे हाच का? घन:श्याम राम, घन:श्याम कृष्ण असेच दिसत असतील का? वृंदाच्या मनात विचार येऊन गेला.

दुसरा महत्त्वाचा फरक त्यांच्या पावलांमध्ये दिसत होता. प्रत्येक मुलाची पावलं जास्त लांबट, पसरट आणि चपटी दिसत होती.

त्यांच्या छातीचा आकार चपटा नसून थोडा गोलाकार होता आणि कानाच्या खाली मानेवर दोन्ही बाजूंना चक्क दोन कल्ले होते!

आणखी एक गोष्ट वृंदाच्या लक्षात आली सर्व मुलांची तोंडं किंचित उघडी होती आणि मधूनमधून हलत होती!

ह्या सर्व अनैसर्गिक वाटणाऱ्या गोष्टी असूनसुद्धा मुलं अतिशय गोंडस आणि निष्पाप, निर्व्याज दिसत होती!

वृंदा पाहत असतानाच त्यातली दोन मुलं एकमेकांशी काहीतरी बोलली, त्यांच्या तोंडांची झालेली हालचाल वृंदाला दिसली. बोलणं संपताच दोघंही मोठमोठ्यानं हसली. त्यासरशी शिकवणाऱ्या शिक्षिकेनं वर पाहिलं. तीही काहीतरी बोलली आणि मग सगळीच मुलं हसली.

'इथल्या मुलांचे वयोमानाप्रमाणे तीन गट पाडलेले आहेत. इथं दिलं जाणारं शिक्षण हे मुख्यत: त्यांच्या भोवतालच्या जलावरणाची माहिती देणारं, त्याबरोबरच जमिनीवरल्या गोष्टींची, चालीरीतींची माहितीही त्यांना देणारं आहे. थोड्या मोठ्या मुलांना जमिनीवर चालण्याफिरण्याचं, हवेत श्वासोच्छ्वास करण्याचं यंत्र बसवून वावरण्याचंही प्रत्यक्ष-शिक्षण देण्यात येतं. कारण मोठेपणी त्यांना पाण्यात आणि जमिनीवर दोन्ही ठिकाणी सारख्याच सहजपणे वावरता यायला हवं.'' माहिती देतदेत चंदासिंग पुढं सरकला. त्याच्यामागे इतर सर्व जणही पुढच्या भागाशी पोहोचले.

या वर्गातही सहा मुलं होती. त्यापैकी दोन मुली दिसत होत्या. एक शिक्षिका होती.

'इतक्या थोड्या मुलांसाठी स्वतंत्र वर्ग आणि स्वतंत्र शिक्षिका! वृंदाला तिच्या घराजवळच्या शाळेतले ऐंशी-ऐंशी मुलांचे वर्ग आणि सदैव त्रस्त दिसणारे शिक्षक आठवले, आणि समोरच्या मत्स्यमुलांचा तिला क्षणभर हेवा वाटला.

या मुलांच्याही मध्ये एक प्रशस्त टेबल होतं. टेबलावर प्रवाळांचे वेगवेगळ्या रंगांचे आणि आकारांचे खडे ठेवलेले होते. दोन मायक्रोस्कोप्सखालीही बहुधा तेच खडे असावेत. दोन मुलं मायक्रोस्कोपमधून बघत होती. इतर मुलं एकेक खडा हातात घेऊन टोकदार कोरणीसारख्या हत्यारानं काहीतरी करत होती. त्यांची शिक्षिका एकाजवळ उभं राहून त्याला काहीतरी समजावून सांगत होती. सगळी मुलं त्यांच्या-त्यांच्या कामात रमलेली दिसत होती.

चंदासिंगच्या पाठोपाठ सर्व जण पुढं सरकले.

या तिसऱ्या वर्गात फक्त दोनच मुलं होती - एक मुलगा आणि एक मुलगी. दोघांच्यामध्ये टेबलावर लहान-मोठ्या माशांचा ढीग घातलेला होता. मुलगा त्यातला एकएक मासा उचलून त्याचे खवले, शेपटी इत्यादी काढून टाकून तो मासा

मुलीसमोर टाकत होता आणि मुलगी आकारमानानुसार मासे वेगवेगळ्या डब्यांमध्ये टाकत होती. ही दोन्ही मुलं जरा मोठी, बारा-तेरा वर्षांची दिसत होती.

या वर्गाच्या शेवटी दुसरा मजला संपत होता.

चंदासिंगच्या मागोमाग सगळे वर चढले. पारदर्शी पट्टीला वृंदानं डोळे लावले, आणि ती बघतच राहिली!

एखाद्या परीकथेत शोभावं असं दृश्य समोर दिसत होतं. शंभर बायपन्नासच्या त्या हॉलमध्ये समुद्री उद्यान फुललं होतं! अनेक पाणवनस्पतींचे ताटवे पाण्याच्या हालचालीवर डोलत होते. हॉलच्या चारही कडांनी रुईच्या झाडासारखी दिसणारी एकसारखी वनस्पती लावलेली होती. त्याच्या आत फक्त गुलाबी रंगाचे प्रवाळ मांडून एक मोठ्ठं वर्तुळ तयार केलेलं होतं. या वर्तुळात शेवाळ्यासारख्या वनस्पतींचा जणू गालिचाच पसरलेला दिसत होता. वर्तुळाच्या मध्यभागी काचेच्या - की प्लास्टिकच्या - मोठ्या गोलात विविध रंगी मासे सोडलेले होते. गोलाभोवती मुलांना खेळण्यासाठी विविध साधनं होती. झोपाळे, जम्बल् - जिम, सीसॉ हे तर होतंच, त्याबरोबरच समुद्री दगडांच्या अनेक रचना होत्या; आणि तीन ते आठ वर्षांपर्यंतची चार लहान मुलं माशांसारखी सहजतेनं त्या स्वप्नामध्ये, खेळण्यांमध्ये खेळत होती. त्यांच्यावर लक्ष ठेवणारी दाई-शिक्षिका बाजूच्याच एका दगडावर विसावली होती.

हे सगळं रम्य दृश्य हिरव्या, पिवळ्या, गुलाबी रंगात न्हाऊन निघालं होतं. आधीच्या दोन मजल्यांवरही भरपूर प्रकाशाची व्यवस्था केलेली होतीच, पण इथला रंगीबेरंगी प्रकाश आणि त्यात सुळ्कन इकडून तिकडे फिरणारी मुलं हे दृश्य मोठं मोहक होतं.

आता वरची गच्ची तेवढी बघायची राहिली होती. चंदासिंगच्या मागोमाग वृंदा वर गेली आणि वरचं दृश्य बघून परत एकदा चकित झाली.

गच्चीची भिंत चांगली पंधरा-सोळा फूट उंच होती, पण पाणी मात्र सहा फुटांपर्यंत होतं. वरती होतं मोकळं, निळं आकाश!

गच्चीच्या एका टोकाला, पाण्याच्या पातळीपासून दोन-तीन फूट उंचीवर एक लांबलचक चौथरा बांधलेला दिसत होता. तो गच्चीच्या रुंदीएवढा लांब म्हणजे पन्नास फूट लांब आणि सुमारे तीस फूट रुंद असावा असा वृंदानं अंदाज केला.

या चौथऱ्यावर माती टाकून अनेक प्रकारची झाडं, रोपं यांची तिथं लागवड केलेली दिसत होती. दगड, गोटे, गवत या सगळ्यांची रेलचेल तिथं दिसत होती. एकंदर सगळं स्वरूप एखाद्या लहानशा रानासारखं होतं.

गच्चीच्या उरलेल्या भागातही दोन चौथरे होते, पण ते लहान होते आणि त्यावर काही झाडंझुडपं दिसत नव्हती. एकावर पंधरा-वीस पायऱ्यांचा एक जिना दिसत होता.

दोन मुलं - एक मुलगा आणि एक मुलगी - नाकातोंडाला ढापण लावून त्या जिन्यावर चढण्याच्या प्रयत्नात होती. त्यांच्या पाठीवर एक लहानसा सिलिंडर बांधलेला होता.

''ही मुलं हवेत वावरण्याचा सराव करताहेत.'' फताडे पाय टाकत जिन्यावर चढू बघणाऱ्या मुलांकडे बोट दाखवत चंदासिंगनं सांगितलं, ''त्यांना खडबडीत जमिनीवरून चालायची सवय व्हावी म्हणून मुद्दाम दगडमाती टाकून ही झाडंझुडपं इथं लावली आहेत.''

''आपली टूर आता संपली आहे. मला आशा आहे की, ही वसाहत बघितल्यावर मत्स्य-मानव म्हणजे हिडीस, भयानक असे प्राणी नसून आपल्यासारखेच मानव आहेत हे तुम्हाला पटलं असेल. हवेच्या ऐवजी पाणी हे त्यांचं नैसर्गिक पर्यावरण आहे. आज आपल्या जगातली हवा प्रदूषित झालेली आहे. अन्नधान्याचे साठे अपुरे आहेत. त्यामुळे आपण सर्वच जण एका मानसिक ताणाखाली, अत्यंत धकाधकीचं आयुष्य जगतो आहोत.''

''याउलट पृथ्वीवरचे जलसाठे अमर्याद आहेत. जलचर अन्नाचेही साठे भरपूर आहेत. प्रदूषण खूपच कमी आहे. मत्स्य-मानवांचं जीवन आपल्यापेक्षा खूपच अधिक समृद्ध, मुक्त आणि निर्भय असणार आहे.

''त्यामुळे प्रत्येक स्त्रीनं आपल्या दोन मुलांपैकी एकाला मत्स्यमानव म्हणून जन्माला घालणं हे तिचं कर्तव्य आहे, असं मला वाटतं. निदान एकातरी मुलाला समृद्ध, मुक्त असं जीवन जगायची संधी तिनं द्यायला हवी. प्रत्येक स्त्रीनं जर हे मान्य केलं, तर पुढच्या काही वर्षातच जगाची लोकसंख्या कमी होऊ लागेल. एकदा ही संख्या पुरेशा प्रमाणात घटली की जमिनीवरचा माणूसही सुखी होऊ शकेल. जमिनीवरचा माणूस आणि पाण्यातला माणूस एकमेकांच्या सहकार्यानं आपलं जीवन सुखी, समृद्ध बनवू शकतील. एक भाऊ जमिनीवर आणि एक पाण्यात असल्यावर माणसाला काहीच कठीण नाही.''

''पण यासाठी.... म्हणजे समजा आम्हाला इच्छा असली, तर काय करायला हवं?'' अडखळतच एका जोडप्यातल्या तरुणीनं विचारलं.

''त्याची सविस्तर माहिती आमच्या मत्स्यारोपण केंद्राकडून मिळेल. त्या केंद्राचा पत्ता, फोन नंबर आणि इतरही माहिती देणारी पत्रकं मी तुम्हाला देणारच आहे. मला खात्री आहे की, तुमच्यापैकी काही जण या योजनेत भाग घेतील.''

आणि एवढं बोलून चंदासिंग आणि त्यांच्याबरोबरचे लोक फेरीच्या दिशेनं जायला निघाले.

वृंदा आणि जयंत जॉनपूरहून परतले तेव्हा कचेऱ्या, शाळा, कॉलेजेस सुटली होती. रस्ते ओसंडून वाहत होते. रस्त्यातल्या माणसांच्या लोटाबरोबरच दोघांनी

घराच्या दिशेनं वाहायला सुरुवात केली. या गर्दीतच ठिकठिकाणी लहान मुलं गटागटानं खेळायचा प्रयत्न करत होती; भांडत होती, मारामाऱ्या करत होती, एकमेकांच्या उरावर बसत होती. रस्त्यातल्या गर्दीतून वाट काढत आणि मुलांच्या मारामाऱ्या बघत घराशी पोहोचेपर्यंत वृंदा पार थकून गेली होती.

इमारतीच्या दारातून आत शिरल्यावर तिला आधी दिसली ती चारपाच वर्षांची दोन रडणारी मुलं! दोघांच्या आया लॉबीतच मांडा ठोकून हताशपणे बसल्या होत्या. आणखी पाचसहा मुलांचा ग्रुप तिथंच उभा राहून कलकलाट करत होता. चारपाच पुरुषही स्तब्धपणे उभे होते.

त्या दोघी बायकांपैकी एकीला वृंदा थोडीशी ओळखत होती. तिला तिनं विचारलं, "काय झालं? तुम्ही इथं का बसलात अशा?"

"काय करणार नाहीतर दुसरं?" ती बाई वैतागलेल्या सुरात उद्गारली, "वीज गेली आहे. त्यामुळे लिफ्ट बंद आहे आणि सतरा मजले चढून जाण्याचं काही बळ नाही माझ्या अंगात! त्यामुळे बसले आहे झालं वाट बघत वीज येण्याची."

"वीज गेली आहे." हे शब्द ऐकताच वृंदाला वाटलं, आपणही त्या लहान मुलांसारखं भोकाड पसरावं! घरी पोहोचून शिणलेलं अंग बिछान्यावर लोटून द्यायची इच्छा आता बराच वेळ पुरी होणं शक्य नव्हतं.

लॉबीतल्या मुलांच्या ग्रुपमध्ये एव्हाना काहीतरी भांडण सुरू झालं होतं. बघताबघता भांडण मुद्द्यावरून गुद्द्यावर आलं आणि त्या सर्वच मुलांनी मारामारीला सुरुवात केली.

"अरे, अरे!" म्हणत जयंत भांडण सोडवायला पुढं झाला.

वृंदाच्या डोळ्यांपुढं नुकत्याच पाहिलेल्या वसाहतीतली ती गुटगुटीत, हसरी मत्स्य-मानवी मुलं आणि त्यांच्यासाठी निर्माण केलेल्या त्या अनेक सोयी उभ्या राहिल्या!

भांडणाऱ्या मुलांकडे तिनं एकवार पाहिलं. पुढं होऊन त्या भांडणातून जयंतला बाहेर काढत तिनं म्हटलं, "जयंत, मत्स्यारोपण केंद्राचा पत्ता नीट ठेवला आहेस ना? माझा निर्णय झाला आहे. तुझं म्हणणं मला कबूल आहे. उद्याच आपण केंद्रात जाऊन पुढची सगळी माहिती करून घेऊ."

मानवी उत्क्रांतीच्या मार्गावर एवढं मोठं पाऊल टाकायला वृंदा अखेर तयार झालेली बघून जयंत खुषीनं हसला.

(नवल - दिवाळी १९८०)

◆

सखा

विभासनं त्या लघुग्रहावर जाण्याचा निर्णय घेतला तेव्हा तो बेकार होता. त्याची नोकरी सुटून पाच-सहा महिने झाले होते. जेमतेम वर्षभराच्या नोकरीत साठवलेली पुंजी एव्हाना संपत आली होती आणि त्याला घराशी बांधून ठेवणारा एकमेव पाश- त्याची आई, नुकतीच पंधरा दिवसांपूर्वी वारली होती.

त्यामुळे तो आता विनापाश होता. कुठेही जायला मोकळा होता.

बेकारीच्या जिण्याला, नोकरीसाठी वणवण भटकायला तो अगदी कंटाळून गेला होता. उत्तम क्वालिफिकेशन्स असूनसुद्धा त्याला नोकरी मिळत नव्हती. तो भूगर्भशास्त्रज्ञ होता. त्याच्या ज्ञानाची इथे कुणालाच गरज नव्हतीसं दिसत होतं. शेवटी त्यानं पृथ्वी सोडून त्या अशोधित लघुग्रहावर जाण्याचा निर्णय घेतला.

विश्वसरकारनं प्रसिद्ध केलेल्या अशोधित लघुग्रहांच्या यादीतला तो ग्रह होता. अवकाशातून घेतलेल्या छायाचित्रांवरून त्या ग्रहावर तांबं आणि इतरही काही खनिजं सापडण्याची शक्यता होती. पण ती पुरेशा प्रमाणात सापडतील किंवा नाही याविषयी साशंकता होती. त्यामुळे सरकारी पातळीवर तिथे संशोधन किंवा उत्खनन होण्याची शक्यता नव्हती. खासगी उद्योगासाठी तो लघुग्रह मोकळा सोडण्यात आला होता.

असे अनेक लघुग्रह होते की, ज्यांच्यावर पोहोचणं आणि जगणं शक्य होतं; पण त्यांच्या उपयुक्ततेविषयी शंका होती. अशा ग्रहांचं खाजगीरित्या संशोधन व्हावं म्हणून सरकारतर्फे मदत मिळत असे. अशी मदत घेऊन अनेक मोठमोठ्या कंपन्यांनी कित्येक ग्रहांवर वसाहती उभारल्या होत्या; पण मोठ्या कंपन्यांनी दुर्लक्ष केलेले अनेक लघुग्रह अजून निर्जन होते.

अशा लघुग्रहांची यादी घेऊन विभासनं तिचा सखोल अभ्यास केला होता.

मिळतील तेवढे फोटो आणि इतर माहिती मिळवली होती आणि शेवटी त्या लघुग्रहावर जाण्याचा धाडसी निर्णय घेतला होता.

खाजगी प्रयत्नांच्या प्रोत्साहनाचा एक भाग म्हणून, त्या ग्रहापर्यंतचा आणि वेळ पडल्यास परतीचा प्रवास सरकारी खर्चानं होणार होता. मात्र तिथे राहण्याचा खर्च आणि व्यवस्था आपली आपण करावी लागणार होती. अवकाशाच्या त्या भागात अंतराळयानाची फेरी दर दोन महिन्यांनी होत होती, म्हणजे निदान दोन महिने तरी तिथे तग धरून राहणं भाग होतं.

विभासनं स्वत:चे कपडे सोडून घरातलं बाकी सर्व सामानसुमान आणि आईचे दागिने विकून टाकले. स्वत:चा फ्लॅट विकून तो भाड्याच्या एका खोलीत राहायला गेला आणि त्यानं मोहिमेसाठी आवश्यक ती खरेदी करायला सुरुवात केली.

फोटोवरून त्या ग्रहावर भूपृष्ठांतर्गत पाण्याचे साठे असावेत असं वाटत होतं; पण तरीही विभासनं तीन महिने पुरेल इतकं अन्नपाणी, औषधं, राहण्यासाठी तंबू, उत्खननाला आवश्यक ती साधनं, काही बियाणं आणि यंत्रसामग्री खरेदी केली.

आणि मग त्यानं एक अति प्रगत असा यंत्रानव - यंत्रमानव - खरेदी केला.

हा यंत्रानव पृथ्वीवरच्या अतिप्रगत यंत्रानवांच्या साखळीतला होता. त्यामुळे लघुग्रहावरून विभासला पृथ्वीशी संपर्क साधणं शक्य होणार होतं. रूपानं तो एखाद्या गोऱ्यागोमट्या, हसतमुख तरुणासारखा होता. या यंत्रानवाला त्यानं नाव दिलं, 'सखा.'

योग्य ते सरकारी उपचार पूर्ण करून विभासनं लघुग्रह क्र. १०३५९ चा संशोधक आणि संभाव्य खरेदीदार म्हणून आपलं नाव नोंदवलं आणि आपल्या सर्व सामानानिशी तो अंतराळयानात दाखला झाला. प्रवासभर त्याचं मन शंका-कुशंकांनी आणि 'आपला ग्रह' बघण्याच्या उत्सुकतेनं चलबिचल होत होतं.

ठरलेल्या वेळी विभासला आणि त्याच्या सामानाला लघुग्रहावर उतरवून सरकारी यानानं परत अंतराळात उड्डाण केलं.

क्षणभर विभासला ब्रह्मांड आठवलं.

तो आता एकटा होता! अगदी एकटा. त्याचं काही बरं-वाईट झालं, तर अख्ख्या विश्वात कोणाला काही कळणारसुद्धा नव्हतं.

"आपण आपला तळ कुठे उभारायचा मालक?"

यंत्रानवाच्या शब्दांनी विभास भानावर आला आणि त्यानं भोवताली नजर टाकली. सर्वदूर काळसर-लाल रंगाची माती पसरली होती; जमीन उंचसखल होती; दूरवर काही टेकड्या दिसत होत्या; पण झाड-झुडूप मात्र कुठेही दिसत नव्हतं. सगळं रखरखीत होतं. सूर्य माध्यान्हीला आलेला होता, पण उन्हाचा ताव मात्र जाणवत नव्हता.

'इथे सध्या कोणता ऋतू आहे? किंबहुना इथे ऋतू तरी असतात का? आणि इथला दिवस किती तासांचा आहे?' विभासच्या मनात प्रश्न उभे राहिले. हळूहळू त्यांची उत्तरं मिळणारच होती.

जरा सपाट, बरी जागा बघून त्यानं सखाला तळ उभारायला सांगितलं आणि तो त्याला मदत करू लागला.

दुसऱ्या दिवसापासून विभासनं कामाला सुरुवात केली. त्याच्याजवळ असलेल्या फोटोंचा अभ्यास करून त्यानं उत्खननाची जागा निश्चित केली. जमिनीवर मातीत रेषा मारून त्या जागेचे भाग केले आणि दर दोन दिवसात एक भाग संपवायचा असा निश्चय करून तो सख्याला बरोबर घेऊन कामाला लागला.

काम कष्टाचं होतं. मातीच्या थराखाली असलेला खडक त्याला वाटलं होतं त्यापेक्षा जास्त कठीण होता. त्याच्याजवळच्या यंत्रसामग्रीनं तो खडक फोडून खाली जाणं अतिशय कठीण होतं, पण आता मात्र पाय मागे घेणं शक्य नव्हतं, निर्धारानं त्यानं काम पुढं चालू ठेवलं.

पहिल्या दिवसापासूनच त्यानं भूपृष्ठाखाली असलेल्या पाण्याचा शोध सुरू केला होता. अखेर नवव्या दिवशी त्याला एके ठिकाणी बारा-तेरा फूट खोलवर पाण्याचा जिवंत झरा सापडला.

त्यानं खोदलेल्या खड्ड्यात जेव्हा त्या झऱ्याचं पाणी उसळ्या मारत साठू लागलं तेव्हा त्याचा आनंद गगनात मावेना. "पाणी... पाणी सापडलं. पाणी सापडलं." असं ओरडत त्यानं स्तव:भोवतीच दोन-चार उड्या मारल्या. मग ते पाणी त्यानं चेहऱ्यावर मारलं, त्यात हात-पाय धुतले, थोडसं पाणी पिऊनही पाहिलं; पाण्याची चव वेगळी होती. पण वाईट नव्हती.

आपला हा आनंद कोणाला सांगावा ते त्याला कळेना. शेवटी त्यानं सख्याला हाक मारली.

"सख्या अरे एऽ सख्याऽ, सऽख्याऽ"

धातू संशोधनासाठी जमिनीत बीळ करणाऱ्या यंत्रावर सखा काम करत होता. विभासची हाक त्याच्यापर्यंत पोहोचलीच नाही. आणखी दोनचारदा हाका मारून शेवटी विभासनं तो नाद सोडून दिला. झऱ्याजवळचा खड्डा मोठा केला व त्या झऱ्याच्या पाण्यानं एक बाटली भरून तो खाणकामाकडे निघाला. सखा त्याला दुरून दिसताच न राहवून विभास त्याच्या दिशेनं पळत सुटला आणि त्याच्यापासून पंचवीस-तीस पावलांवर येताच विभासनं ओरडून त्याला सांगितलं–

"सख्या, अरे आपल्याला पाणी सापडलं. जिवंत झरा सापडला."

विभासनं दिलेली माहिती सख्याच्या संगणकात नोंदली गेली आणि त्यानं उत्तर दिलं,

“होय मालक.”

“अरे नुसतं होय काय म्हणतोस? केवढी महत्त्वाची आणि आनंदाची घटना आहे ही!

“होय मालक” सखा उत्तरला. काही सेकंदांनी तो पुढे म्हणाला,

“अभिनंदन, मालक.”

“अभिनंदन? आणि ते कशासाठी?

“महत्त्वाची आणि आनंदाची घटना घडल्याबद्दल!”

सख्याचं हे उत्तर ऐकलं आणि विभासचा उत्साह एकदम ओसरला. तो सांगत होता त्याचं महत्त्व किंवा त्याचा आनंद सख्याला मुळीच कळलेला नव्हता आणि कळू शकत नव्हता. आपल्या मालकाच्या दृष्टीनं काहीतरी महत्त्वाची गोष्ट घडली आहे, एवढंच फक्त त्याला कळलं होतं आणि म्हणून त्यानं मालकाचं अभिनंदन केलं होतं; तेही त्याला तसं प्रोग्रॅम केलेलं होतं म्हणून!

विभासचं सगळं भविष्य त्या ग्रहावर पाणी सापडण्यावर अवलंबून होतं व म्हणून पाणी सापडणं ही प्रचंड महत्त्वाची घटना होती हे त्या यंत्रानवाला आकलन होऊ शकत नव्हतं. कारण शेवटी तो एक यंत्रच होता.

आपण अगदी एकटे आहोत हे विभासला तीव्रतेनं जाणवलं. त्याचा आनंद वाटून घ्यायलासुद्धा कोणी नव्हतं. सख्या हा नुसता नावाचाच सखा होता.

सख्याला तिथेच सोडून विभास झऱ्याकडे परतला.

पुढच्या काही दिवसात विभासनं झऱ्याचं पाणी साठून तयार झालेल्या विहिरीजवळ बऱ्याच भाजीपाल्याचं, फुलझाडांचं आणि काही वृक्षांचंही बी पेरलं. पाणी तर आता मुबलक होतं, पण इथल्या मातीत पृथ्वीवरची बी-बियाणं रुजतात की नाही ते अजून ठरायचं होतं.

खाणकाम व्यवस्थित सुरू होतं. बरंचसं खाणकाम सखा विविध यंत्रांकडून करवून घेत होता. त्याला मानवी भावना कळत नसल्या तरी सांगितलेलं काम तो न थकता, बिनचूक पार पाडत असल्यानं विभासचे कष्ट हलके झाले होते.

हळूहळू विभासच्या प्रयत्नांना यश येऊ लागलं. जमिनीत खोलखोल जाऊ लागल्यावर ताम्र-धारक माती सापडू लागली. त्याच्या जोडीला मधूनमधून काही पांढऱ्या मातीचेही पट्टे आढळू लागले.

ती माती कोणत्या द्रव्यांपासून बनली आहे, तिच्या अंतरंगात काही धातू दडलेला आहे का याविषयी विभासला काहीच अंदाज करता येईना. तो भूशास्त्रज्ञ होता, पण त्यानं अशी माती पूर्वी कधीच बघितली नव्हती.

त्यानं मग त्या मातीचे शक्य तितके गुणधर्म त्याच्याजवळच्या साधनांनी तपासून पाहिले, त्यांची सविस्तर नोंद केली आणि ताम्र-धारक माती आणि पांढरी

माती यांच्या गुणधर्माची सविस्तर माहिती संगणक-साखळीमार्फत त्यानं पृथ्वीवरच्या एका प्रसिद्ध संशोधनशाळेत पाठवून दिली.

हळूहळू ताम्रधारक माती आणि पांढरी माती यांचे ढिगारे मोठे होऊ लागले आणि विशेष म्हणजे त्यानं लावलेल्या बियांना अंकुर फुटून ते वाढू लागले.

आठ दिवसात पृथ्वीवरच्या संशोधनशाळेचा अहवाल त्याला मिळाला. त्यानं कळवलेल्या माहितीवरून ताम्रधारक मातीतलं तांब्याचं प्रमाण, उत्खनन करून तांब्याचं उत्पादन करायला पुरेसं होतं आणि पांढऱ्या मातीत कुठला धातू असावा हे इतक्या दुरून सांगता येणं शक्य नसलं तरी ती माती धातू-धारक असण्याची शक्यता खूप होती. विभासनं मातीचे नमुने पाठवले, तर तिच्यावर प्रयोग करून अहवाल द्यायला संशोधनशाळा तयार होती. कदाचित आजपर्यंत विश्वाला अज्ञात असलेल्या एखाद्या नव्याच धातूचा शोध लागण्याचीही शक्यता होती!

संशोधनशाळेचा अहवाल वाचून विभासचा उत्साह दुणावला. त्यानं अधिक जोरात काम सुरू केलं. उत्खननासाठी सगळा ग्रह अजून मोकळा होता. त्याच्या एका कोपऱ्यातच अजून त्याचं काम सुरू होतं. सर्व ग्रहावर उत्खनन करणं शक्य झालं, तर निदान तांबं तरी प्रचंड प्रमाणात मिळणार होतं. ते विकून तो चांगला गबर होऊ शकत होता.

त्यानं केलेल्या साहसाचं फळ त्याला मिळणारसं दिसत होतं; पण त्यासाठी मेहनत करायला हवी होती.

विभासनं आपल्या ग्रहाचं नामकरण केलं, 'वामन'. एवढासा, पण बलिष्ठ बळीराजाला नमविण्याची ताकद असलेला 'वामन'.

वामन ग्रहावरचा दिवस जेमतेम अकरा तासांचा होता. त्यातला निम्मा वेळ अंधारात जायचा. दर साडेपाच तासांनी पडणाऱ्या अंधाराचा विभासला आता राग येऊ लागला. किती वेळ वाया जात होता!

पृथ्वीवरून त्यांच्याकडे येणाऱ्या अंतराळयानाची वेळ आता जवळ येऊ लागली होती. विभासनं स्वत:साठी आवश्यक पुस्तकांची, नवीन बियाणांची, काही यंत्रसामग्रीची मागणी संगणक-साखळीमार्फत नोंदवली. मग जरा विचार करून त्याचे आवडते तीन-चार कवितासंग्रहही मागवले.

ठरल्याप्रमाणे दोन महिन्यांनी यान आलं. विभासचं सामान उतरवून आणि त्यानं दिलेले मातीचे नमुने घेऊन पुढे निघून गेलं. थोड्या दिवसांनी त्या नमुन्यांचा अहवाल त्याला संगणकावर मिळाला. त्यानं पाठवलेल्या मातीमध्ये तांबं भरपूर प्रमाणात होतं आणि शिवाय एक नवीनच धातू मिळाला होता. त्याचे गुणधर्म तपासण्याचं काम अजून सुरू होतं.

विभासनं 'वामन' ग्रहाच्या मालकीसाठीची आपली मागणी नोंदवली आणि त्याच्या जिवाला जरा स्वस्थता आली.

त्यानं लावलेल्या बियांची एव्हाना रोपटी झाली होती आणि सगळ्या रखरखीत परिसरात तेवढाच हिरवा ठिपका नजरेला सुखवत होता. फुरसत मिळाली की विभास त्या रोपांपाशी जाऊन बसू लागला. तिथे बसून कविता वाचताना किंवा आकाशातले तारे बघताना त्याला सुख होऊ लागलं.

पण त्याबरोबरच स्वत:चा एकटेपणा त्याला तीव्रतेनं जाणवू लागला. एखाद्या कवितेतलं एखादं कडवं, एखादी ओळ त्याला अतिशय आवडायची, मोठ्यानं वाचायची ऊर्मी यायची. त्याप्रमाणे तो ती वाचायचाही; पण ती ऐकून दाद देणारं कुणी नसायचं. कधीकधी त्याच्या गतायुष्यातल्या आठवणी जाग्या व्हायच्या. त्या कुणाजवळ तरी बोलाव्यात, मन मोकळं करावं असं वाटायचं तेव्हा समोर फक्त सखा असायचा.

'आपल्याला कोणीतरी साथीदार हवा, आपल्या सुख:दुखात सहभागी होणारी कोणीतरी व्यक्ती हवी' असं त्याला तीव्रतेनं वाटू लागलं. पण हे कसं जमणार? तो तर पृथ्वीपासून इतक्या दूर होता! त्याला न बघता, न भेटता त्याचा साथीदार, मित्र होण्याचं मान्य करून इतक्या दूर कोण येणार?

'नोकर ठेवला तर? पण अशा नोकराचा पगार आपल्याला परवडेल का? काय करावं? कोणाचा सल्ला घ्यावा?'

सख्याखेरीज दुसरं कोणी नव्हतंच. अखेर विभासनं सख्याजवळच विषय काढला.

"सख्या, आता आपल्याला जोडीला आणखी कोणीतरी हवं. म्हणजे कामातही मदत होईल आणि विरंगुळाही होईल."

"होय मालक."

"पण असं कोण मिळणार? आणि पृथ्वी सोडून इतक्या लांब यायला कोण तयार होणार?"

"आणखी एका यंत्रानवाची मागणी नोंदवू का मी, मालक?"

'एऽ' विभास एकदम चिडून ओरडला. "मी यंत्रानवाविषयी बोलत नाही आहे. माणसांविषयी. कळलं?"

"होय मालक."

विभास परत करवादला,

"आणि सारखं हे मालक, मालक काय म्हणतोस मला? माझं नाव तुला माहीत नाही का?"

"माहीत आहे मालक."

"मग तुला हे नाव म्हणता येत नाही का?

“येतं मालक”

“परत मला मालक म्हणून नकोस, कळलं? माझ्या नावानं हाक मारत जा.”

“होय... विभास.”

सख्याच्या यांत्रिक उत्तरांचा विभासला कंटाळा आला; पण बोलायला तेवढीच एक व्यक्ती-यांत्रिक का होईना, त्याच्यासमोर होती. तो म्हणाला,

“सख्या, आपल्याला म्हणजे मला आता कोणीतरी जोडीदार हवा, जो माझ्या बरोबर कामही करेल आणि माझ्या सुख-दुःखात सहभागीही होईल.”

“म्हणजे तुम्हाला बायको हवी विभास.”

“आँ?... बायको?

विभासच्या डोक्यात ही कल्पना आलीच नव्हती. पण जसजसा तो विचार करू लागला तसतशी त्याला ती कल्पना आवडू लागली.

“अरे, अशी बायको कशी मिळेल?”

“मिळेल विभास. परग्रहावर जाऊन स्थायिक होऊ इच्छिणाऱ्या स्त्रियांची एक संस्था माझ्या स्मृतीत नोंदलेली आहे. तिच्यामार्फत बायका पुरवल्या जातात. मात्र त्यासाठी त्या बायकांना मोठी रक्कम द्यावी लागते.”

“अरे पण, न पाहिलेल्या पुरुषाशी लग्न करायला कोण स्त्री तयार होईल?”

“आधी काही दिवस ट्रायल म्हणून राहतात अशा स्त्रिया. पसतं पडलं तर लग्न करायचं. नाहीतर झाल्या दिवसाचे पैसे देऊन परत पाठवायचं.”

‘कल्पना काही वाईट नाही.’ विभासच्या मनात आलं. सखा पुढे सांगत होता,

“स्त्रियांचे अनेक प्रकार आहेत या संस्थेकडे!”

“प्रकार?”

“हो. उदाहरणार्थ, सुंदर पण कामचुकार; धिप्पाड, मेहनती, पण कजाग; अल्लड, बालिश, पण वाचाळ... अनेक प्रकार आहेत. तुम्हाला हवे ते गुणधर्म तुम्ही नोंदलेत की, त्याच्याशी जास्तीतजास्त जुळणारं मॉडेल तुमच्याकडे पाठवलं जातं.”

“कमाल आहे!”

“तुम्हाला कसं मॉडेल हवं ते सांगा. म्हणजे मी मागणी नोंदवून टाकतो.”

विभास विचार करू लागला आणि त्याच्या डोळ्यापुढे त्याच्या आईचा चेहरा तरळून गेला. गोरापान, सुंदर चेहरा आणि हसरी, शांत नजर.

पण विभासनं आईचं रूप डोळ्यांपुढून पुसून टाकलं. त्याला सुंदर नव्हे, तर कामसू, मेहनती जोडीदार हवी होती. मग ती सुंदर नसली तरी चालेल. ‘किंबहुना ती सुंदर नसावीच, म्हणजे आपलं कामाकडे दुर्लक्ष होणार नाही आणि तीही स्वतःच्या रूपाचे चोचले पुरवत बसणार नाही. तेव्हा आपल्याला बायको सुमार रूपाची, काळीसावळी; पण मेहनती आणि शांत स्वभावाची हवी.’

सख्यानं त्याप्रमाणे मागणी नोंदवून टाकली आणि विभास पृथ्वीवरच्या यानाची वाट बघू लागला.

ठरल्याप्रमाणे दोन महिन्यांनी यान आलं. विभासनं मागवलेलं सामान उतरवलं गेलं आणि त्यापाठोपाठ हिरव्या रंगाचा पोशाख घातलेली एक स्त्री यानातून खाली उतरली. तिला पाहून विभास चकित दृष्टीनं बघतच राहिला; आणि मग त्याच्या डोक्यात संतापाचा स्फोट झाला.

यानातून उतरलेली स्त्री अतिशय सुंदर होती, गोरीपान आणि नाजुक होती; त्यानं मागवलेलं मॉडेल हे नव्हतं.

"हॅलो विभास" तिनं हसून हस्तांदोलनासाठी हात पुढे केला; पण विभासनं तिच्याकडे पूर्ण दुर्लक्ष केलं. यानातून उतरवलेल्या सामानाची व्यवस्था लावण्यात गुंतलेल्या सख्याला त्यानं रागानं हाक मारली,

"सख्या... हे काय आहे?"

"काय विश्वास? कशाविषयी विचारता आहात तुम्ही?"

"ही इथे कशी आली?"

हस्तांदोलनासाठी पुढे केलेला हात मागे घेऊन अवघडून उभ्या असलेल्या त्या सुंदर स्त्रीकडे हात उडवून विभासनं रागानं विचारलं.

"आपण मागणी नोंदवली होती विभास."

"आपण मागणी नोंदवली होती ती अशा स्त्रीची नव्हती."

सखा जरा वेळ गप्प राहिला आणि मग म्हणाला,

"काहीतरी घोटाळा झालेला दिसतो आहे."

"कसला घोटाळा?"

"मी तुम्ही सांगितल्याप्रमाणे मागणी नोंदवली होती, पण तिथे पृथ्वीवर काहीतरी घोटाळा झालेला असावा. मागणीप्रमाणे माल आलेला नाही."

एव्हाना पृथ्वीवरून आलेल्या त्या सुंदरीच्या डोळ्यात अश्रू तरळू लागले होते. तिकडे दुर्लक्ष करून विभास म्हणाला,

"ठीक आहे. हिला ताबडतोब परत पाठवून दे. मला माझ्या कामाला मदत करणारी स्त्री हवी आहे. नखरे, नाटकं करणारी रडवी बाहुली नको आहे."

"पण विभास, अंतराळयानाची फेरी आता दोन महिन्यांनी होणार आहे."

"तर मग दोन महिन्यांनी परत पाठव तिला आणि तोपर्यंत माझ्या कामात लुडबुड करू नकोस म्हणून सांग तिला." विभास रागारागानं म्हणाला आणि ताडताड विहिरीच्या दिशेनं निघाला. जाताजाता त्याच्या कानांवर सख्याचे शब्द पडले,

"रडू नकोस. विभास चांगला आहे. आपण स्वभावानं कडक आहोत असं दाखवायला त्याला आवडतं इतकंच."

दुसऱ्या दिवशी सखा काम करत असलेल्या ठिकाणाकडे दुरूनच नजर टाकली, तेव्हा त्याला त्या जागी दोन व्यक्ती काम करताना दिसल्या. तेव्हा क्षणभर त्याला प्रश्न पडला की 'हे कोण आहे बुवा?'

दुसऱ्याच क्षणी त्याच्या लक्षात आलं की, ती दुसरी व्यक्ती म्हणजे पृथ्वीवरून आलेली सुंदरी आहे. मात्र आज तिनं पँट-शर्ट असा पुरुषासारखा पोषाख केला आहे, इतकंच.

ती खरंच सख्याला कामात मदत करते आहे की मदतीचं नुसतं नाटक करते आहे? संशयानं काही वेळ विभास तिच्याकडे बघत राहिला, पण दुरून त्याला नीट काही कळेना. तेव्हा शेवटी त्यानं तिकडे पाठ फिरवून स्वतःच्या कामात लक्ष घातलं.

त्यानंतर पाच-सहा दिवस ती त्याला दिसलीच नाही पण ती सख्याच्या जवळपास असते हे विभासच्या लक्षात आलं. कारण अधूनमधून तिचं सख्याशी चाललेलं बोलणं त्याच्या कानावर पडायचं. एके दिवशी त्यानं सख्याला हाक मारली आणि ती जवळपास नाही असं बघून विचारलं,

"काय रे, ती बाहुली खरंच तुला काही मदत करते का? की नुसतीच मधेमधे लुडबुड करते?"

"मला मदत करते ती. त्यामुळे माझं काम जास्त वेगानं होतं आहे हे तुम्ही बघताच आहात."

"ठीक आहे. ठीक आहे. पण आपण तिला दोन महिन्यांची परत पाठवणार आहोत हे विसरू नकोस."

"नाही विसरणार."

विभास वामनावर आल्यावर पहिले काही दिवस तंबूत राहत होता. मग त्यानं आणि सख्यानं मिळून बरोबर आणलेल्या पत्र्यांचं एक छोटंसं घर बांधलं. स्वयंपाक, जेवण, इतर काही काम यासाठी एक मोठी खोली, विभाससाठी एक झोपण्याची खोली आणि सामान साठविण्याची एक कोठी.

विभाससाठी जेवण बनवण्याची जबाबदारी बहुतेक वेळा सख्या पार पाडत असे. त्याच्या स्मृतीत काही ठराविक पाककृती होत्या. त्याप्रमाणे तो पदार्थ आलटून- पालटून करत असे. त्याच्या त्याचत्याच चवीचे तेचतेच पदार्थ खाऊन कंटाळा आला की, एखादे दिवशी विभास स्वत: काहीतरी बनवत असे. अर्थात त्यानं बनवलेले पदार्थ खास रुचकर बनत, असं नाही; पण सख्याचे तेचतेच बेचव पदार्थ खाण्याऐवजी एखादे दिवशी एखादा वेगळा बेचव पदार्थ खायला मिळत असे, एवढंच!

आता मात्र रोज नवेनवे स्वादिष्ट पदार्थ त्याच्यासमोर येऊ लागले. हे पदार्थ ती स्त्री बनवत होती हे तर उघडच होतं. मात्र त्याच्या जेवण्याच्या वेळी ती आसपास कुठे दिसत नसे. शेवटी न राहवून एके दिवशी त्यानं सख्याला विचारलं.

"ती कुठे आहे?"

"ती?... हां, हां, तुम्ही मधुरिकेविषयी विचारता आहात. ती कोठीच्या खोलीत आहे."

"कोठीच्या खोलीत? ते का?'

"तिनं तुमच्यामध्ये लुडबुड करू नये म्हणून तुम्ही सांगितलं आहे. म्हणून ती शक्यतो तुमच्यासमोर येत नाही. तिथेच जेवते आणि तिथेच झोपते."

"अरे पण.." काय बोलावं ते विभासला कळेना. त्याचं मन त्याला खाऊ लागलं. रोज आपण तिच्या हातचं सुग्रास जेवतो आणि तिला मात्र कोठीच्या खोलीत तोंड लपवावं लागतं.

"हे बघ" तो म्हणाला, "उद्यापासून तिला इथे टेबलावर जेवायला सांग."

"ठीक आहे."

दुसऱ्या दिवशी विभास जेवायला येऊन बसल्यावर मधुरिकाही हळूच येऊन जेवायला बसली.

'आपण हिला आपल्याबरोबर जेवायला बसायला सांगितलं नव्हतं.' विभासच्या मनात आलं, पण तो काही बोलला नाही.

तीही काही बोलली नाही. न बोलताच दोघांचं जेवण संपलं.

मग रोज असंच घडू लागलं. मधुरिका जेवताना एक शब्दही बोलत नसे. शेवटी न राहवून एक दिवस विभास म्हणाला,

"छान झालं आहे जेवण."

मधुरिकानं चट्कन डोळे वर करून त्याच्याकडे पाहिलं आणि ती हळूच म्हणाली, "आभारी आहे."

मधुरिकाशी दृष्टादृष्ट होताच विभासला झटका बसल्यासारखं झालं. तिच्या निळ्या, सुंदर डोळ्यांवरून त्याची नजर चटकन हलेचना. तिनंच नजर वळवली, तेव्हा तो भानावर आला.

नंतर दिवसभर त्याला तिचे डोळेच आठवत होते. ती फार सुंदर आहे हे त्याला प्रथमदर्शनीच कळलं होतं. तिचे स्वत:चे कुठलेही चोचले पुरवताना ती दिसत नव्हती. कामाची टाळाटाळ ती करत नाही हेही त्याच्या लक्षात आलं होतं; पण हे सगळं तात्पुरतं असणार, वरवरचं नाटक असणार याबद्दल त्याची खात्री होती. तो अशा नाटकाला फसणार नव्हता.

एके दिवशी काम संपल्यावर तो जरा आराम करायला विहिरीपाशी गेला, तेव्हा मधुरिका त्याच्या आधी तिथे जाऊन बसलेली होती आणि त्याच्या कवितांच्या पुस्तकांपैकी एक पुस्तक तिच्या हातात होतं.

आपलं पुस्तक तिनं घेतलेलं बघून तो आधी रागावला, पण तेवढ्यात तिचं

कवितावाचन त्याच्या कानांवर पडलं आणि तो ऐकत उभा राहिला. तिची त्याच्याकडे पाठ होती. तो आल्याची चाहूल तिला लागली नव्हती, त्यामुळे हलक्या आवाजात पण मोकळेपणानं ती आवडलेली कविता म्हणत होती.

''मलाही फार आवडते ही कविता.'' तो बोलून गेला.

मधुरिका चट्‌कन सावरून बसली आणि त्याच्याकडे बघून हसली.

ही हसल्यावर आणखीच सुंदर दिसते असं विभासच्या मनात येत असतानाच ती म्हणाली,

''माफ करा हं. तुमच्या परवानगीशिवाय मी तुमचा कवितासंग्रह वाचायला घेतला. पण... मला काव्य फार आवडतं. तुमची पुस्तकं बघून मला राहवलं नाही.''

''असू दे. तुम्ही वाचल्यानं त्यातल्या कवितांची गोडी काही कमी होत नाही... मलाही कविता फार आवडतात.''

तिच्याजवळ बसत विभास म्हणाला. त्या दिवशी प्रथमच त्यानं मोकळेपणानं मधुरिकाशी गप्पा मारल्या. आपल्या आवडत्या कविता तिला वाचून दाखवल्या. तिच्याशी बोलण्यात तो इतका रमला की, सख्यानं हाक मारून बोलावेपर्यंत त्याला जेवणाचीसुद्धा आठवण आली नाही.

जेवण झाल्यावर सख्यानं त्याला बाजूला घेऊन सांगितलं, ''मॉडेल बदलून देण्याची मागणी नोंदवली आहे. त्याप्रमाणे नवीन मॉडेल पुढच्या फेरीत पाठवत असल्याचा संदेश आला आहे.''

''नवीन मॉडेल?''

''हो. म्हणजे काळीसावळी, सुमार रूपाची...''

''बरं, बरं.'' विभास नाराजीनंच उत्तरला.

विभासच्या मनात आता चलबिचल सुरू झाली. मधुरिकाला परत पाठवून खरंच दुसरी एखादी मुलगी तिच्याऐवजी वामनावर आणण्याची कल्पना त्याला आवडेना. उलट, तिच्या सर्व गोष्टी त्याला आवडू लागल्या. ती दिसते किती सुंदर, हसते किती गोड, आपल्याबरोबरीनं दिवसभर काम करते. शिवाय स्वयंपाक किती छान करते. घर किती व्यवस्थित ठेवते. कधी रागावत, रुसत नाही. कधी काम टाळत नाही.

आपल्याला ती किती आवडते!

पण आपण तर मॉडेल बदलून देण्याची मागणीसुद्धा नोंदवली आहे. आता ऐन वेळी ती मागणी रद्द कशी करता येईल? आणि मधुरिकाचं हे गोड वागणं तात्पुरतं तर नसेल?

अशा विचारातच काही दिवस गेले आणि एक दिवस अंतराळात पृथ्वीवरच्या यानाचा एक छोटासा ठिपका दिसू लागला.

“आता तासाभरातच यान वामनावर येऊन उतरेल.” सख्यानं सांगितलं आणि विभासला झटका बसला.

त्याच्याबरोबर जेवत बसलेली मधुरिका ताड्कन उठली आणि हातसुद्धा न धुता कोठीच्या खोलीत गेली.

मधुरिकाला परत पाठवण्याची वेळ खरंच आली होती!

आपण तिला परत पाठवायचं? नाही. नाही. आपल्याला मधुरिकाच पत्नी म्हणून हवी. ती कशीही असली तरी तिच्या जागी दुसऱ्या स्त्रीची कल्पनाही आता आपल्याला सहन होत नाही. तिला परत पाठवायची नाही.

विभास जेवण अर्धं टाकून उठला आणि मधुरिकाच्या मागोमाग कोठीत गेला. बघतो तो ती रडत होती आणि आपलं सामान भरत होती.

ती का रडते आहे ते विभासला कळेना. त्यानं विचारलं,

“मधुरिका, अगं रडायला काय झालं इतकं?”

ती काहीच बोलेना. तेव्हा त्यानं त्याला पडलेला दुसरा प्रश्न विचारला,

“हे सगळं सामान का भरते आहेस तू?”

“का म्हणजे” सामान भरणं थांबवून भरलेल्या डोळ्यांनी त्याच्याकडे रोखून बघत तिनं विचारलं, “जाताना माझं सामान नको न्यायला मी?”

आज प्रथमच ती जरा रागावल्यासारखी दिसत होती. तिच्या हातातले कपडे काढून घेत विभास म्हणाला,

“तू कुठे जातेस? मी तुला मुळीच पृथ्वीवर परत पाठवणार नाही. मला तूच पत्नी म्हणून हवी आहेस.”

“पण.. पण तुला तर काळीसावळी, सुमार रूपाची..”

“अगं गाढवपणा होता माझा तो. तू असताना मी दुसऱ्या कोणाला बोलावणं शक्य आहे का आता?”

“पण आता... दुसरी मुलगी यानातून इथपर्यंत आलीसुद्धा असेल.”

ती म्हणत होती ते खरं होतं.

आता काय करायचं? तिला परत पाठवायची? पण तसं केलं, तर तिला नुकसानभरपाई म्हणून बरेच पैसे द्यावे लागतील की काय? याबाबत संस्थेचे काही नियम असतील का? असले तर असू देत. कितीही रक्कम भरावी लागली तरी हरकत नाही, पण मधुरिकेशिवाय दुसरी स्त्री आपल्याला नको.

विभासनं सख्याला हाक मारली. हाकेसरशी सखा दारात येऊन उभा राहिला.

“सख्या, यानातून आलेल्या मुलीला इथे उतरू देऊ नकोस. तिला तशीच परत पाठव. त्यासाठी जो पडेल तो दंड भरण्याची माझी तयारी आहे, असं सांग तिला.” विभासनं सांगितलं.

“दंड भरण्याची वेळ येणार नाही.” सखा म्हणाला

“नाही येणार?”

“नाही येणार. कारण यानात कोणीही स्त्री नाही आहे.”

“स्त्री नाही आहे? पण तू तर म्हणाला होतास की, मागणीप्रमाणे ते मॉडेल बदलून पाठवणार आहेत म्हणून.”

“मी तसं म्हटलं होतं. पण मॉडेल बदलण्याची मागणी नोंदवलीच नव्हती.”

“काय?” विभास आश्चर्यानं जवळजवळ ओरडलाच.

“होय विभास. मॉडेल बदलण्याची मागणी नोंदवायचं कारणच नव्हतं, कारण मधुरिका माझ्या मूळ मागणीप्रमाणेच पाठवली गेली होती.”

“अरे पण, आपली मूळ मागणी अशा स्त्रीची नव्हती.”

“माफ करा विभास, पण मी मागणी नोंदवताना पृथ्वीवरच्या माझ्या मित्राशी चर्चा केली...”

“तुझा मित्र?”

“होय. आमच्या संगणक साखळीतले, माझ्या पातळीवरचे काही संगणक आहेत. त्यांच्यापैकी एक जण या वधू-सूचक मंडळात आहे. त्याच्याकडे अनेक वधू नोंदलेल्या आहेत. तुमची मागणी नोंदण्यासाठी मी त्याच्याशी संपर्क साधला, तेव्हा त्यानं चटकन मधुरिकाचं नाव सुचवलं. तिचे सगळे गुण तुम्हाला हवे तसे होते; फक्त तिचं रूप मात्र तुम्हाला हवं तसं सुमार, काळंसावळं नव्हतं. आम्ही दोघांनी बराच विचार केला आणि अशा निष्कर्षाला पोहोचलो की, रूप सुंदर असणं किंवा नसणं यामुळे व्यक्तीच्या गुणांमध्ये फरक पडत नाही; तेव्हा गुणवान आणि सुंदर व्यक्ती असली, तर ती अधिक प्रिय व्हायला हवी. पण तुम्हा माणसांचं वागणं फार विचित्र...”

“का रे बाबा?” विभास उद्गारला.

“पृथ्वीवरून बाहेर पडलेल्या आणि विवाह करू इच्छिणाऱ्या इतरही काही तरुणांच्या मागण्या संस्थेकडे होत्या. एकजात सगळ्यांना कामसू, मेहनती, शांत स्वभावाची आणि सुमार रूपाची वधू हवी होती.”

“तरीच... तरीच, माझं नाव संस्थेकडे जवळजवळ वर्षभर नोंदलेलं असूनसुद्धा मला बाहेरच्या कुठल्या ग्रहावर जायला मिळत नव्हतं.” मधुरिका म्हणाली.

“एखादी स्त्री सुंदर असली, तर ती आळशीही असेलच असं समजणं तर्कशास्त्राला धरून नाही. त्यामुळे तुम्हाला हवे असलेले जास्तीतजास्त गुण मधुरिकात असल्यामुळे तिलाच तुमच्या मागणीप्रमाणे वामनावर पाठवण्याचं मी आणि माझ्या मित्रानं मिळून ठरवलं. शिवाय...”

“शिवाय काय?” विभासन विचारलं.

"तुमचा स्वभाव रोमँटिक आणि सौंदर्यासक्त आहे असं माझ्या निरीक्षणावरून मला कळलं होतं..."

"काय?" विभासनं आश्चर्यानं विचारलं. स्वत:च्या स्वभावाविषयी त्यानं इतका विचार कधी केला नव्हता.

"स्वत:जवळच सगळं विकून अशोधित ग्रहावर जाण्याचं साहस करणं, इथल्या रखरखीत वातावणात हिरवळ निर्माण करण्याचा प्रयत्न करणं, पृथ्वीवरून मागवण्याच्या महत्त्वाच्या सामानात कवितांच्या पुस्तकांचा समावेश करणं या सगळ्या गोष्टी तुमचे हे गुण निर्देशित करत होत्या; आणि त्यामुळे मधुरिका तुम्हाला अनुरूप आहे असं माझा तर्क मला सांगत होता."

"सख्या, तू अगदी कमाल केलीस." आश्चर्यानं थक्क होऊन विभास म्हणाला.

राग, लोभ, दु:ख, सुख, मोह, माया अशा मानवी भावना सख्याला कळत नसल्या तरी त्याच्या तर्कशास्त्राला अनुसरून त्यानं अचूकपणे विभासचं हित केलं होतं.

सख्या खरंच आपला 'सखा' आहे. विभासचं मन सख्याविषयीच्या प्रेमानं भरून आलं आणि सख्याला भावभावना नाहीत हे क्षणभर विसरून त्यानं सख्याला कडकडून मिठी मारली.

"सख्या, सख्या, तुझे आभार कसे मानावेत तेच मला कळत नाही बघ." तो उद्गारला.

विभासची मिठी सैल झाल्यावर त्याच्या हातून आपली सुटका करून घेत सखा म्हणाला,

"आभारी आहे विभास, मला मिठी मारल्याबद्दल. आता मी यानातलं सामान उतरवून घ्यायला जातो."

विभास आणि मधुरिकाकडे पाठ करून सखा यानाकडे निघाला, तेव्हा प्रेमानं आणि किंचित वैतागानं ती दोघं त्याच्याकडे बघतच राहिली.

मावळू लागलेल्या संधिप्रकाशात मधुरिकाच्या गालावरचा लालिमा विभासला मग खूप हवाहवासा वाटला.

(विज्ञानयुग - दीपावली १९९०)

◆

अव्हेर

"घे बाबा, आता तुझ्या ताब्यात सगळं. आता आठ तास तुझं राज्य."

कॅप्टनच्या खुर्चीतून उठत अंशुमान म्हणाला. पाठीमागे अमेय तयारीतच उभा होता. अंशुमाननं रिकाम्या केलेल्या खुर्चीत बसत तो म्हणाला,

"अंशु, आपल्याला चहा कर ना मस्तपैकी."

गरुड अंतराळयानाच्या त्या छोट्याशा कंट्रोल रुमच्या दारात पोहोचलेला अंशुमान थबकला आणि मागे वळून थोड्याशा वैतागानं म्हणाला,

"अरे, आताच पंधरा मिनिटांपूर्वी आपण चहा प्यालो नं? तोही चांगला दोन-दोन कप."

"तो झोपून उठल्यानंतरचा, म्हणजे मी झोपून उठल्यानंतरचा चहा होता. साडेसहा-सात तासांची झोप झाल्यानंतर जाग येण्यासाठी तो आवश्यक होता. आताचा चहा हा कामासाठी उत्साह यावा म्हणून आहे."

"करतो बाबा चहा. नाहीतरी मला थोडंच काही करायचं आहे? सगळं तो टी-मेकरच करणार आहे. मी फक्त बटण दाबणार. हो, आणि चहाचा कप साहेबांच्या हातात आणून देणार... अम्या, तू असं का नाही करत त्यापेक्षा? तुझ्या पाठीवर एक छोटासा टी-मेकर बसवून घे आणि त्याची नळी तुझ्या तोंडात घालून ठेव. वाटलं की नळ सोडायचा, म्हणजे चहा डायरेक्ट घशात. चहा करण्यासाठी मशीनचं बटण दाबायचं, कपबशीत तो ओतायचा, कप उचलून तोंडाला लावायचा हे सगळं सव्यापसव्य वाचेल. शिवाय, मागून कपबशी धुण्याची कटकटही राहणार नाही."

"आयडिया काही वाईट नाही." सभोवारच्या वेगवेगळ्या डायल्सवर नजर फिरवत अमेय हसत म्हणाला, "पण असं मशीन तयार होईपर्यंत..."

"ढोस गाढवा हवा तितका चहा, पण मला मात्र आता नकोय. मी आता झक्कपैकी ताणून देणार आहे."

बरोबर पाचव्या मिनिटाला चहाचा कप घेऊन तो कंट्रोल रुममध्ये पोहोचला आणि म्हणाला,

"हं, घे चहा. म्हणजे कंट्रोल पॅनेलमोर बसून झोपणार तरी नाहीस."

पण त्याच्या बोलण्याकडे अमेयचं लक्षच गेलं नाही. तो समोर झुकून एकाग्रपणे काहीतरी करत होता. अंशुमाननं कप बाजूला टेबलवर ठेवला आणि पुढे जाऊन तो अमेय काय करतो आहे ते बघू लागला. अमेय यानाचा वेग वाढवत होता. नव्हे, त्यानं आधीच तो वेग त्यांच्या योजनेत ठरलेल्या वेगापेक्षा कितीतरी अधिक वाढवला होता.

"अरे, हे काय करतो आहेस? वेग इतका कशाला वाढवला आहेस?"

अंशुमान ओरडलाच; पण त्याच्याकडे लक्ष न देता अमेयनं वेगनियंत्रक पट्टी आणखी पुढे सरकवली आणि त्याचबरोबर दिशाही बदलली.

"अमेय, अरे काय करतोहेस? आपल्या प्रवासाच्या योजनेचा नकाशा तुझ्यासमोर लावलेला आहे आणि तू बरोबर मार्गानं चाललेल्या यानाला वेगळी दिशा का देतो आहेस?"

"मी वेगळी दिशा देत नाहीये. वेगळी दिशा देण्याचा प्रयत्न होतो आहे, तो मी हाणून पाडण्याचा प्रयत्न करतो आहे." क्षणभरच अंशुमानकडे एक काळजीग्रस्त कटाक्ष टाकत अमेय म्हणाला.

"म्हणजे? कसला प्रयत्न? आणि कोण करतं आहे असा प्रयत्न?"

"योग्य मार्गावर चाललेलं आपलं यान अचानक उजवीकडे ओढलं जाऊ लागलं आहे. त्याला प्रतिकार करण्यासाठी म्हणून मी यानाच्या दिशेत योग्य ते बदल करण्याचा आणि वेग वाढवण्याचा प्रयत्न करतो आहे पण यानाला बसणारी ओढ वाढतच चालली आहे." त्रस्त स्वरात अमेय उत्तरला.

"यान ओढलं जातं आहे? कसं शक्य आहे? अंतराळाच्या या भागात आपल्या यानाखेरीज दुसरं काहीच नाही आहे. म्हणजे मानवनिर्मित किंवा बुद्धिमान सजीवनिर्मित असं काही नाहीये."

"नसेल; पण ओढ बसते आहे हे खरं आणि मी जशीजशी दिशा बदलतो आहे आणि वेग वाढवतो आहे तसतशी ओढही अधिक प्रबळ होते आहे आणि हळूहळू पण निश्चितपणे आपला मार्ग बदलतो आहे."

अंशुमाननं समोरच्या कंट्रोल पॅनेलवरच्या अनेक प्रकारच्या निदर्शक तबकड्यांवरून नजर फिरवली. दिशादर्शक तबकडीशी त्याची नजर अडखळली. अमेय म्हणत होता त्याप्रमाणे यानाच्या नियोजित दिशेशी सात अंशाचा कोन करून आता यान चाललं होतं.

"बघू बरं." असं म्हणून त्यानं यानाचं नियंत्रण स्वत:कडे घेतलं. तो या मोहिमेचा मुख्य होता आणि जबाबदारी त्याची होती. अमेयनं त्याला खुर्ची रिकामी करून दिली आणि तो तिथेच उभा राहिला.

नंतर बराच वेळ त्या दोघांनी यान मार्गावर आणण्याचा प्रयत्न केला, पण ते चुकीच्या मार्गानंच जात राहिलं–

"या मार्गानं आपण कुठे पोहोचणार आहोत, हे तुझ्या लक्षात आलं का?" अंशुमाननं विचारलं

अमेयनं होकारार्थी मान डोलावली. कोणाच्याही लक्षात येईल अशीच ती गोष्ट होती. त्यांच्यासमोरच्या पडद्यावर अंतराळाच्या त्या भागाचं आणि त्यातून प्रवास करणाऱ्या त्यांच्या यानाचं सारखं बदलणारं चित्र रेखाटलं जात होतं आणि त्यावरून त्यांचं यान 'वसुधा - २'कडे प्रवास करत होतं हे स्पष्ट होतं.

त्यांच्या प्रवासाचं अंतिम उद्दिष्ट वसुधा - २ गाठणं हेच होतं, पण ते टप्प्याटप्प्यानं गाठायचं होतं. त्यांच्या ठरलेल्या बेताप्रमाणे ते आणखी बावीस तासांनी वसुधा - २ ग्रहाजवळ पोहोचणार होते. त्यानंतर सतरा लाख किलोमीटर अंतरावरून ते ग्रहाभोवती भ्रमण करणार होते. अशा एकूण वीस घिरट्या ते भ्रमणकक्षा थोडीथोडी बदलून घालणार होते. त्या काळात त्या ग्रहाची सर्व बाजूंनी निरीक्षणं करणार होते, फोटो काढणार होते. त्या सर्वांचं विश्लेषण करणार होते आणि मग सर्वांत सुरक्षित जागी आपलं यान उतरवणार होते.

वसुधा - २ ग्रहावर जवळजवळ पृथ्वीसारखंच वातावरण असावं असा अंदाज होता; पण हा केवळ अंदाज होता आणि तो पृथ्वीभोवती फिरणाऱ्या आणि ताऱ्यांचे वेध घेणाऱ्या एका प्रयोगशाळेत बसलेल्या तज्ज्ञांनी केलेला होता. तो चुकीचा ठरण्याची शक्यता होती, म्हणून वसुधा - २ वर उतरल्यावर आधी तिथल्या वातावरणाचे नमुने घेऊन ते त्याचं पृथक्करण करणार होते आणि मगच यानातून बाहेर पाऊल टाकणार होते. तिथलं वातावरण मानवी जीवनाला योग्य नाही असं आढळून आलं, तर खास तयार केलेले पोशाख घालून आणि प्राणवायूचे सिलिंडर पाठीवर बांधून ते बाहेर पडणार होते.

पण त्यांच्या ठरलेल्या बेतापेक्षा वेगळंच काहीतरी घडत होतं. ते वसुधा - २ च्या गुरुत्वाकर्षण कक्षेत पोहोचलेले नसूनसुद्धा त्यांचं यान ग्रहाकडे ओढलं जात होतं, तेही इतक्या वेगानं की ती नक्कीच नैसर्गिक ओढ नव्हती.

म्हणजेच वसुधा - २ वर नक्कीच बुद्धिमान सजीव होते आणि ते अतिशय प्रगत होते.

ते जी गोष्ट शोधून काढण्यासाठी मोहिमेवर निघाले होते त्या गोष्टीचा पुरावा त्यांना आधीच मिळाला होता!

अवकाशात पसरलेल्या अनंत कोटी ग्रहताऱ्यांमध्ये जवळजवळ सूर्याइतकंच वस्तुमान, तापमान आणि आयुष्य असलेले काही तारे शोधून काढण्यात शास्त्रज्ञांनी यश मिळवल्याला दहा वर्षं पूर्ण होऊन गेली होती. त्या ताऱ्यांचा अभ्यास करताना असं लक्षात आलं होतं की, त्यापैकी एका ताऱ्याभोवती घिरट्या घालणाऱ्या सात ग्रहांपैकी एका ग्रहाचं वस्तुमान, आकारमान, वातावरण आणि ताऱ्यापासूनचं अंतर या गोष्टी पृथ्वीशी खूपच साम्य असणाऱ्या आहेत. हे लक्षात आल्यावर सगळ्या जगभर खळबळ माजली होती. कारण या सगळ्या साम्यावरून असा अंदाज करता येत होता की, त्या ग्रहावर सजीव सृष्टी अस्तित्वात असावी.

मग त्या विषयावर अनेक चर्चा-विवाद झाले; अनेक कल्पना आणि अंदाज मांडण्यात आले; अनेक संशोधन प्रकल्प हातात घेण्यात आले. शेवटी भारतातल्या राष्ट्रीय अंतराळ संशोधन संस्थेनं थेट त्या ग्रहावर यान पाठवण्याचं ठरवलं. अर्थात, भारतासारख्या अतिप्रगत देशालाच ती गोष्ट शक्य होती. जगातल्या अनेक देशांनी मदतीचा हात पुढे केला. मोहिमेची आखणी झाली, यान बांधण्यात आलं, अंतराळवीरांची निवड झाली आणि खास भारतीय पद्धतीला अनुसरून एका शुभ मुहूर्तावर जगातील सर्वोत्कृष्ट अंतराळयानानं अवकाशात झेप घेतली. अंशुमान आणि अमेयला घेऊन 'गरुड' यान वसुधा - २ च्या दिशेनं निघालं.

आतापर्यंतचा त्यांचा प्रवास कंटाळवाणा झाला असला तरी कुठल्याही अडचणीशिवाय पार पडला होता आणि आता अचानक एकदम मोठंच संकट येऊ घातल्यासारखं वाटत होतं. त्यांच्या यानाची दिशा आणि वेग त्यांच्या ताब्यात राहिला नव्हता.

यानाला परत मूळ मार्गावर आणण्याच्या त्या दोघांच्या प्रयत्नांना दाद न देता गरुड यान वसुधा - २ च्या दिशेनं जात राहिलं. ग्रहाच्या वातावरणात शिरताना यानाची दिशा परत थोडी बदलण्यात आली. वेग कमी करण्यात आला आणि हळूहळू खालच्या जमिनीला समांतर होऊन यान सावकाश तिथल्या आकाशात तरंगू लागलं.

अंशुमान आणि अमेय अतिशय उत्सुकतेनं बाहेर बघू लागले. खालच्या जमिनीवर हिरवी झाडी असल्यासारखं वाटत होतं. कुठेकुठे पाण्याचे तलावही दिसत होते, आणि छोट्याछोट्या, एक-दोन मजली, हिरवट रंगाच्या इमारतीही दिसत होत्या.

त्यांचं तरंगणारं यान हळूहळू पुढे सरकत होतं. अचानक त्याची दिशा बदलली. ते जमिनीकडे झुकलं आणि हळूहळू तरंगत-तरंगत खाली उतरू लागलं. ते जमिनीजवळ येऊ लागल्यावर खालच्या गोष्टी आणखी स्पष्ट होऊ लागल्या आणि ते बघतच राहिले.

खाली चार पाच इमारतींचं एक कोंडाळं होतं. त्याच्या समोरचा बराच मोठा भाग अगदी सपाट केलेला होता. त्याच्यावर विमानाच्या धावपट्टीसारखा पट्टा दिसत होता आणि त्या पट्ट्याच्या एका टोकाला काही माणसं उभी होती.

यानाचा वेग आणखी कमी झाला आणि ते अलगद त्या धावपट्टीवर उतरलं.

यान खाली उतरून थांबलं. पुढे काय होणार ते त्या दोघांना कळेना. यानावर ते लोक हल्ला करणार? की यानाचे दरवाजे उघडले जाणार? ज्या लोकांचं तंत्रज्ञान 'गरुडा'चं नियंत्रण लाखो किलोमीटर अंतरावरून करू शकत होतं, त्यांना यानाचे दरवाजे उघडणं आणि ते ताब्यात घेणं मुळीच कठीण नव्हतं. जे काय होईल त्याला तोंड देण्याची मानसिक तयारी करत अंशुमान आणि अमेय यानातच बसून राहिले.

पण त्यांच्या अपेक्षेप्रमाणे काहीच घडलं नाही. धावपट्टीच्या एका टोकाला उभा असलेला ५-६ जणांचा तो घोळका सावकाश त्यांच्या यानापाशी आला आणि यानाच्या खिडकींच्या काचेतून ते दिसतील अशा तऱ्हेनं उभा राहिला. त्या सर्वांचे चेहरे हसरे दिसत होते. त्यांच्यापैकी एकानं हातवारे करून त्या दोघांना खाली उतरायच्या खुणा करायला सुरुवात केली; पण त्यांना धीर होईना. असा थोडा वेळ गेल्यावर धावपट्टीवरच्या घोळक्यातला एक जण धावत जवळच्या इमारतीत गेला. पाच मिनिटातच तो बाहेर पडला आणि धावतच परत त्यांच्या यानाजवळ आला. मग त्यानं हातात धरून आणलेली गुंडाळी उलगडली आणि दोन्ही टोकं हातात धरून उंचावली. त्या आडव्या पट्ट्यावर चक्क इंग्रजीत लिहिलेलं होतं,

`WELCOME'.

अमेय आणि अंशुमान चकित होऊन बघतच राहिले.

खालच्या लोकांचा त्यांना काही त्रास देण्याचा किंवा ताब्यात घेण्याचासुद्धा विचार नसावा असं त्यांना वाटू लागलं. त्यांनी आपसात थोडा विचार केला आणि यानाचं दार उघडून ते बाहेर आले. बाहेरच्या वातावरणात आपला निभाव लागेल का याची शंका असल्यामुळे त्यांनी प्राणवायूचे सिलिंडर आणि चेहऱ्यावर घालायचे मास्कही बरोबर घेतले होते, पण त्यांची गरज पडली नाही. यानाबाहेर छान मोकळी, शुद्ध हवा होती.

ते बाहेर आल्याबरोबर खालच्या माणसांचे चेहरे फुलले. यानाची शिडी उतरून अंशुमान आणि त्याच्या पाठोपाठ अमेय खाली आला, तशी हातात फलक घेऊन उभा असलेल्या माणसानं फलक टाकून दिला आणि अंशुमानला मिठी मारली.

तेवढ्यात त्यांचा प्रमुख असावासा वाटणारा एक जण काहीतरी बोलला. त्याबरोबर मिठी मारणारा बाजूला झाला आणि म्हणाला,

"वुई वेल्कम यू टू अवर ब्युटीफुल लँड मॉरिअंगिडो."

प्रमुखाचं बोलणं त्या दोघांना कळलं नव्हतं, तरी हे मात्र त्यांना कळलं.

"थँक यू व्हेरी मच" अंशुमान म्हणाला. एव्हाना दोन-तीन गोष्टी त्याच्या लक्षात आल्या होत्या. एक म्हणजे, ती माणसं होती किंवा माणसाला अगदी जवळची अशी कुठलीतरी प्राणीजात होती. दुसरं म्हणजे, त्यांच्यात वेगवेगळ्या प्रकारचे लोक होते, कारण त्यांच्या पोशाखाच्या पद्धती वेगवेगळ्या दिसत होत्या. वेलकम करणाऱ्या माणसानं विसाव्या शतकातला पाश्चात्य पोशाख म्हणजे शर्ट, पँट, बूट असा सगळा जामानिमा केला होता, चौघांनी पायघोळ सैलसर पायजमा आणि बिनबाह्यांचा सैल टी शर्ट असावा तसं काहीतरी घातलं होतं, तर एकजण चक्क धोतर, सैल अंगरखा आणि डोक्याला फेटा अशा पोशाखात होता.

अंशुमाननं आभार मानल्याचं त्या पाश्चात्य माणसानं भाषांतरित करून प्रमुखाला सांगितलं असावं, कारण तो काहीतरी बोलला आणि ते सगळे जवळच्या इमारतीकडे चालू लागले. ते दोघंही त्यांच्याबरोबर चालू लागले. चालताचालता अमेय हळूच म्हणाला,

"अंशु, हे खरंच घडतंय की स्वप्न आहे? माझा तर स्वतःच्या डोळ्यांवर विश्वासच बसत नाही आहे."

अंशुमाननं काही उत्तर देण्याच्या आतच तो धोतरवाला बोलू लागला,

"वा राव! तुम्ही मराठी आहात की! चक्क मराठी बोलताय! कानांना कसं गोड लागतंय बघा. इथं फारसं मराठी ऐकू येत नाही. आता तुमच्याशी पोटभर मराठी बोलून घेता येईल."

आश्चर्यानं अमेयनं तोंडात बोट घालायचंच तेवढं बाकी राहिलं होतं.

आपलं मराठी बोलणंही कोणाला तरी कळतं आहे म्हटल्यावर मग ते दोघं पुढे बोललेच नाहीत. कारण ती माणसं कोण आहेत; शत्रू आहेत की मित्र आहेत; एवढंच नव्हे, तर ती माणसं तरी आहेत का हे अजून उलगडायचं होतं.

ती सगळी मंडळी समोरच्या इमारतीत शिरली. आतमध्ये आणखी आठ-दहा माणसं होती. ती सगळी वेगवेगळ्या टेबलांशी किंवा भिंतीशी उभी किंवा बसली होती आणि आपापलं काम करत होती. दोन भिंतींवर अनेक प्रकारच्या निदर्शक तबकड्या होत्या. त्यांच्यावर अनेक रंगीबेरंगी दिवे उघडझाप करत होते आणि काटे पुढे-मागे होत होते. तो नियंत्रण कक्ष असावा असा अंदाज अंशुमाननं केला. तो कक्ष ओलांडून ते सर्व जण उजव्या हाताच्या खोलीत गेले. ती बैठकीची खोली होती आणि चांगली प्रशस्त होती. तिथे मांडलेल्या आसनांवर त्यांना बसवण्यात आलं. मग आतल्या कुठल्यातरी भागातून सर्वांसाठी काहीतरी पेयाचे पेले घेऊन एक जण बाहेर आला. त्यानं प्रत्येकाच्या हातात एकेक पेला दिला. प्रमुखानं काहीतरी म्हटलं. मराठी बोलणारा म्हणाला,

"घ्या राव, या खिरीनं तुमचा सगळा शीण दूर होईल."

'खीर?' हातातल्या पेल्याकडे साशंकतेनं बघत अंशुमाननं विचारलं.

"कसली खीर आहे? आम्हाला ती पचेल का? आम्ही ज्या ग्रहावरून आलो आहे तिथल्या अन्नपदार्थांची सवय आमच्या पचनसंस्थेला आहे. दुसरं काहीतरी खाल्लं तर त्याचा भलताच परिणाम.."

"घाबरू नका. माणूस पचवू शकेल असाच हा पदार्थ आहे. तुम्ही पृथ्वीवरून आलेले पाहुणे आहात म्हणून मुद्दाम ही खीर बनवली आहे."

आपण पृथ्वीवरून आलो आहोत हे याला कसं कळलं? मुळात आपण आपल्या ग्रहाला पृथ्वी म्हणतो हे तरी याला कसं कळलं? अंशुमान आणि अमेय चक्रावून विचार करू लागले.

ही आपल्यासारखीच माणसं वाटतात; पण पृथ्वीपासून इतक्या कोट्यवधी किलोमीटर अंतरावरच्या ग्रहावर हुबेहूब पृथ्वीवरच्या माणसांसारखीच माणसं उत्क्रांत झाली असतील हे कसं शक्य आहे?

"आम्ही पृथ्वीवरून आलो आहे, आणि आमच्या ग्रहाला पृथ्वी म्हणतो हे तुम्हाला कसं कळलं?"

अमेयनं सरळ विचारलं.

त्यावर तो मराठी बोलणारा हसला आणि म्हणाला,

"अहो, मीदेखील पृथ्वीवरचाच आहे. म्हणजे अगदी व्यक्तिशः मी तिथला नाही, पण माझे आजोबा पृथ्वीवरूनच इकडे आले होते. आमचं घराणं मूळ तिथलंच. विसाव्या शतकाच्या अखेरीस माझ्या आजोबांना उचललं आणि.."

"उचललं? म्हणजे काय? कोणी उचललं?"

त्यावर त्या मराठी माणसानं काही उत्तर देण्याऐवजी प्रमुखानं काहीतरी सांगितलं. त्याचं बोलणं लक्षपूर्वक ऐकून मग तो माणूस म्हणाला,

"आमच्या प्रमुखानं दिलेल्या आज्ञेप्रमाणे मी थोडक्यात तुम्हाला सगळं सांगतो. मी यशदीप आणि हा इंग्रजी बोलणारा अल्बर्ट. आमच्या दोघांचे आजोबा पृथ्वीवरच्या कालगणनेप्रमाणे विसाव्या शतकाच्या अखेरीस इकडे आणले गेले. अल्बर्टच्या आजोबांना १९८० मध्ये तर माझ्या आजोबांना १९९८ मध्ये अंगिडोनी पृथ्वीवरून उचललं. त्यानंतर...."

"कसं शक्य आहे? पृथ्वी इथून किती दूर आहे!"

"पृथ्वी दूर आहे हे बरोबर आहे; पण मॉरिअंगिडोवरची अंतराळयानं गेले दीड शतक तरी पृथ्वीपर्यंत जाऊन परत येत आहेत."

"काय?"

"गेल्या शतकात काही काळ तुमच्याकडे उडत्या तबकड्यांची खूप चर्चा होती. अशा तबकड्या खरंच दिसतात का? यावर बरीच उलटसुलट मतं होती. आपण

अशा तबकड्या किंवा गोल किंवा नळकांड्यासारखी वस्तू खरंच बघितली असं सांगणारे पुष्कळ लोक पुढे आले होते. अशा तबकड्यांमधून आलेल्या परग्रहवासियांनी आपल्याशी संपर्क साधला असंही अनेक जण सांगत. या सगळ्याचा छडा लावण्यासाठी काही संस्थाही उभ्या राहिल्या होत्या, पण पुरेसा पुरावा न मिळाल्यानं अंतराळातून अशी काही वस्तू येत नाही असं ठरवण्यात आलं... अर्थात हा सगळा इतिहास आहे आणि मी तो नुसताच ऐकलेला आहे. तुम्हाला हा इतिहास माहीत असेलच.''

''हो. थोडाफार माहीत आहे.''

''तर मग तुम्हाला हेही माहीत असेल की, तबकडी बघितली असं सांगणारे आणि इतरही काही लोक अचानक पृथ्वीवरून नाहीसे होत. पुढे कधीच त्यांचा शोध लागत नसे... कारण त्यांना अंगिडोंनी उचलून यानात– ज्याला उडती तबकडी म्हटलं जाई त्या अंतराळयानात घेतलेलं असे. त्यांना सरळ इथे आणण्यात येई. अशी पृथ्वीवरून आणलेली पुष्कळ माणसं इथे आली आणि माणसांची अशी अनेक घराणी सध्या इथे आहेत.''

अवाक् होऊन दोघं जण ऐकत होते. यशदीप म्हणवणारा पुढे सांगू लागला,

''अंगिडोंनी, म्हणजे या ग्रहावरच्या या माणसांनी पृथ्वीवरून अशी माणसं आणण्याचं कारण म्हणजे, तीही मुळात पृथ्वीवरून इकडे आलेली माणसंच आहेत.''

''आँ?''

''हजारो वर्षांपूर्वी... खरं तर सुमारे पावणेदोन लाख वर्षांपूर्वी पृथ्वीवरून माणूस प्रथम इथे आला...''

''कसं शक्य आहे? अंतराळविज्ञानाची प्रगती गेल्या शंभर-सव्वाशे वर्षांतच इतकी झपाट्यानं झाली आहे. त्यापूर्वी...''

''त्यापूर्वीही एक काळ असा होता की, जेव्हा पृथ्वीवरचा माणूस अतिशय प्रगत होता. त्या प्रगतीच्या बळावर त्रिखंडात संचार करण्याची क्षमता त्याच्याजवळ होती. पृथ्वीशी साम्य असणारा हा ग्रह बघून त्याचा अधिक तपास करण्यासाठी काही जणांचं एक पथक इथे प्रथम आलं; त्याला जवळजवळ पावणेदोन लाख वर्षं झाली. इथलं वातावरण वस्तीला योग्य आहे असं बघून, मग काही शतकं पृथ्वीवरून दर दोन-चार वर्षांनी बारा-पंधरा जणांचा गट वस्तीसाठी इथे येऊ लागला. इथे एक छोटीशी वसाहत उभी राहिली. पृथ्वीवरून आणलेलं बी-बियाणं वापरून शेती, फलोत्पादन वगैरे होऊ लागलं. शिवाय, इथली नैसर्गिक साधनसंपत्ती वापरायलाही माणूस शिकला. इथे वनस्पतींची आणि सजीवांची रेलचेल होती, पण मानवाशी साधर्म्य असणारी जात मात्र नव्हती. इथल्या साधनसंपत्तीचा वापर करून एक आदर्श आणि संपन्न असं जग निर्माण करायचं अशी तेव्हाच्या समाजधुरीणांची

महत्त्वाकांक्षा होती. त्यामुळे पिढ्यान्‌पिढ्या हा कार्यक्रम सुरू होता. साधारण हजार-बाराशे वर्षांत एक संपन्न मानवी जग इथे उभं राहिलं असतं. पृथ्वीवरून इथपर्यंतचा माणसांचा आणि साधनसामग्रीचा प्रवास अत्यंत खर्चिक असल्यामुळे एका वेळी थोडीच माणसं इथे पाठवता येत. दर दोन फेऱ्यांमध्ये तीन-चार वर्षांचं अंतरही त्याचमुळे सोडावं लागे. या सगळ्या अडचणींमुळे एक बऱ्यापैकी वसाहत उभी राहायला निदान हजार वर्षं तरी लागली असती आणि योजनाही त्याप्रमाणेच आखलेली होती; पण दुर्दैवानं त्यात मध्येच खंड पडला.''

''का बरं?''

''एक्केचाळीसाव्या फेरीतली माणसं आणि सामान उतरवून अंतराळयान पृथ्वीवर परत गेलं आणि त्यानंतर तिकडून कोणी इकडे आलंच नाही. ठरलेल्या बेताप्रमाणे चार वर्षांनी पुढची फेरी व्हायला हवी होती; पण चार वर्षं झाली, पाच झाली, दहा झाली तरी कोणी तिकडून इकडे आलं नाही. तिकडे निश्चितपणे काहीतरी उलथापालथ झालेली असणार; पण विचार करणं आणि काळजी करणं याखेरीज इथल्या लोकांच्या हातात काहीच नव्हतं. कारण अंतराळप्रवासासाठी आवश्यक ती साधनसामुग्री, यंत्रणा किंवा इंधन यांपैकी इथे काहीच नव्हतं. शेवटी नाईलाजानं या ग्रहावरच त्यांनी लक्ष केंद्रित केलं. इथे शक्य तेवढी सुधारणा घडवून आणायचा प्रयत्न सुरू केला. मात्र त्यांनी एक केलं; घडलेली हकिकत नोंदून ती अतिशय भक्कम तिजोरीत सुरक्षित ठिकाणी ठेवून दिली.''

''ती इतकी वर्षं, पावणेदोन लाख वर्षं सुरक्षित राहिली?'' अंशुमाननं अविश्वासाच्या सुरात विचारलं.

''हो. कारण प्रत्येक संकटाच्या वेळी आधी त्या नोंदीच्या तिजोरीची सुरक्षितता बघितली गेली. त्या हकिकतीच्या अनेक प्रती काढून काही पेट्या जमिनीत पुरून ठेवल्या, काही समुद्राच्या तळाशी बुडवल्या, तर काही अतिशय भक्कम अशा इमारतींमध्ये ठेवल्या. त्यानंतर आजपर्यंत इथे हजारो भूकंप झाले; प्रलय झाले; अनेकदा सगळं उद्ध्वस्त झालं, पण सुदैवानं प्रत्येक वेळी काही थोडीशी माणसं शिल्लक राहत होती आणि जुन्या नोंदींचं महत्त्व कळत असल्यामुळे त्या नोंदपेट्या जिवापलीकडे जपत होती. नवीन प्रती काढून परत पुरून ठेवत होती. शिवाय, हा पुरातन इतिहास इथे प्रत्येकाच्या तोंडी आहे. अतिशय अभिमानानं तो प्रत्येक पुढच्या पिढीला सांगितला जातो.''

''गेल्या जवळजवळ बारा-तेरा हजार वर्षांत इथे फार मोठी नैसर्गिक आपत्ती आली नाही. त्यामुळे प्रगतीचा ओघ खंडित झाला नाही. त्याचा परिणाम म्हणजे गेल्या दीड-दोन शतकांमध्ये आम्ही अंतराळ-संचारात खूप प्रगती केली आहे. काही ग्रहांवर आमच्या लहान-लहान वसाहतीही उभ्या राहिल्या आहेत. एकदा अंतराळ-

प्रवास आम्हाला सुलभ झाल्यावर आम्ही पृथ्वीकडे येणं स्वाभाविक होतं; अपरिहार्य होतं. त्याप्रमाणे अतिशय उत्सुकतेनं आणि उत्साहानं आमचं एक यान बरोबर एकशेसहा वर्षांपूर्वी पृथ्वीकडे निघालं. जवळ-जवळ सात महिन्यांचा प्रवास करून ते पृथ्वीच्या वातावरणात पोहोचलं. पृथ्वीभोवती प्रदक्षिणा करताना त्यांच्या असं लक्षात आलं की, काही भागात प्रचंड किरणोत्सर्ग आहे. यानातील दूरदर्शीत दिसणाऱ्या दृश्यांवरून पृथ्वीवरचा माणूस चांगला प्रगत असावासं वाटत होतं. मोठाल्या इमारती, आकाशात उडणारी विमानं, समुद्रात विहरणारी मोठीमोठी जहाजं ही सगळी प्रगतीचीच चिन्हं होती; पण त्याचबरोबर काही भागात प्रचंड विध्वंसही झालेला दिसत होता...''

एकशेसात वर्षं म्हणजे १९४५ सालची गोष्ट असणार. पृथ्वीवरच्या काही भागात आढळलेला किरणोत्सर्ग म्हणजे जपानवर अमेरिकेनं टाकलेल्या अणुबॉम्बचा परिणाम असणार आणि प्रचंड विध्वंस तर दुसऱ्या महायुद्धात झालेलाच होता. सगळं सुसंगत वाटत होतं. त्यामुळेच यशदीपच्या हकिकतीवर अंशुमानचा विश्वास बसू लागला.

"पृथ्वीवर काहीतरी प्रचंड उलथापालथ झाली असावी. मोठं संकट येऊन गेलं असावं हे आमच्या लक्षात आलं. पृथ्वीवासियांना मदत करावी असं आम्हाला वाटणं स्वाभाविक होतं. कारण ते खरं आमचं मूळ जन्मस्थान होतं. मदतीच्या इच्छेनं मग पुढे जवळजवळ पन्नास-पंचावन्न वर्षं आम्ही इथून काही यानं आणि अंगिडो पृथ्वीवर पाठवत होतो. या यानांमध्ये मदतीसाठी काही अतिशय दुर्मिळ अशा पदार्थांच्या साठ्यांबरोबरच अत्याधुनिक तंत्रज्ञानाची माहिती देणारे, ते तंत्रज्ञान मानवांना शिकवणारे असे कार्यक्रमही आमच्या प्रगत संगणकांमध्ये भरलेले होते; पण दुर्दैवानं मानवापर्यंत हे काही पोहोचूच शकलं नाही. कारण आमच्या प्रत्येक यानाला घाबरून माणसं त्याचा पाठलाग करण्याचा किंवा ते नष्ट करण्याचा प्रयत्न करीत.''

तो म्हणत होता ते खरं होतं. उडत्या तबकड्यांच्या बाबतीत असं घडल्याचं अमेयनं आणि अंशुमाननं अंतराळ विज्ञानाच्या इतिहासात वाचलं होतं.

"अशी आमची ७-८ यानं नष्ट झाल्यावर मग मदतीचा विचार सोडून देऊन पृथ्वीवरच्या वेगवेगळ्या भागातून काही माणसं इकडे आणायचा बेत आखण्यात आला. त्याप्रमाणे वेगवेगळ्या ठिकाणची एकूण पंधरा माणसं इथे आली. इथल्या माणसांच्या जातींमध्ये विविधता आली. माझे आजोबा त्या पंधरांपैकी एक होते. तिकडून आलेल्या माणसांनी आपापली भाषा आणि संस्कृती टिकवून ठेवावी म्हणून त्यांना प्रोत्साहन देण्यात येतं.''

यशदीप सांगत होता ते सगळं थक्क करणारं होतं.

"पण आम्ही पृथ्वीवरून आलो आहे हे तुम्हाला कसं कळलं?'' अंशुमाननं विचारलं.

यशदीपनं अंगिडोंच्या भाषेत काहीतरी विचारलं. त्यावर अंगिडो प्रमुखानं दिलेलं उत्तर ऐकून त्यानं मराठीत सांगितलं,

"तुम्ही अंतराळाच्या ज्या भागातून आला त्या भागात पृथ्वी हा एकच प्रगत ग्रह असल्याचं आम्हाला माहीत आहे. त्यामुळे तुम्ही तिकडून आला असण्याची शक्यता होती, पण खात्री मात्र नव्हती. तुमच्या यानावर इंग्रजी आणि देवानगरी भाषेत लिहिलेली अक्षरं वाचून ती खात्री झाली."

"पण तुम्ही आमचं यान इकडे कशाला ओढून आणलंत?"

यशदीपनं परत प्रमुखाला विचारून उत्तर दिलं. पुढे मग काही वेळ त्याच्यामार्फत संभाषण सुरू राहिलं.

"आम्ही तुमचं यान इकडे वळवलं कारण तुम्ही ज्या दिशेनं जात होता, ज्या मार्गानं तुमचा प्रवास सुरू होता, त्या मार्गावर पुढे एक काळं विवर आहे. तुमच्या मार्गानं सरळ गेला असतात तर आणखी बावीस दिवसांनी तुम्ही त्या विवराकडे खेचले जाऊ लागला असता आणि मग विनाश अटळ होता. आम्हाला त्या विवराची माहिती असल्यामुळे तिकडे जाण्यापासून तुम्हाला परावृत्त करणं हे आमचं कर्तव्यच होतं."

"विवराची आम्हाला काहीच कल्पना नाही. पण आमचा मार्ग हळूहळू बदलणार होता. आम्ही तुमच्या ग्रहाभोवती घिरट्या घालतघालत शेवटी खाली उतरणार होतो." अंशुमान म्हणाला."

"म्हणजे तुमचं लक्ष्य हेच होतं तर. मग तर काहीच बिघडलं नाही. तुमची मोहीम यशस्वी झाली आहे. पृथ्वीवरच्या माणसांना भेटून आम्हालाही अतिशय आनंद झाला आहे. आता काही दिवस आमचे पाहुणे म्हणून राहा आणि मग परत जा. परत गेल्यावर इथली सगळी हकिकत सांगा. आता आपल्या दोन ग्रहांमध्ये संपर्क प्रस्थापित झाला आहे. त्यात मध्ये खंड न पडू देता आपण एकमेकांना मदत करत राहू या. आपण दोन भावांप्रमाणे एकमेकांच्या प्रगतीला हातभार लावू या. तुम्ही आमची माहिती करून घ्या आणि आम्हाला तुमची माहिती करून द्या."

एवढं बोलून प्रमुख उठला आणि पुन्हा भेटण्याचं आश्वासन देऊन निघून गेला. अंशुमान आणि अमेयला मग एका छान एक मजली इमारतीत नेण्यात आलं. तिथे त्यांची राहण्याची व्यवस्था होती.

मग पुढचे सात दिवस त्या दोघांना मॉरिअंगिडोवर भरपूर हिंडवण्यात आलं. ठिकठिकाणची संशोधन केंद्रं, अंतराळयानांचे कारखाने, ग्रहावरच्या वाहनांचे कारखाने या आणि अशा अत्याधुनिक स्थळांबरोबरच सुंदर नैसर्गिक स्थळांनाही त्यांनी भेट दिली. खूप फोटो काढले, वेगवेगळ्या लोकांबरोबरचं बोलणं टेप करून घेतलं, माणसांची, रस्त्यांची, इमारतींची, रहदारीची अशी असंख्य गोष्टींची व्हिडिओ फिल्मही घेतली.

त्यांना ठळकपणे जाणवलेली गोष्ट म्हणजे सर्वत्र पसरलेली हिरवीगार झाडी आणि भोवतालच्या परिसराशी मिसळून जाणाऱ्या वेगवेळ्या आकारांच्या आणि उंचीच्या वास्तू. अंगावर येईलशी वाटणारी एकही उंच इमारत त्यांना दिसली नाही.

पृथ्वीची, पृथ्वीवरच्या माणसांची त्यांनी केलेल्या प्रगतीची सविस्तर हकिकत त्यांनी अंगिडोंना सांगितली. बरोबर आणलेली फिल्म, फोटो दाखवले. एकविसाव्या शतकाच्या दुसऱ्या दशकात झालेल्या प्रचंड जागतिक युद्धामुळे सर्वत्र पसरलेल्या किरणोत्सर्गावर मात करण्यासाठी भूपृष्ठाखाली प्रचंड विवरं खणून पृष्ठावरची लोकवस्ती त्या विवरांमध्ये नेऊन बसवण्यासाठी प्रगत देशांनी केलेल्या भगीरथ प्रयत्नांचं वर्णन त्यांनी केलं. सर्व सुखसोयींनी युक्त अशा त्या विवरांचे फोटो मोठ्या अभिमानानं दाखवले.

अंशुमान आणि अमेयनं गोळा केलेल्या माहितीची आणि फोटोंची एक छोटी, यानातल्या संगणकावर चालेल अशी तबकडी यशदीपनं त्यांना करून दिली. मॉरिअंगिडोवरच्या अनेक शास्त्रज्ञांनी त्यांच्या यानाला भेट देऊन त्याची माहिती करून घेतली.

एक आठवडा बघताबघता सरला. त्यांच्या आधी ठरलेल्या बेताप्रमाणे पृथ्वीच्या दिशेनं कूच करण्याचा दिवस उजाडला. तेव्हा जड अंत:करणानं त्यांनी अंगिडोंचा निरोप घेतला. यशदीप आणि अंतराळतळाचा प्रमुख त्या दोघांना निरोप देण्यासाठी यानामध्ये आले. शेवटचं हस्तांदोलन झालं. यशदीपनं तर दोघांना मिठीच मारली. यानाची सगळी यंत्रणा नीट चालते आहे असं बघून शेवटी ते दोघं अंगिडो खाली उतरले आणि गरुडानं आकाशात झेप घेतली.

पृथ्वीच्या दिशेनं उड्डाण केल्यावर एक दिवसभर दोघं उदास होते. त्यांना अंगिडोंची, त्यांच्या चांगुलपणाची राहूनराहून आठवण येत होती. दुसऱ्या दिवशी मात्र अमेयनं औदासिन्य झटकलं आणि मॉरिअंगिडोच्या माहितीची फ्लॉपी संगणकात घातली.

"अंशु, चला आपण एकदा परत ते सगळं बघू या." असं म्हणून त्यानं ती सुरू केली.

त्याबरोबर संगणकाच्या मॉनिटरवर एक खडकाळ पृष्ठभाग दिसू लागला. हळूहळू ते चित्र बदलू लागलं. कॅमेरा पुढेपुढे सरकत असून पुढची दृश्यं टिपलेली आहेत अशा प्रकारानं पडद्यावरचं चित्र बदलत होतं, पण चित्रात दिसणाऱ्या दृश्यात फारसा फरक नव्हता. लहानमोठे खडक आणि माती असलेला पृष्ठभाग सगळीकडे पसरलेला दिसत होता.

"अरे, हे काय घातलं आहेस तू ड्राईव्हमध्ये?"

अमेयनं ती फ्लॉपी काढली. उलटसुलट करून बघितली. ती मॉरिअंगिडोचीच फ्लॉपी होती. त्यानं ती पुन्हा चालू केली.

पुन्हा खडकाळ जमिनीचं दृश्य दिसू लागलं.

मैलोगणती अशीच खडकाळ जमीन आणि मधूनमधून लहान मोठे डोंगर त्या चित्रात दिसू लागले. थोड्या वेळानं अमेयनं ते दृश्य बंद केलं आणि तो म्हणाला,

"हे काय आहे? ही दृश्यं आपल्या फ्लॉपीत कुठून आली?"

"मला अंदाज येऊ लागला आहे." अंशुमान म्हणाला, "पण तू पुढे काय आहे ते तर दाखव."

अमेयनं बटण दाबल्यावर परत तशीच दृश्यं दिसू लागली. एका वैराण, निर्जीव ग्रहाची ती दृश्यं होती.

ती दृश्यं संपली, समोरचा पडदा रिकामा झाला आणि त्याबरोबर आवाज येऊ लागला,

"माझ्या मित्रांनो, तुमची फसवणूक केल्याबद्दल मला क्षमा करा. आमच्या प्रमुखाच्या आज्ञेवरून मी फ्लॉपी बदलली आहे. आमच्या सुंदर, समृद्ध ग्रहाची चित्रं आणि आमच्या प्रगतीच्या खुणा तुमच्याबरोबर पाठवणं आम्हाला धोक्याचं वाटतं आहे. तुमच्या पृथ्वीची तुम्हा माणसांनी भयंकर नासाडी केली आहे, तिला वैराण बनवलं आहे असं आमच्या लक्षात आलं आहे. एकमेकांशी भांडत, युद्ध करत तुम्ही तुमचा सुंदर निसर्ग उद्ध्वस्त केला आहे आणि आता जमिनीखालच्या विवरांमध्ये वस्ती करून जगता आहात आणि त्यालाच प्रगती समजता आहात. अशा परिस्थितीत सुंदर मॉरिअंगिडोच्या दर्शनानं लालचावून तुम्ही त्याच्यावर कब्जा मिळवण्याचा प्रयत्न कराल अशी आम्हाला भीती वाटते. म्हणून आमचा ग्रह निर्जीव, वैराण आहे असं वाटावंशी चित्रंच तुमच्या या फ्लॉपीत घालण्यात आली आहेत. कारण मागच्या शतकात आमच्या अंतराळयात्रींना भेटलेला भांडखोर, युद्धखोर माणूस अजूनही तसाच आहे, असं आमच्या लक्षात आलं आहे, आणि आम्हाला कोणाशीही युद्ध करण्याची इच्छा नाही... माझं हे निवेदन संपताच ते फ्लॉपीमधून पुसलं जाणार आहे. तशी आज्ञा आधीच देऊन ठेवण्यात आलेली आहे."

अंशुमाननं धडपडत पुढे होऊन खटका दाबला पण त्याला फार उशीर झाला होता. यशदीपचा आवाज पुसला गेला होता.

अमेय आणि अंशुमान दोघंही सुन्न होऊन बसून राहिले.

त्यांची मोहीम यशस्वी झाली होती. एका सुंदर आणि प्रगत ग्रहावर त्यांनी एक आठवडा अतिशय आनंदात घालवला होता, पण त्या सगळ्याचा पुरावा म्हणून त्यांच्या हातात उरली होती एका वैराण ग्रहाची छायाचित्रं. त्यामुळे त्यांच्या सांगण्यावर कोणीही विश्वास ठेवणार नव्हतं.

मानववंशजांनी पृथ्वीवरच्या आधुनिक मानवाला नाकारलं होतं, अव्हेरलं होतं. पृथ्वीवर परतल्यावर मोहिमेचा रिपोर्ट काय द्यायचा याचा विचार आता त्यांना करायला हवा होता.

मॉरिअंगिडोसारखा सुंदर ग्रह खडकाळ, वैराण असल्याचा रिपोर्ट द्यायचा? की खरी हकिकत सांगून स्वत:ची गणना वेड्यात करून घ्यायची?

(विज्ञानयुग - दीपावली १९९५)

◆

जन्म-जन्मांतर

बापूसाहेब इनामदार चिंताक्रांत होऊन आपल्या अभ्यासिकेत बसले होते.

त्यांच्या चिंतेचं कारण होती अनुया दिवेकर. एकोणीस-वीस वर्षांची एक गोड, सुरेख मुलगी. फुलगावच्या आदर्श विद्यालयात नुकतीच संगीत शिक्षिका म्हणून कामाला लागलेली. हसरी, उत्साही तरुणी, जिनं त्यांच्या सहाही मुलांचं चित्त वेधून घेतलं होतं.

सुंदर, हसरी अनुया दृष्टीस पडल्यापासून त्या सर्वांना तिचाच ध्यास लागला होता आणि यात तिचा बिचारीचा काहीच दोष नव्हता. दोष असलाच तर तो तिचा ध्यास घेणाऱ्या त्यांच्या मुलांचा होता.

म्हणजेच पर्यायानं त्यांचा होता! कारण त्यांनी अशा मुलखावेगळ्या मुलांना जन्म दिला होता ज्यांचं रूप, उंची, स्वभाव, आवडीनिवडी सगळं सारखं होतं, अगदी तंतोतंत एकमेकांसारखं होतं इतकंच नव्हे, तर ही सगळी मुलं हुबेहूब त्यांच्यासारखी होती. कारण ते सहा जण 'क्लोन्स' होते. त्यांच्याच कायिक पेशींपासून तयार झालेले होते. सर्वसाधारणपणे लोक त्यांना जुळी भावंडं समजत. एका वेळी सहा जुळी जन्मू शकली याबद्दल आश्चर्य व्यक्त करत; पण खरं म्हणजे त्या साही जणांचं एकमेकांशी, एवढंच नव्हे तर आपल्या वडिलांशीसुद्धा जुळ्यांपेक्षा कितीतरी पटींनी अधिक साधर्म्य होतं. कारण ते 'क्लोन्स' होते. क्लोनिंगमधून त्यांचा जन्म झाला होता.

बापूसाहेब आणि मनोरमाबाई या जोडप्याच्या लग्नाला पंधरा वर्ष झाली तरी त्यांना मूलबाळ झालेलं नव्हतं. दोघांचीही तब्येत उत्तम होती आणि दोघांच्यातही काही दोष नव्हता. लग्नाला पाच वर्ष झाल्यावर बापूसाहेबांनी दोघांची वैद्यकीय तपासणी करून घेतली हाती. मूल न होण्यासारखा दोष दोघांच्यातही नव्हता, पण

मूल होत नव्हतं, एवढं मात्र खरं. बापूसाहेबांना त्याचं फारसं सुखदुःख वाटत नव्हतं; पण मनोरमाबाई मात्र मुलासाठी आतुरल्या होत्या, पण त्यांना मूल झालंच नाही आणि अचानक एके दिवशी एका मोटार अपघातात त्यांचं निधन झालं.

मनोरमाबाई गेल्या आणि बापूसाहेबांचं सगळं आयुष्यच विसकटल्यासारखं झालं. तसे त्यांना मित्र पुष्कळ होते. घरची गडगंज श्रीमंती होती. शेतीवाडी, जमीन-जुमले, सोनंनाणं सगळं भरपूर होतं. त्या गेल्या आणि बापूसाहेबांना या कशातच रस वाटेनासा झाला. काही दिवस त्यांनी तसेच रेटले आणि शेवटी फुलगावच्या प्रचंड वाड्याला कुलूप लावून ते मुंबईला गेले.

मुंबईला गेले आणि त्यांची भेट डॉ. मोदींशी झाली!

डॉ. मोदी हे शाळेपासून बापूसाहेबांच्या वर्गात होते. अतिशय बुद्धिमान आणि मनमिळाऊ स्वभावाचा विद्यार्थी असा त्यांचा लौकिक होता. दोघंही एकाच कॉलेजमध्ये होते, तरी त्यांचे विषय वेगवेगळे होते. बापूसाहेबांनी गणित घेतलं होतं, तर मोदी जीवशास्त्राकडे वळले होते. शास्त्रशाखेची पदवी मिळाल्यावर बापूसाहेबांनी कॉलेज सोडलं होतं आणि घरच्या शेतीवाडीत, इस्टेटीत लक्ष घातलं होतं. डॉ. मोदी मात्र पुढे शिकत राहिले होते. पदव्युत्तर संशोधनासाठी त्यांना ऑक्सफर्ड विद्यापीठाची शिष्यवृत्ती मिळाल्याचं परिचितांकडून कळल्यावर बापूसाहेबांनी त्यांना अभिनंदनाचं पत्रही पाठवलं होतं. त्यानंतर मात्र डॉ. मोदींशी त्यांचा काहीच संपर्क राहिला नव्हता.

मुंबईला डॉ. मोदींची गाठ पडली आणि मधल्या काळातल्या घडामोडींची एकमेकांना माहिती करून देण्यातच त्यांची पहिली भेट संपली. डॉ. मोदी हे ''मेहता इन्स्टिट्यूट ऑफ फंडामेंटल रिसर्च इन जेनेटिक सायन्स'' या संस्थेत काम करण्यासाठी ऑक्सफर्ड विद्यापीठातली नोकरी सोडून वर्षभरापूर्वी भारतात परतले होते. ऑक्सफर्डमध्ये असताना ते क्लोनिंगवर काम करणाऱ्यांपैकी एक होते. इथेही ते क्लोनिंगवरच काम करत होते. तिथल्यापेक्षा इथे सोयी आणि सुविधा कमी होत्या, पण तरीही काहीतरी विशेष करून दाखवण्याची त्यांना उमेद होती. आपल्या कामाचा आपल्या देशाला उपयोग व्हावा म्हणून संधी मिळताच ते भारतात परत आले होते.

क्लोनिंगच्या पद्धतीतून जन्माला आलेलं मूल म्हणजे क्लोन. स्त्री-पुरुष किंवा नर-मादी यांचा परस्परांशी कुठल्याही प्रकारचा संबंध न येता संतती निर्माण होणं ही काही तशी नवीन गोष्ट नव्हती. कृत्रिम बीजधारणेच्यापद्धतीचा वापर करून उत्तम प्रतीच्या पाळीव जनावरांची पैदास कित्येक वर्षांपासून जगभर चालू होती. कृत्रिम गर्भधारणेच्या मार्गानं निवडक स्त्रीपुरुषांपासून बुद्धिमान, निरोगी, कलावंत अशांपासून अधिक चांगल्या, अधिक बुद्धिमान, अधिक शक्तिशाली अशा महामानवाची निर्मिती करावी असा एक विचार-प्रवाह प्रचलित होऊ लागला असतानाच, नैतिक दृष्टिकोनातून

त्याला कडाडून विरोध करणारे लोकही पुढे आले होते. त्यामुळे कृत्रिम गर्भधारणेच्या मार्गानं मानवी संतती सुधारण्याच्या कार्यानं मूळ कधी धरलं नव्हतं; तरीही असे प्रयोग तुरळकरित्या झाले होतेच, पण त्या प्रयोगाचं महत्त्व आणि यश हे ते प्रयोग करणाऱ्यांपुरतच मर्यादित होतं. त्यांना जनमान्यता लाभली नव्हती.

क्लोनिंग म्हणजे कृत्रिम गर्भधारणेतला पुढचा क्रांतिकारी टप्पा होता. कृत्रिम गर्भधारणेसाठी स्त्री-पुरुषांचा काहीही संबंध येण्याची गरज नसली तरी स्त्री-शरीरातील अंदुक (Egg) आणि पुरुषांच्या शरीरातील रेतुक किंवा शुक्रजंतू (Sperm) यांचा संयोग होणं आवश्यक होतंच, पण क्लोनिंगमध्ये मात्र या दोन पुनरुत्पादक पेशींच्या संयोगाची आवश्यकता संपुष्टात आली होती.

अंदुक व रेतुकाच्या संयोगाशिवाय पुनरुत्पादन करण्याचा पहिला यशस्वी प्रयोग कॉर्नेल युनिव्हर्सिटीच्या डॉ. स्टेवर्ड यांनी केला. त्यांनी एका साध्या गाजराच्या पेशीवर हा प्रयोग केला. गाजराची एक, परागीकरण न झालेली पेशी घेऊन एका मुद्दाम तयार केलेल्या द्रव माध्यमात त्यांनी तिला ठेवली आणि केवढे आश्चर्य! ती पेशी परागीकरण झालेल्या पेशीप्रमाणे विभाजित झाली. पुनरुत्पादनाची प्रक्रिया सुरू झाली!

या क्रांतिकारी प्रयोगानं सगळ्या शास्त्रीय जगतात खळबळ उडवून दिली. आणि अ-लैंगिक पुनरुत्पादनाच्या प्रयोगांना एकदम वेग आला.

या पद्धतीनं जन्माला येणारा जीव हा कायिक पेशींचे सगळे गुण घेऊन जन्माला येतो. ज्या व्यक्तीच्या कायिक पेशींतील केंद्रकाची स्थापना अंदुकात केलेली असेल त्या व्यक्तीसारखीच हुबेहूब असणारी, दिसणारी व्यक्ती जन्माला येते. अंदुक पेशीतील कोणतेही गुणधर्म तिच्यात येत नाहीत. कायिक पेशीदाता हाच अशा व्यक्तीचा खऱ्या अर्थाने एकमेव जनक ठरतो. तंतोतंत स्वत:सारखं असलेलं आणि दुसऱ्या कोणाचा अंशही ज्याच्यात मिसळेला नाही असं मूल बघण्याचं भाग्य त्या व्यक्तीला लाभतं. स्त्रीला तंतोतंत स्वत:सारखी मुलगी मिळू शकते, तर पुरुषाला हुबेहूब स्वत:सारखा मुलगा लाभू शकतो.

बापूसाहेबांना क्लोनिंगविषयीची माहिती होती. मानवाचं क्लोनिंग हे अजून प्रयोगावस्थेत आहे हेही त्यांना ठाऊक होतं. डॉ. मोदींशी त्यांची गाठ पडली आणि मोदी या विषयातच काम करत आहेत हे कळलं तेव्हा केवळ उत्सुकतेपोटी त्यांनी मोदींना अधिक माहिती विचारायला सुरुवात केली.

क्लोनिंग हा डॉ. मोदींचा वीक पॉइंट होता. त्या विषयावर ते कुणाशीही, केव्हाही बोलायला तयार असत. बापूसाहेबांनी चौकशी केल्यावर ते स्वत:च्या कामाविषयी कितीतरी वेळ त्यांच्याशी बोलत राहिले. त्यांच्या बोलण्यातून बापूसाहेबांना कळलं की, मोदींनी क्लोनिंगविषयक संशोधनात खूपच पुढची मजल मारलेली आहे.

मानवी क्लोन्स तयार करण्याचे त्यांचे प्रयोग जवळजवळ पूर्ण होत आले आहेत. दोन प्रयोगांमधले क्लोन्सचे गर्भ वाढूही लागले होते, पण इतर काही बाह्य कारणांमुळे दोन महिन्यांच्या पुढे त्यांची वाढ होऊ शकली नाही. कशामुळे हे असं घडलं असावं ते त्यांच्या लक्षात आलेलं आहे आणि पुढचे प्रयोग निश्चितपणे यशस्वीरित्या पूर्ण होतील याची त्यांना खात्री आहे.

डॉ. मोदींचं बोलणं ऐकतऐकता बापूसाहेबांच्या डोक्यात एका भन्नाट कल्पनेचा किडा वळवळू लागला. तो त्यांचा पिच्छा काही केल्या सोडेना. मोदींची भेट झाल्यानंतरचे चार दिवस त्यांनी अतिशय बेचैन मन:स्थितीत घालवले आणि मग शेवटी एका रविवारी त्यांनी धीर करून आपली कल्पना मोदींच्या कानावर घातली.

त्यांची कल्पना ऐकून मोदीसुद्धा थक्क झाले! त्यांनी ती लगेच झिडकारली नाही, कारण बापूसाहेबांच्या प्रस्तावामध्ये स्वत:चाही फायदा आहे हे त्यांच्या लक्षात आलं होतं. त्यांनी त्यावर विचार करण्याचं आश्वासन दिलं.

बापूसाहेबांना स्वत:चं मूल हवं होतं. मनोरमाबाई असेपर्यंत मूल नसल्याचं दु:ख त्यांनी कधी केलं नव्हतं, पण त्या गेल्या आणि त्यांना स्वत:चा एकटेपणा भेडसावू लागला होता. आपलं असं कुणीतरी त्यांना हवं होतं, पण त्यासाठी मनोरमाखेरीज दुसऱ्या स्त्रीशी संबंधाची कल्पनाही त्यांना सहन होत नव्हती.

मोदींनी क्लोनिंगच्या द्वारा बापूसाहेबांना मूल मिळवून द्यावं असा बापूसाहेबांचा प्रस्ताव होता.

जवळजवळ महिनाभर डॉ. मोदींनी खूप विचार केला आणि शेवटी बापूसाहेबांची योजना स्वीकारली. मात्र मेहता इन्स्टिट्यूट सोडायला त्यांनी नकार दिला. फक्त प्रयोगाच्या काळापुरती ते रजा घेणार होते.

डॉ. मोदींचा होकार मिळाल्यावर मग दोघांनी बसून प्रयोगाची नीट योजना तयार केली. उभयतांच्या हिताच्या दृष्टीने सगळा प्रयोग अत्यंत गुप्ततेनं पार पाडायचा या विषयी दोघांचं एकमत होतं.

डॉ. मोदींच्या सांगण्याप्रमाणे बापूसाहेबांनी पैसा ओतायला सुरुवात केली आणि मग भराभर सूत्रं हलायला लागली. मध्य प्रदेशातल्या बस्तर भागातला एक निर्जन जमिनीचा पट्टा त्यांनी खरेदी केला आणि प्रयोगशाळेच्या उभारणीला सुरुवात झाली. प्रत्येक कामासाठी वेगळा माणूस आणि तोही वेगळ्या ठिकाणाहून तात्पुरत्या करारावर नेमण्यात आला.

या सर्व तयारीबरोबरच दुसऱ्या एका अत्यंत महत्त्वाच्या गोष्टीचा जारीनं तपास सुरू होता. क्लोनिंग करून निर्माण झालेला गर्भ धारण करून नऊ महिन्यांनी त्याला जन्म देण्यासाठी तरुण, सुदृढ, निकोप स्त्रियांची जरुरी होती आणि अशा स्त्रिया मिळवणं हे नाजूक काम होतं. त्याला अनैतिकतेचा वास येण्याचा संभव होता. बराच

विचार करून बापूसाहेब आणि डॉ. मोदी यांनी ठरवलं की, या कामासाठी निवडायच्या स्त्रियांना विश्वासात घेतल्यासारखं दाखवून त्यांना कामाची थोडी खरी, थोडी खोटी अशी माहिती द्यायची. 'एका शास्त्रीय संशोधन संस्थेला कामासाठी महिलांची जरूर आहे व त्यासाठी भरपूर मोबदला देण्यात येईल;' अशा प्रकारची जाहिरात दिल्यावर शेकड्यांनी अर्ज आले. अर्जदारांना प्रत्यक्ष मुलाखतीसाठी बोलावल्यावर त्यांच्यापैकी पंधरा जणींची प्राथमिक निवड झाली. त्या पंधरा जणींशी मोदी आणि बापूसाहेबांनी अनौपचारिक चर्चा केली आणि आपली योजना त्यांना समजावून सांगितली. बापूसाहेबांच्या पत्नीची प्रकृती अतिशय नाजूक असल्याने त्यांचा वारंवार गर्भपात होतो, त्यामुळे बापूसाहेबांना अद्यापपावेतो मूल झालेलं नाही. आता डॉ. मोदी विशेष प्रयोग करणार आहेत आणि त्या प्रयोगाद्वारे बापूसाहेबांच्या पत्नीचा गर्भ दुसऱ्या स्त्रीच्या पोटात वाढवून त्याला जन्म द्यायचा आहे. गर्भ धारण करणाऱ्या स्त्रीला यात कुठलाही धोका नाही. कुणाच्याही मदतीनं मूल झालं, तरी सर्वांनाच भरपूर मोबदला देण्यात येईल. मात्र त्यासाठी त्यांना एक वर्षभर तरी प्रयोगशाळेत राहावं लागेल. स्वतःच्या सोबतीसाठी म्हणून प्रत्येकीला आपल्या एका पालकाला आपल्याबरोबर नेता येईल.

ही योजना ऐकल्यानंतर पंधरांपैकी सहा मुलींनी माघार घेतली. उरलेल्या नऊ मुली मात्र, मोबदल्याच्या रकमेमुळे म्हणा किंवा काहीतरी शास्त्रीय प्रयोगात भाग घेण्याच्या अभिनिवेशामुळे म्हणा; तयार झाल्या. आपण एकटीदुकटी नसून नऊ जणी आहोत आणि शिवाय आपल्या पालकांपैकी एक जण बरोबर असेल या कल्पनेनं त्यांना पुष्कळ सुरक्षित वाटत होतं.

मुलींची निवड करण्याचं काम उरकताच डॉ. मोदींनी चार महिन्यांची रजा काढली आणि ते प्रयोगशाळेकडे रवाना झाले.

क्लोन - धारणेसाठी त्यांनी प्रथम निवड केली ती वंदनाची. सगळ्या मुलींमध्ये ती रूपानं आणि तब्येतीनं उजवी होती. पूर्ण वाढ होईपर्यंत गर्भ पोसायला ती सर्वांत योग्य होती; पण कुठे काय चूक झाली कुणास ठाऊक? पहिल्या आठ दिवसांतच तिचा गर्भपात झाला.

त्यानंतर मोदींनी एकदम दोन मुलींच्यात क्लोनस्थापना केली. पहिले पंधरा दिवस सगळं सुरळीत होतं; पण सोळाव्या दिवशी मात्र दोन्ही प्रयोग फसल्याचं आढळलं.

पहिला प्रयोग फसला तेव्हा बापूसाहेबांना फारसं काही वाटलं नव्हतं, पण दुसरे दोन्ही प्रयोगही वाया गेले तेव्हा मात्र ते निराश होऊ लागले. डॉ. मोदीही चिंताक्रांत झाले. त्यांच्या रजेचा सव्वा महिना असाच निघून गेला होता. उरलेल्या वेळात निदान एकातरी क्लोनची व्यवस्थित वाढ व्हायला सुरुवात होणं आवश्यक होतं. एकदा पहिले तीन महिने उलटून गेल्यानंतर मग त्यांना गर्भपाताची फारशी शक्यता आहे

असं वाटत नव्हतं. त्या दृष्टीनेच त्यांनी चार महिन्यांची रजा काढली होती.

बराच विचार करून शेवटी त्यांनी उरलेल्या सहाजणींवर एकदम प्रयोग करण्याचं ठरवलं. आधीच्या प्रयोगासाठी त्यांनी बापूसाहेबांच्या दंडावरच्या कायिक पेशी वापरल्या होत्या. नवीन प्रयोगात निम्म्या दंडावरच्या आणि निम्म्या मांडीवरच्या पेशी वापरल्या. सहापैकी एकातरी क्लोनची पूर्ण वाढ होईल अशी आशा त्यांना होती. त्यांनी पहिल्या तिघींना ठरलेली रक्कम देऊन परत पाठवून दिलं.

त्यांची आशा सहापट सफल झाली! सगळे गर्भ व्यवस्थित वाढू लागले आणि नऊ महिन्यांनी डॉ. मोदींच्याच देखरेखीखाली आठ दिवसांत सहा गुटगुटीत मुलांचा जन्म झाला! त्या सहापट यशानं डॉ. मोदी आणि बापूसाहेब दोघेही स्तिमित झाले.

त्यांनी मुलांच्या सहा दत्तक आयांना ठरलेला मोबदला तर दिलाच, शिवाय वरती काही रक्कम दिली. सगळ्या प्रयोगाविषयी गुप्तता पाळण्याचं वचन त्यांच्याकडून आणि त्यांच्या पालकांकडून घेतलं आणि सर्वांना रजा दिली.

आणि मग मुलांसाठी दोन दायांची नेमणूक करून मुलांना घेऊन ते फुलगावला आले!

फुलगावचा त्यांचा प्रचंड वाडा गजबजून गेला. सहा जुळी मुलं, त्यांच्या दाया, इतर नोकर-चाकर आणि सहा जुळ्यांचं कौतुक बघायला येणारे लोक यांनी वाडा भरल्यासारखा वाटू लागला. बापूसाहेबांना आलेलं नैराश्य, औदासीन्य कुठल्याकुठे पळालं. ते शेतीवाडीत परत लक्ष घालू लागले, परिचितांकडे जाऊ-येऊ लागले, मुलांबरोबर खेळू लागले, त्यांना फिरायला नेऊ लागले, रागावू लागले, त्यांच्या आजारपणात जागू लागले. परत एकदा जीवनात रमून गेले.

बापूसाहेबांनी मुंबईला दुसरं लग्न केलं होतं आणि दुसऱ्या पत्नीपासून त्यांना ही सहा मुलं झाली; बाळंतपणातच पत्नी गेली अशी बातमी थोड्याच दिवसांत गावात पसरली होती. बापूसाहेबांनी कधीच या बातमीचा इन्कार केला नाही. उलट, जमेल तेव्हा अप्रत्यक्षपणे ते त्या बातमीला पुष्टीच देत असत.

मुलं चार महिन्यांची झाल्यावर त्यांनी दणक्यात त्यांचं बारसं साजरं केलं. देवेंद्र, नरेंद्र, धीरेंद्र, वीरेंद्र, हेमेंद्र आणि सत्येंद्र अशी त्यांची नाव ठेवली आणि मुलं वेगवेगळी ओळखायला यावी म्हणून प्रत्येकाच्या गळ्यात सोन्याच्या साखळीत एकेक बिल्ला अडकवण्यात आला.

मुलं दिसायला सारखी, त्यांचं वागणं सारखं, आवडीनिवडी सारख्या, इतकंच काय पण स्वभावही सारखे. यामुळे खूप वेळा मोठी गंमत येई. आपल्या सारखेपणामुळे सर्वांचा गोंधळ उडतो हे मुलांनी कधीच हेरलं होतं. बऱ्याच वेळा ते सहा भाऊ मिळून मुद्दामच लोकांचा गोंधळ उडवून देत. शाळा-कॉलेजात असताना त्यांनी खूप धमाल केली. त्यांच्याविरुद्ध बापूसाहेबांकडे अधून-मधून तक्रारीही येत. त्या सर्वांचे स्वभाव

आणि आवडी-निवडी सारख्याच होत्या. परिस्थितीनुरूप त्यात जो काय फरक पडत होता तेवढाच. त्यामुळे त्यांच्यात मतभेद सहसा होत नसत. ते एकमेकांचे भाऊ तर होतेच, पण चांगले मित्रही बनले होते.

बघताबघता मुलं मोठी झाली. त्यांना मिसरूड फुटली आणि गळ्यातले बिल्ले त्यांनी काढून टाकले. त्याऐवजी त्यांनी आपल्या केसांचा उपयोग ओळखीसाठी करायला सुरुवात केली. देवेंद्रनं दाढी वाढवली, नरेंद्रनं मिश्या ठेवल्या, तर वीरेंद्रनं कल्ले राखले, धीरेंद्रनं मिश्या, कल्ले दोन्ही ठेवले, तर सत्येंद्रनं केस मानेपर्यंत वाढवले. एकटा हेमेंद्र तेवढा गुळगुळीत चेहऱ्याचा आणि बेतशीर केसांचा दिसू लागला. मुलांच्या स्वभावातही थोडाथोडा फरक पडू लागलेला होता. देवेंद्र इतरांपेक्षा जास्त शांत आणि समजूतदार झाला होता, तर उलट हेमेंद्र पूर्वीपेक्षा अबोल झाला होता.

होताहोता वीस वर्ष उलटून गेली. मुलं पदवीधर झाली. शास्त्र शाखेची पदवी घेऊन ती घरी परत आली आणि मग बापूसाहेबांनी त्यांना आपल्याबरोबर कामाला लावलं होतं. मुलांनीही हौसेनं घरच्या शेतीवाडीत आणि इस्टेटीत लक्ष घातलं होतं.

सगळं कसं सुरळीत चाललेलं होतं आणि एवढ्यात आदर्श विद्यालयाच्या बक्षिस समारंभासाठी अध्यक्ष होण्याचं आमंत्रण बापूसाहेबांना आलं. त्यांनी शाळेला बरीच मोठी देणगी दिली होती आणि बहुधा दर वर्षी तेच अध्यक्ष असत.

नेहमीप्रमाणे आपल्या मुलांना घेऊन ते समारंभाला गेले. आपल्या मुलांना बरोबर घेऊन बाहेर जाताना त्यांची छाती नेहमीच अभिमानानं फुलून येई. ते समारंभस्थानी पोहोचले. मुख्याध्यापकांनी त्यांचं स्वागत केलं. मुख्याध्यापक, शिक्षकवर्ग, शाळेचे शिपाई सगळे ओळखीचे होते. समारंभाचं ठिकाण, अध्यक्षस्थानी मांडलेल्या खुर्च्या, शाळेची केलेली सजावट हे सगळं नेहमीचंच होतं. त्यात नवीन काही नव्हतं.

नवीन होती ती अनुया. ते तिला प्रथमच पाहत होते. तिनं मुला-मुलींचे काही कार्यक्रम बसवून घेतले होते. स्वागतगीतही तिनंच बसवलं होतं. या सगळ्यांचं संचालन करताना ती परत-परत दृष्टिक्षेपात येत होती. तिचा हसतमुख चेहरा आणि लांबसडक केस बघून बापूसाहेबांनी सहज चौकशी केली, तेव्हा त्यांना कळलं होतं की, ती त्याच वर्षी शाळेत संगीत-शिक्षिका म्हणून कामाला लागली होती. तिच्या वडिलांची फुलगावला बदली झाल्यामुळे त्यांचं कुटुंब फुलगावला आलं होतं.

शाळेतला समारंभ उरकून सगळे घरी आले, तोपर्यंत बापूसाहेबांच्या डोक्यातून अनुयाचा विचार निघूनही गेला होता; पण त्यांच्या सहाही मुलांच्या दृष्टीला मात्र सारखी तीच दिसत होती. अर्थात, हे बापूसाहेबांना कळायलाही पंधरावीस दिवस जावे लागले. आपली मुलं हल्ली कमी बोलतात; गप्पा, हशा, एकमेकांची टिंगल,

टवाळी यांनी घरात धमाल उडवून देत नाहीत हे प्रथम त्यांच्या लक्षात आलं तेव्हा त्यांनी आधी तिकडे दुर्लक्षच केलं. त्यांचं एकमेकांत काहीतरी बिनसलं असेल आणि आपोआप सगळे मूळ पदावर येतील असं त्यांना वाटत होतं.

पण तसं झालं नाही. मुलं जास्तच खिन्न दिसू लागली. जेवणाच्या वेळीही गप्पगप्प राहू लागली आणि विशेष म्हणजे एकटीएकटी बाहेर जाऊ-येऊ लागली. याला अपवाद होता तो फक्त देवेंद्रचा. तो मात्र चांगलाच खुषीत असलेला दिसत होता.

काय भानगड असावी ते काही बापूसाहेबांच्या लक्षात येईना. त्यांनी आडून-आडून चौकशी केली. मुलांना टोकून बघितलं. पण मुलं काही पत्ता लागू देईनात. शेवटी एके दिवशी ठरवून बापूसाहेब रात्री झोपण्याच्या वेळी हेमेंद्र आणि सत्येंद्रच्या खोलीत शिरले. जरा वेळ त्यांनी इकडच्या-तिकडच्या गप्पा मारल्या आणि मग ते मुख्य मुद्द्यावर आले.

"काय रे, हल्ली तुम्हा सगळ्यांना झालंय तरी काय?" त्यांनी सरळच विचारलं.

"आम्हाला! कुठे काय झालंय?" त्यांची नजर चुकवत सत्येंद्रनं म्हटलं.

"काही झालं नाही? मग तुम्ही असे गप्पगप्प का असता? मोकळेपणानं एकमेकांशी बोलत नाही आणि माझ्याशीही बोलत नाही."

तरीही दोघं गप्पच असलेले बघून ते परत म्हणाले, "काय रे हेमेंद्र, मी काय विचारतो आहे?"

हेमेंद्रानं काहीच उत्तर दिलं नाही. त्या दोघांना असे गप्प बसलेले बघून बापूसाहेब कळवळून म्हणाले,

"अरे, सांगा की काहीतरी. तुम्ही बोलल्याशिवाय मला कसं कळायचं? काय तुमची अडचण आहे, काय त्रास आहे ते सांगा तरी! म्हणजे आपण त्यातून काहीतरी मार्ग काढू. मी एवढा तुमचा बाप खंबीर असताना तुम्हाला चिंता करण्याचं काही कारण आहे का? आँ? काय झालंय ते सांगा तर खरं! कोणी तुम्हाला त्रास देतंय का?"

मग हेमेंद्र एकदम म्हणाला, "बापू, मला लग्न करायचंय!"

बापूसाहेब चकित झाले. असलं काही हेमेंद्रच्या मनात असेल असं त्यांना स्वप्नातही वाटलं नव्हतं. आपल्या मुलांचं लग्नाचं वय झालं आहे असं त्यांना वाटतच नव्हतं. नुकतं कुठं बाविसावं संपलं होतं, आणि हेमेंद्र म्हणत होता, मला लग्न करायचंय." त्याच्या कुढण्याचं हेच कारण होतं की काय? तसं असेल तर त्याचं लग्न करून टाकणंच योग्य ठरलं असतं. ते हेमेंद्रला म्हणाले,

"लग्न? इतक्या लवकर?" तो काहीच बोलला नाही. तशी तेच पुढे म्हणाले,

"आणि लग्न म्हणजे काय अशी तडकाफडकी होणारी गोष्ट आहे का? त्यासाठी आधी मुली बघायला हव्यात..."

"तसं नाही बापू" त्यांना अडवत हेमेंद्र म्हणाला, "मला अनुयाशी लग्न करायचंय."

"काय?" बापूसाहेबांनी काही म्हणण्यापूर्वीच सत्येंद्र उद्गारला, "ते शक्य नाही. काहीतरीच बोलू नकोस."

"ही अनुया म्हणजे शाळेच्या बक्षिस-समारंभात दिसली होती तीच का?" बापूसाहेबांनी विचारलं.

"हो, तीच अनुया दिवेकर आणि तिच्याशी हेमेंद्रचं लग्न होणं शक्य नाही." सत्येंद्र म्हणाला.

"कोण म्हणतो शक्य नाही? कोण अडवतो ते बघतोच मी. मी काही..." हेमेंद्र रागानं बोलू लागला, तशी त्याला अडवत बापूसाहेब म्हणाले,

"अरे, अरे, भांडू नका. तिच्याशी लग्न होणार की नाही हे ठरायला अजून अवकाश आहे."

"पण मी सांगून ठेवतो बापू, की ती ह्याच्याशी लग्न करणं शक्य नाही."

"का बरं?"

"कारण... कारण मी तिच्याशी लग्न करणार आहे." सत्येंद्रनं सांगून टाकलं आणि बापूसाहेब अवाक् होऊन बघत राहिले.

त्यांच्या दोन्ही मुलांना एकाच मुलीशी लग्न करायचं होतं!

पुढच्या दोन दिवसांत त्यांच्या लक्षात आलं की, त्यांच्या दोनच नव्हे तर सहाही मुलांना अनुयाशी लग्न करायचं होतं! तीच त्यांच्या मनात भरली होती आणि तिच्याशिवाय सर्वांनाच आयुष्य नीरस वाटू लागलं होतं!

प्रेमवैफल्याची दारुण निराशा त्यांच्या वाट्याला येऊ नये, यासाठी काहीतरी केलं पाहिजे असं वाटू लागलं.

पण करायचं म्हणजे काय करायचं? त्या सर्वांचं एकाच मुलीवर प्रेम होतं!

अनुयाला त्यांच्या मुलांपैकी कोणी आवडत होतं की नाही? तिचं याबाबत काय मत होतं?

गावातल्या बहुतेक सर्व कुटुंबांना बापूसाहेब ओळखत होते, पण अनुयाचे वडील नुकतेच बदली होऊन आलेले असल्याने त्यांच्याशी मात्र बापूसाहेबांची ओळख नव्हती. अनुयालासुद्धा त्यांनी नुसतं पाहिलं होतं. तिच्याशी त्यांची ओळख झालेली नव्हती. एका अगदी अनोळखी मुलीशी अशा नाजूक गोष्टीसंबंधी बोलायचं म्हणजे त्यांना फार अवघड वाटत होतं; पण मुलांचे उतरलेले चेहरे आणि घरातली उदास शांतता यांनी त्यांना अनुयाच्या शाळेपर्यंत नेऊन पोहोचवलं.

त्यांना बघताच तिनं त्यांना ओळखलं. गेले पंधरा दिवस आपल्याभोवती घिरट्या घालणाऱ्या इनामदार मुलांचे ते वडील आहेत हे सहजच ओळखू आलं. शिवाय, शाळेच्या बक्षिस समारंभातही तिनं त्यांना पाहिलंच होतं.

बापूसाहेबांनी स्वतःची ओळख करून दिली आणि आपल्याला तिच्याशी काही महत्त्वाचं बोलायचं आहे असं सांगितलं. शाळेचे दोन तास अजून बाकी होते, पण तितका वेळ शाळेत बसण्याची कल्पना त्यांना सहन होईना. शेवटी मुख्याध्यापकांची परवानगी घेऊन ते अनुयासह बाहेर पडले.

त्यांना जे बोलायचं होतं ते तिच्या किंवा त्यांच्या घरी बोलणं शक्य नव्हतं आणि तिच्यासह बसून स्वस्थपणे बोलता येईल इतपत बरी हॉटेल्स गावात नव्हती. त्यामुळे शेवटी ते गावाबाहेरच्या तळ्यावर गेले आणि तिथल्या खडकावर बसून त्यांनी तिला आपल्या मुलांची परिस्थिती सांगितली.

त्यांना वाटलं होतं, आपली हकिकत ऐकून अनुया चकित होईल, बावचळेल; पण तसं काही दिसलं नाही. ती गप्प बसून होती. शेवटी तेच म्हणाले,

"माझा-तुझा तसा काही परिचय नाही. पण तू मला मुलीसारखी आहेस. तुला त्रास होईल असं काही करण्याचं माझ्या मनातसुद्धा येणार नाही. पण खरंच सांगतो, माझी मुलं खरंच गुणी आहेत. कोणाही मुलीला आवडावी अशी आहेत आणि तू त्यांना फार आवडली आहेस..."

"सहाही जणांना!" त्यांच्याकडे बघत ती हळूच म्हणाली.

"अंऽ! हो!" काय बोलावं ते न कळून बापूसाहेब उद्गारले. दोघंही थोडा वेळ गप्प बसले आणि मग अनुयानं हळूहळू त्यांना सगळी हकिकत सांगितली.

तिच्या शाळेच्या वार्षिक समारंभानंतरच्या दोन दिवसात देवेंद्र, नरेंद्र, धीरेंद्र, वीरेंद्र, हेमेंद्र आणि सत्येंद्र या साही जणांनी तिच्याशी आपणहून ओळख करून घेतली होती. त्यानंतर रोज ते सर्व जण वेगवेगळ्या निमित्तानं तिला भेटण्याचा प्रयत्न करू लागले होते. त्यांचं एकसारखं दिसणं, वागणं आणि सगळ्यांनी तिचा पिच्छा पुरवणं यामुळे ती इतकी वैतागली होती की, शेवटी एके दिवशी तिनं सर्वांनाच फैलावर घेतलं होतं आणि परत स्वतःला न भेटण्याबद्दल बजावलं होतं.

देवेंद्र सोडून बाकी सर्वांनी तिचं बोलणं मनाला लावून घेतलं असावं, कारण ते तिला भेटेनासे झाले होते. देवेंद्र मात्र अशी हार मानायला तयार नव्हता. ती रागावलेली बघून त्यानं निराळीच युक्ती योजली होती. त्यानं तिच्या वडिलांशी ओळख काढली होती, वाढवली होती आणि आता तो रोज तिच्या वडिलांना भेटण्यासाठी तिच्या घरी येत-जात होता.

तिच्या एकंदर बोलण्याचा रोख बघून बापूसाहेबांनी तिला विचारलं, "देवेंद्रचं येणंजाणं तुझ्या आईवडलांना आवडलं असं दिसतंय. पण तुला?"

गालाला खळी पाडत अनुया नुसतीच हसली, तशी काय ते उमजून तेच पुढे म्हणाले, "माझ्या सहा मुलांशी लग्न कर असं काही मी तुला म्हणून शकत नाही, पण देवेंद्राची पत्नी व्हायला तरी तुला आवडेल का?"

अनुया विचारात पडलेली बघून त्यांनी विचारलं, "का? देवेंद्र तुला आवडत नाही का?"

"नाही, तसं नाही. पण..."

"पण काय?"

"सतत बरोबर असणाऱ्या आणि माझ्याकडे सारख्याच दृष्टिकोनातून बघणाऱ्या सहा भावांपैकी एकाशी लग्न करायचं आणि त्या घरात राहायला यायचं म्हणजे.... माझ्या स्वत:वरच इतका ताण येतो या कल्पनेनं की देवेंद्राशी लग्न करण्याचा धीरच होत नाही मला."

बापूसाहेब गप्प बसले. ती म्हणत होती ते खरं होतं. पण मग आता काय करायचं? बराच विचार करूनही त्यांना किंवा अनुयाला काही सुचेना. शेवटी अंधार पडू लागल्यावर दोघेही आपापल्या घराकडे परतले.

या गोष्टीला आता आठ दिवस झाले होते. मध्यंतरात बापूसाहेब अनुयाला दोनदा भेटले होते. तिनं निदान देवेंद्राशी लग्न करावं म्हणून तिच मन वळवण्याचा त्यांनी प्रयत्न केला होता, पण तिनं त्याला ठाम नकार दिला होता. देवेंद्राशीही बहुधा ती पूर्वीसारखी बोलत-भेटत नसावी. कारण चार दिवसांपासून तोही ऑफ् मूडमध्ये होता. दुसऱ्या मुलींचा विषय तर मुलांपैकी कोणीच काढू देत नव्हते.

बापूसाहेब सुस्कारले. कुठून आपल्याला दुर्बुद्धी झाली आणि आपण आपल्यासारखं मूल व्हावं म्हणून क्लोनिंगच्या मागे लागलो! इतका सारखेपणा घेऊन जन्माला आलेल्या मुलांना एक़च मुलगी आवडावी यात नवल नव्हतं. त्या सर्वांची आवड सारखीच होती. त्या सर्वांना अनुयाच हवी होती, पण सर्वांची इच्छा पूर्ण करायची म्हटली तर सहा अनुया हव्या होत्या आणि प्रत्यक्षात तर एकच अनुया होती. कारण ती निसर्गक्रमातून जन्मलेली होती. ती थोडीच क्लोन होती?

बापूसाहेबांचे विचार एकदम थबकले. अनुया क्लोन नव्हती; पण तिच्यासारख्याच मुली क्लोनिंगनं निर्माण होऊ शकतील!

बापूसाहेब एकदम थरारून उठले! ज्या प्रकारे त्यांच्या मुलांचा जन्म झाला होता त्याच पद्धतीनं आणखी पाच अनुया निर्माण होऊ शकल्या असत्या!

पण तेवढ्यानं प्रश्न संपत नव्हता. क्लोनिंगनं अनुयासारख्याच पाच मुली जन्माला आल्या, तरी त्या मोठ्या होईपर्यंत, तरुण होईपर्यंत थांबावं लागलं असतं. इतक्या वर्षांच्या कालावधीत त्यांच्या मुलांच्या विचारात, मनोभूमिकेत काही ना काही फरक पडलाच असता, आणि चाळीशीच्या आसपास असलेल्या त्यांच्या

मुलांना अठरा वर्षांच्या अल्लड मुली आवडल्या नसत्या तर? शिवाय अठरा वर्षांच्या त्या तरुणींना चाळीस-बेचाळीस वर्षांचे ते प्रौढ पुरुष कसे आवडले असते?

आणि अनुयाचं काय? तिनंही इतकी वर्ष तसंच तिष्ठायचं?

छे! गुंता काही सुटत नव्हता.

बापूसाहेबांना एकदम आठवलं. नुकतंच त्यांनी नियंत्रित सुषुप्तावस्थेविषयी कुठतरी वाचलं होतं. अत्यंत कमी तपमानात आणि नियंत्रित वातावरणात गाढ बेशुद्धीखाली जर एखाद्या माणसाला झोपवून ठेवलं, तर त्याच्या सगळ्या शारीरिक क्रिया इतक्या मंदावतात की, त्याचं शरीर कित्येक वर्षं त्याच स्थितीत टवटवीत राहतं. कालमानाप्रमाणे त्याचं वय वाढलं तरी त्याच्या शरीराला वयस्कता येत नाही, किंवा आलीच तर फार थोड्या प्रमाणात येते असा दावा त्या लेखात केलेला होता. यासंबंधीचे कोणाकोणाचे प्रयोग किती यशस्वी झालेले आहेत हेही त्या लेखात दिलेलं होतं.

अनुयासारख्या प्रति-अनुया मोठ्या होईपर्यंत नरेंद्र, धीरेंद्र, वीरेंद्र, हेमेंद्र आणि सत्येंद्र यांना सुषुप्तावस्थेत झोपवून ठेवलं तर? त्यांच्या वाट्याला येणारी निराशा टळली असती आणि सुषुप्तावस्थेतून बाहेर आल्यावर त्यांना हव्या तशा मुलींशी त्यांची लग्नही होऊ शकली असती. अनुया-देवेंद्रचं लग्न होऊन त्यांच्याही मनासारखं झालं असतं.

कल्पना भन्नाट होती, पण केवळ ती भन्नाट आहे म्हणून सोडून देण्याचं कारण नव्हतं. त्यांच्या मुलांचा जन्मही अशा एक भन्नाट कल्पनेतूनच झालेला होता. प्रश्न होता तो या बेताला मुलांची आणि अनुयाची संमती मिळण्याचा; पण त्यासाठी आधी संपूर्ण योजना बनवायला हवी होती आणि त्यासाठी अर्थातच डॉ. मोदींकडे धाव घ्यायला हवी होती. बापूसाहेबांनी घड्याळाकडे नजर टाकली. रात्रीचे साडेअकरा वाजले होते. मुंबईकडे जाणारी पहाटेची गाडी पकडायची असली तर बॅग भरायला हवी होती. ते घाईघाईने उठले आणि प्रवासाच्या तयारीला लागले. त्यांची चिंता आता कुठल्याकुठे पळाली होती. एक अद्भुत कल्पना त्यांना खुणावत होती आणि तिच्यामागे धावण्यासाठी ते नव्या उमेदीनं निघाले होते.

(सृष्टीज्ञान - नोव्हेंबर १९८३)

◆

पाहुणी

सूर्य मावळायला आला आहे. हवेत गारवा आहे. मी ज्या टेकडीवर बसलो आहे तिथून खालच्या दरीतल्या झाडीमध्ये आत्ताच पसरत चाललेला काळोख दिसत आहे. टेकडीची सावली दरीवर पडत असल्यामुळे दरीचा भाग आत्तापासूनच अंधारात बुडत चालला आहे, काळवंडत चालला आहे.

आणि माझं मन निराशेनं काळवंडत चाललं आहे.

थोड्याच वेळात पाखरं आपापल्या घरट्यात परततील. मलाही आता परतावं लागणार आहे. ज्या घरात माझी वाट बघाणारं कोणी नाही, माझी काळजी करणारं कोणी नाही त्या घरात मला केवळ निवाऱ्यासाठी म्हणून परतावं लागणार आहे आणि मला माहीत आहे की, तिथे पोहोचल्यावरही माझं मन तिची वाट बघत राहणार आहे, चाहूल घेत राहणार आहे, आशा करत राहणार आहे की, कदाचित् ती येईल, त्या दिवशी आली तशी अकल्पितपणे... अनपेक्षितपणे...

चारच दिवसांपूर्वीची तर गोष्ट आहे; अगदी अचानक ती माझ्या दारात उभी राहिली होती. उभी राहिली म्हणण्यापेक्षा दाराला टेकून तिनं कसाबसा तोल सांभाळला होता आणि जोर नसलेल्या हातानं दाराची कडी वाजवली होती.

तिन्हीसांजेची वेळ होती. दिवसभरच्या घटनांची नोंद मी दैनंदिनीत करत बसलो होतो. खरं म्हणजे नित्यनियमाने नोंदी करण्याला आता फारसा अर्थ उरलेला नाही. माझ्या नोंदींचा अभ्यास करून त्यावरून काही आडाखे बांधता येतील, काही निष्कर्ष काढता येतील आणि त्यांचा आमच्या संशोधनाला उपयोग होईल अशी शक्यता फारशी उरलेली नाही. माझ्या नोंदी आमच्या अभ्यासगटापर्यंत कधीच पोहोचणार नाहीत कारण गटातल्या इतरांचा आणि माझा संपर्क तुटल्याला आता जवळजवळ आठ वर्षं लोटली आहेत. त्यापैकी सात वर्षांपेक्षाही जास्त काळ मी या गावापासून

दूर असलेल्या अशा एकाकी बंगल्यात काढला आहे. अगदी एकट्यानं, फक्त एका कुत्र्याच्या - डोमिंगोच्या सोबतीनं. पहिल्या-पहिल्यांदा गावातले कोणीकोणी उत्सुकतेपोटी इकडे यायचे. कोणी भाजी विकायला म्हणून यायचं, कोणी माळीकाम करून बाग बनवून देतो म्हणून नोकरी मागायचं, कोणी घरकामासाठी नोकर म्हणून ठेवायची अजीजी करायचं तर कोणी दुधाचा रतीब लावायचा का म्हणून विचारायला यायचं. एक जण तर चक्क राहण्यासाठी भाड्यानं जागा मागायला आला होता, पण मी सर्वांनाच वाटेला लावलं होतं. माझं चढेल वागणं आणि धड उत्तरसुद्धा न देण्याचा उर्मटपणा बघून हळूहळू अशा लोकांचं येणं बंद झालं. आता चुकून एखादा माणूस केव्हातरी सहा-आठ महिन्यांनी इकडे येतो.

त्यामुळे ज्या दिवशी घराची कडी वाजली तेव्हा मी दचकलोच. हातातलं पेन तसंच धरून कानोसा घेतला. खरंच कडी वाजली का? की मला तसा भास झाला?

तेवढ्यात जोरजोरात परत कडी वाजली. आता उठून बघायला हवं होतं. मी हातातलं पेन टेबलावर ठेवून उठलो. मुख्य दाराकडे जाताना माझ्या एकदम लक्षात आलं की, डोमिंगोच्या भुंकण्याचा आवाज येत नाहीये...!

आपल्या दाराशी कुणीतरी आलं आहे; पण डोमिंगो त्याच्यावर भुंकलेला नाही..!

डोमिंगो अगदी लहान पिल्लू असताना मी त्याला रानातून उचलून आणलेला आहे. माझ्या निरीक्षणासाठी मी घराच्या दक्षिणेला असलेल्या रानाकडे निघालो असताना घराच्या जवळच तो मला दिसला. क्यँव क्यँव करत, धडपडत, एका जागी घोटाळणारं ते एवढंसं कुत्र्याचं पिलू पाहून मला त्याची कीव आली आणि मी त्याला उचलून घेतलं. त्याची आई किंवा इतर पिल्लं जवळपास असावीत असं वाटून मी आसपास शोध घेतला, पण कोणी दिसलं नाही. कदाचित त्याच्या आईला एखाद्या श्वापदानं मारलं असेल आणि मग पिल्लं वाट फुटेल तिकडे गेली असावीत. त्यात एक पिल्लू इथपर्यंत पोहोचलं असावं. काय असेल ते असो– पण आसपास दुसरं कुत्रं नव्हतं, एवढं खरं.

मी त्या पिल्लाला घरी घेऊन आलो. एक दिवसभर ते सारखं केकाटत होतं. दूधसुद्धा पीत नव्हतं. पण मग हळूहळू ते शांत झालं. माझ्या सहवासाला सरावलं आणि भराभरा वाढू लागलं. त्याच्या मूळच्या काळ्या रंगात पोटावर एक मोठा पांढरा धब्बा आला आहे. तो बाकी सगळा अगदी काळा कुळकुळीत आहे. त्याचा काळा रंग आणि धिप्पाड आकार यामुळे नुसतं त्याला बघूनच भीती वाटावी असा तो झाला आहे. तो माझ्याबरोबर सगळीकडे येतो नि बंगल्याचे आवारात तर सोडाच, पण बंगल्याच्या आसपासही कोणाला फिरकू देत नाही. जरा कोणाची चाहूल लागली की, भुंकूनभुंकून घर अगदी डोक्यावर घेतो.

आता मात्र तो भुंकत नव्हता! मी आश्चर्यानं त्याच्याकडे पाहिलं. खिडकीखालच्या नेहमीच्या जागी ताठ उभा राहून त्याने बाहेरची चाहूल घेतली होती, पण भुंकत मात्र नव्हता.

तेवढ्यात दार परत वाजलं. आता बाहेरच्या माणसानं कडीच्या ऐवजी दारावरच थापा मारायला सुरुवात केली होती. मी घाईघाईनं दाराकडे गेलो आणि दार उघडलं- त्याबरोबर दाराच्या आधारानं इतका वेळ कशीबशी उभी असलेली ती खाली पडली.

ती व्यक्ती खाली पडली तेव्हा मला आधी वाटलं की, ती पुरुष आहे; पण मी खाली वाकलो तेव्हा माझ्या लक्षात आलं की, त्या व्यक्तीचे कपडे पुरुषी वाटत असले तरी ती स्त्री आहे. ती बेशुद्ध पडली होती. मी आधी तिला उताणी करून झोपवली आणि मग तिचं निरीक्षण करू लागलो- ती बहुधा एखाद्या अपघातात सापडलेली होती. चेहऱ्याचा उजवा भाग सुजून काळा-निळा झाला होता. शर्टाची उजवी बाजू आणि डावी बाही रक्ताळली होती आणि कपड्यावर रक्ताचे शिंतोडे उडालेले होते.

ती कोण होती? इथे कशी आली होती? तिच्याबरोबर आणखी कुणी नव्हतं का? इतक्या जखमा तिला कशामुळे झाल्या होत्या?

मनात अनेक प्रश्न उभे राहिले, पण त्यांचं उत्तर लगेच मिळणार नव्हतं आणि उत्तर शोधण्याच्या आधी तिला मदत करणं आवश्यक होतं; पण तिला हलवून आणि तिच्या चेहऱ्यावर पाणी मारूनसुद्धा ती शुद्धीवर येईना.

एव्हाना डोमिंगो तिच्याजवळ येऊन तिला हुंगू लागला होता. मध्येच गुरगुरत होता, तर मध्येच कुईकुई करत होता. त्याचं हे वागणं चमत्कारिक होतं पण त्याचा विचार करायची ही वेळ नव्हती. मी उठून आधी त्याला बांधला. मग तिची उजवी बाही कापून काढून दंड आणि हात जरा स्वच्छ केला तेव्हा दंडावर एक मोठी जखम झालेली दिसली आणि कोपराखाली दोन लहान लहान जखमा दिसल्या. सगळ्या जखमांतून रक्त वाहत होतं. मी शक्य तितक्या जखमा साफ केल्या आणि त्यांच्यावर बँडेजेस बांधून टाकली. मग तिचा चेहेराही स्वच्छ केला.

इतकं सगळं केलं तरी ती शुद्धीवर आली नव्हती. एका दृष्टीनं ते बरंच होतं. कारण त्यामुळे तिला क्लेश झाले नव्हते आणि ती विव्हळली नव्हती; पण आता तिला शुद्धीवर आणायलाच पाहिजे होतं. मी तिच्या चेहऱ्यावर परत पाण्याचे शिपकारे मारले- "शुऽक् शुऽक्... अहोऽ अहोऽ" "अहो बाई..." "उठा, उठा- जाग्या व्हा..." असं वेगवेगळ्या प्रकारे तिला हाकारून पाहिलं, पण ती शुद्धीवर येण्याचं चिन्ह दिसेना. शेवटी नाईलाजानं तिला उचलली आणि माझ्या पलंगावर

नेऊन झोपवली आणि मग ती शुद्धीवर येण्याची वाट पाहू लागलो. बसल्याबसल्या मी तिचं निरीक्षण करू लागलो.

तिचा रंग गोरा होता, केस तपकिरी रंगाचे होते आणि चेहरा सुस्वरूप होता. दिव्याच्या पिवळट उजेडात तिचा रंग अगदी केतकी वर्ण दिसत होता आणि डोळे मिटून पडलेली ती एखाद्या लहान मुलीसारखी निरागस दिसत होती. श्वासोच्छ्वासानं तिचा ऊर मंदपणे वरखाली होत होता आणि ती शांतपणे झोपल्यासारखी वाटत होती.

पण ती नुसती झोपलेली नव्हती तर बेशुद्ध होती, आणि आता शुद्धीवर यायला हवी होती. यासाठी काय करावं ते मला कळेना. थोडा वेळ असाच गेला आणि माझ्या एकदम लक्षात आलं की आपण तिचे कपडे तरी सैल करायला हवेत.

तिनं अंगात एकच सलग सूट घातला होता. खालची पँट आणि शर्ट एकत्र शिवल्यासारखा तो पिवळट रंगाचा सूट होता. पँटचे पाय बुटांमध्ये खोचलेले होते. मी आधी तिच्या पायातले बूट काढले. तेव्हा माझ्या लक्षात आलं की, पँटच्या बाह्या बुटांमध्ये खोचलेल्या नसून त्या बाह्या पार तळपायांपर्यंत आहेत आणि खालून बंद आहेत. म्हणजे मोजे, पँट आणि शर्ट असे सगळे कपडे एकत्र शिवून टाकल्यासारखा तिचा सूट आहे.

मला आश्चर्य वाटलं, अशा प्रकारचे सूट थंड प्रदेशातल्या लहान मुलांना घातलेले मी पाहिले होते; पण मोठ्या माणसानं असे कपडे घातल्याचं मी प्रथमच पाहत होतो. तिला शुद्धीवर आणण्यासाठी तिचे तळपाय ब्रँडीन चोळावे असं वाटत होतं, पण पाय पूर्ण झाकलेले असल्यानं आता काही इलाज नव्हता. मग मी तिच्या शर्टाची दोन बटणं सोडली. पुन्हा तिच्या तोंडावर, डोळ्यावर पाण्याचा शिपकारा मारला आणि तिच्या शुद्धीवर येण्याची वाट मी बघत बसलो.

बाहेर आता चांगलाच अंधार पडला होता; पण घरात मात्र दिव्यांचा भरपूर उजेड होता. या पिवळसर प्रकाशात तिचा केवड्यासारखा गोरा चेहरा भलताच आकर्षक दिसत होता. तिच्या चेहऱ्यावरून नजर काढावीशी वाटत नव्हती. माझी इतर सगळी कामं सोडून मी तिच्या शेजारी बसून राहिलो.

असा जवळजवळ दीड तास गेला. ती अजूनही शुद्धीवर आली नव्हती. मी तिच्या जखमा बांधल्या होत्या- पण त्यातून अजूनही रक्तस्राव होत होता. जखमांवरची बँडेजेस एव्हाना रक्ताने भिजली होती. रक्तस्राव असाच चालू राहिला तर...? माझं मन काळजीनं भरून आलं. काहीतरी करायला हवं होतं.

पण काहीतरी म्हणजे काय? आमच्या लहानशा गावात एकही डॉक्टर नाही, एक वैदू आहे; पण तो काही उपचार करू शकतो यावर माझा विश्वास नाही. सरदडी गावात एक डॉक्टर आहे असं मी ऐकून आहे पण सरदडी इथून जवळजवळ

२२-२४ कि.मी. लांब आहे. रस्ता सगळा कच्चा आणि उखडलेला आहे. रात्रीच्या वेळी त्या रस्त्यावरून गाडी घेऊन जायचं आणि त्या डॉक्टरचं घर शोधून काढायचं म्हणजे तास-दीड तास तरी नक्की लागला असता. परतायलाही तेवढाच वेळ लागणार. शिवाय तो डॉक्टर घरी असायला हवा आणि त्यानं माझ्याबरोबर यायचं कबूल करायला हवं. माझ्यासारख्या अनोळखी माणसाबरोबर रात्रीच्या वेळी यायला त्यानं नकार दिला तर आश्चर्य वाटायला नको. कारण पळवून नेण्याचे, लुटालुटीचे नि खुनाचेसुद्धा प्रकार या भागात अधूनमधून घडत असतात; आणि समजा तो डॉक्टर यायला तयार झाला तरी त्याला घेऊन येण्यात दोन-तीन तास तरी नक्की जाणार आणि इतका वेळ या बेशुद्ध स्त्रीला एकटं सोडून जाणं कसं शक्य आहे?

काय करावं ते मला कळेना...

शेवटी मी उठलो आणि माझे इतर उद्योग करायला लागलो. ती आपोआप शुद्धीवर येईल तेव्हा येईल, असं मी ठरवलं.

रात्रीचं जेवण बनवण्याचा उत्साह आता मला राहिला नव्हता. दुपारच्या उरलेल्या अन्नावर मी भागवलं. डोमिंगोला खायला घातलं आणि परत त्या बेशुद्ध स्त्रीजवळ आलो. तोवर तिची बँडेजेस रक्तानं पूर्ण भरली होती आणि खालच्या चादरीवरही रक्त ठिबकत होतं.

मी घाईघाईनं तिची बँडेजेस सोडून दुसरी बांधली. रक्तस्त्राव अजून चालूच होता. आता तिचा चेहराही जास्त विवर्ण दिसत होता. रक्त वाहायचं थांबलं नाही तर त्यामुळेच तिला मृत्यू येईल!

मी घाबरलो. एक अनोळखी सुंदर स्त्री आपल्या दारात मदतीसाठी आली असताना तिला उपचार न झाल्यामुळे ती मृत्यूमुखी पडावी? आपण मघाशीच सरदडीला गेलो असतो, तर एव्हाना तिथे पोहोचलोसुद्धा असतो. आता तर हिला एकटीला सोडून जाणं शक्यच नाही. मग आता काय करावं?

मला काही सुचेचना.

मी एकटाच असा गावापासून लांब राहात असल्यामुळे आवश्यक तेवढी औषधं माझ्याजवळ नेहमीच असतात. शिवाय मी स्वत: काही खास औषधं माझ्यासाठी बनवून ठेवली आहेत. रक्तस्त्राव थांबवण्यासाठीचंही एक औषध मी माझ्यासाठी बनवलेलं आहे, पण ते माझ्याखेरीज दुसऱ्या कोणाही माणसाला चालणार नाही. त्यामुळे तिलाही चालणार नव्हतं. पण मग रक्त वाहूनवाहून ती मेली असती तर?

त्यापेक्षा आपलं औषध तिच्या रक्तस्त्रावावर उपयोगी पडतं का, ते तरी बघावं. कोणी सांगावं, कदाचित ते लागू पडेलही आणि समजा लागू पडलं नाही आणि

औषधानंच ती मेली तर? पण नाहीतरी रक्तस्त्रावानं ती मरेल अशी शक्यता आहेच. तेव्हा औषधाचा प्रयोग करून बघायला काय हरकत आहे?

मी उठलो आणि मी तयार केलेल्या औषधाचा डबा घेऊन आलो. तिच्या जखमांची बँडेजेस सोडून जखमांवर औषधाची पावडर चांगली दाबून बसवली आणि परत दुसरी स्वच्छ बँडेजेस जखमांवर घट्ट बांधून टाकली.

आता तिला तारणं किंवा मारणं परमेश्वराच्या हातात होतं.

तिला पलंगावर झोपवलेली असल्यामुळे मी तिथेच एक चटई अंथरली आणि रात्रीसाठीचा मंद दिवा लावून घरातले सगळे दिवे मालवले आणि चटईवर आडवा झालो.

पण मला झोप लागेना. बराच वेळ या कुशीवरून त्या कुशीवर करण्यात घालवल्यावर शेवटी मी उठून मोठा दिवा लागला. माझ्या पाहुणीची तब्येत कशी आहे ते बघायला मी पलंगाजवळ गेलो. एव्हाना तिची बँडेजेस रक्तानं पूर्ण भरली असतील असं मला वाटत होतं; पण काय आश्चर्य! बॅन्डेजेसवर रक्ताचे थोडेसेच डाग दिसत होते आणि तेही अगदी लहान होते. शिवाय ती पाहुणी आता कुशीवर झोपलेली दिसत होती. त्या अर्थी मधेच केव्हातरी तिला थोडीशी शुद्ध आलेली असावी.

आता तरी ती बेशुद्ध आहे हे कशावरून? कदाचित ती नुसतीच झोपेत असेल. मी तिच्या खांद्याला धरून हलवलं पण तिला जाग आली नाही. म्हणजे ती नीट शुद्धीवर आली नव्हती, पण रक्तस्त्राव मात्र खूप कमी झाला होता.

माझ्या औषधाचा तिला उपयोग झाला होता!

केवढं आश्चर्य!

दुसऱ्या कुणाला ते उपयोगी ठरू शकेल असं मला कधी स्वप्नातही वाटलं नव्हतं; पण तिचा रक्तस्त्राव थांबलेला दिसत होता. आता तिची फार काळजी करण्याचं कारण नव्हतं. जखमेत जंतुसंसर्ग होणार नव्हता.

मी परत आडवा झालो आणि मला लगेच झोप लागली.

सकाळी मला जाग आली तेव्हा ती डोळे मिटून पडली होती पण ती शुद्धीवर आलेली असावी असं तिच्या चेहऱ्याकडे बघून वाटत होतं. मी हळूच तिला विचारल,

"आता कसं वाटतं आहे?"

तिनं डोळे उघडून माझ्याकडे पाहिलं आणि माझ्या अंगावर रोमाच उभं राहिले. अतिशय सुंदर, निळेनिळे डोळे होते तिचे. तिनं डोळे उघडताच तिच्या देहात, एवढंच नव्हे तर सगळ्या खोलीत चैतन्य भरल्यासारखं वाटू लागलं.

"आता बरं वाटत आहे का?" मी पुन्हा विचारलं.

तिनं होकारार्थी मान डोलावली आणि विचारलं,

"मी कुठे आहे?"

मी तिला ती कुठे आहे ते सांगितलं. ती माझ्या घराशी येऊन बेशुद्ध पडल्याचं सांगितलं आणि विचारलं,

"तुम्ही इथे इतक्या आडबाजूला कशा आलात? तुम्हाला काही अपघात झाला का? तुमच्याबरोबर आणखी कोणी नव्हतं का?"

ती आधी काही बोललीच नाही, विचारात पडल्यासारखी वाटली... मग म्हणाली,

"मला काही आठवत नाही."

"तुम्ही आलात कुठून? कोणत्या गावाहून आलात?"

पुन्हा मान हलवत ती म्हणाली,

"... काही आठवत नाही."

"तुम्ही कुठून आलात तेही आठवत नाही? तुमच्या घरी कोणकोण आहे? घर कसं आहे, म्हणजे लहान आहे की मोठं आहे? दुमजली आहे? चार मजली आहे? मोठ्या रस्त्यावर आहे की लहान रस्त्यावर आहे? की गावाबाहेर...?"

"नाही... नाही... मला काही आठवत नाही आहे. मी कुठून आले, कुठे चालले होते..." मग डोक्याला हात लावत ती विव्हळली- "आई ग... माझं डोकं..."

तिचं डोकं दुखू लागलं असावसं दिसत होतं. तेव्हा तिच्या डोक्याला आणखी ताण देण्यात अर्थ नव्हता. उलट, मेंदूला विश्रांती मिळाली असती तर तिला सगळं आठवलं असतं.

"असू दे, तुम्ही आठवण्याचा फार प्रयत्न करू नका. आठवेल हळूहळू. आता तुम्ही विश्रांती घ्या... जरा बरं वाटायला लागलं की आपोआप सगळं आठवेल."

मी असं म्हटल्यावर तिनं परत डोळे मिटून घेतले. थोड्याच वेळात तिला झोप लागली असावीसं वाटलं. बरंच रक्त गेल्यामुळे तिला खूप अशक्तपणा आला होता. त्यामुळे तिची झोपमोड होणार नाही याची काळजी घेत मी माझे उद्योग करत राहिलो.

दुपारी बाराच्या सुमाराला तिला जाग आली. ती हळूहळू अंथरुणात उठून बसली. मग माझ्या मदतीनं तिनं तोंड धुणं, चहा-खाणंपिणं उरकलं. ती कोण? कुठून आली? हा विषय मी अजिबात काढला नाही. केस विंचारण्यासाठी मी तिला माझा कंगवा दिला. अपघात, नंतरची माझ्या घरापर्यंत येण्यासाठीची धडपड, बराच वेळ अंथरुणात पडून राहणं यामुळे तिच्या केसामध्ये खूप गुंता झाला होता; पण तिला एका हातानं तो गुंता नीट काढता येईना, उलट केस ओढले जाऊन तिच्या डोळ्यात पाणी येऊ लागलं. शेवटी मी तिच्या हातातला कंगवा काढून घेतला

आणि केसातला गुंता सोडवायला सुरुवात केली. ती अगदी संकोचून गेली, पण तिचाही नाईलाज होता.

तिच्या रेशमी केसांमधून कंगवा फिरवताना, केस हातात घेताना मला फार सुख होत होतं; पण त्याचबरोबर मनात खळबळ माजली होती. तिचं रूप, तिच्या केसांचा स्पर्श, तिचं नुसतं माझ्या घरातलं अस्तित्वसुद्धा मला फार आवडू लागलं होतं; मला आकर्षित करत होतं आणि त्याचबरोबर मला माझा वेगळेपणा जपला पाहिजे, कोणामध्ये गुंतता कामा नये याची जाणीव तीव्र होऊ लागली होती. ती कोण आहे हे माहीत नसताना तिच्यात गुरफटणं मूर्खपणाचं आहे असंही माझं मन मला सांगत होतं. तिच्या केसांमधला गुंता काढता काढता माझ्या मनातला गुंता मात्र वाढत चालला होता.

केस विंचरून झाल्यावर मी माझे कपडे तिला आणून दिले. खरं म्हणजे ते तिला मोठे होणार होते, पण त्याला काही इलाज नव्हता. मी दिलेले कपडे बघून ती म्हणाली,

"मोजे... मोजे मिळतील का?"

"हो... मोजे मिळतील की पण घरात मोजे घालणं तुम्हाला सोयीचं वाटणार नाही. म्हणून..."

"मला मोजे घालायची सवय आहे-" ती खाली मान घालून म्हणाली. मी तिला मोजेही आणून दिले.

तिचा एक हात अगदी जायबंदी होता. त्यामुळे एकाच हातानं ती कपडे कसे बदलणार... हा प्रश्न होता; पण माझी मदत तिनं नाकारली. माझ्यासारख्या अनोळखी माणसाचा तिला संकोच वाटणं अगदी स्वाभाविक होतं. शेवटी मी माझ्या शर्टाची उजवी बाही कापून टाकली आणि तो शर्ट तिला देऊन खोलीबाहेर येऊन दार लोटून घेतलं.

एका हातानं कपडे घालायला तिला वेळ लागणार होता हे मला माहीत होतं म्हणून मी बराच वेळ जाऊ देऊन मग तिच्या खोलीमध्ये डोकावलो, तर झालेल्या श्रमांनी ती परत झोपी गेली होती. अंगातून काढलेला तिचा सूट तिनं कसा तरी घडी करून शेजारच्या खुर्चीवर ठेवला होता आणि जखमी हाताखाली उशी ठेवून ती गाढ झोपली होती. माझे पुरुषी कपडे घालूनसुद्धा ती अतिशय मोहक दिसत होती, मी टक लावून तिच्याकडे पाहत राहिलो.

जरा वेळानं मी भानावर आलो नि मलाच माझ्या टक लावण्याची लाज वाटली. तिचे काढलेले कपडे मी उचलून घेतले. ते धुवून स्वच्छ करायलाच हवे होते. कपडे घेऊन मी बाहेर पडलो आणि दार परत लोटून घेतलं.

तो सगळा दिवस तिनं झोप घेण्यातच घालवला. जेवणासाठी मी तिला

उठवलं. जेवल्यावर ती परत लगेच झोपी गेली नि मी घर आवरू लागलो. एरवी मी कधीच घराच्या व्यवस्थेकडे लक्ष देत नाही. कुठेही, कसाही पसारा पडलेला असतो; पण आता मात्र त्या पसाऱ्याची मला लाज वाटू लागली. तिच्या दृष्टीस तो पडू नये म्हणून मी आवरू लागलो.

संध्याकाळी पाच वाजता मी परत तिला चहा घेण्यासाठी उठवलं. आता तिला पुष्कळ बरं वाटत असावं. उठल्यावर माझ्याकडे पाहून ती हसली. मग आम्ही दोघांनी चहा घेतला. आता ती आपण होऊन एखादा शब्द बोलत होती; पण चहा संपता संपताच तिला जांभया येऊ लागल्या आणि ती परत झोपून गेली.

चहा झाल्यावर मी माझे कपडे धुवायला घेतले, त्याचबरोबर तिचा सूटही घेतला. आधी नुसत्या पाण्यात घालून खळबळला. त्याच्यावरचे रक्ताचे थेंब शक्य तेवढे सुटावेत नि मग त्याला साबण लावावा असा माझा उद्देश होता; पण पाण्यातून मी सूट बाहेर काढला आणि बघतच राहिलो. त्याच्यावर रक्ताचाच काय, कुठलाही डाग शिल्लक नव्हता. नवीन शिवल्यासारखा तो स्वच्छ दिसत होता. कुठलाही रंग किंवा पदार्थ धरून न ठेवणारं अशा प्रकारचं कापड!

आतमध्ये अस्तर लावून तो शिवलेला होता आणि अस्तराचं कापडही माझ्या चांगल्या ओळखीचं होतं. आगीत न जळणारं नि पाण्यात न भिजणारं असं ते अग्निरोधक, जलरोधक कापड होतं. माझ्या माहितीत तरी असं कापड आसपासच्या प्रदेशात कुठे बनत नव्हतं. तिचे कपडे त्या कापडाचे होते. म्हणजे ती कुठून आली होती? तसं कापड बनणाऱ्या प्रदेशातून ती आली होती?

खरंच ती इतक्या दुरून आली आहे का! कसं शक्य आहे? इतक्या वर्षात मला तिथलं कोणी भेटलं नाही, आता कसं कोणी भेटेल? शिवाय, असं कापड आता कदाचित् इथंही बनत असेल. एखाद्या अतिप्रगत देशात त्याचं उत्पादन होत असेल आणि मला मात्र त्याची माहिती नसेल.

पण ती 'तिथून' आली नसेल असं तरी का समजायचं? तिच्या सुटाचं कापड माझ्या माहितीचं आहे आणि शिवाय माझ्या औषधानं तिचा रक्तस्त्रावही लगेच थांबत होता. म्हणजे ती माझ्याच प्रदेशातली असायची शक्यता पुष्कळ आहे. पण तसं आहे की नाही हे नक्की कसं कळायचं? तिला तर काहीच आठवत नाही. निदान असं ती म्हणते आहे.

यावर एक उपाय आहे. ती उन्हात असताना तिला बघितलं पाहिजे. पण ते कसं जमणार? ती झोपली आहे त्या खोलीत ऊन तर सोडाच स्वच्छ सूर्यप्रकाशही येत नाही. झोपायच्या खोलीत फार उजेड नको म्हणून खोलीचं अंगणात उघडणारं दार आणि खिडकी मी नेहमी बंदच ठेवतो. ती उघडली तर खोलीत ऊन आलं नाही तरी स्वच्छ सूर्यप्रकाश येईल. हातात इतका वेळ तसाच धरून ठेवलेला सूट मी पिळत

वाळत घातला, तेव्हा माझा निश्चय ठरला होता आणि माझ्या मनात आशा अंकुरली होती.

दुसऱ्या दिवशी सकाळी मी तिच्यासाठी चहा घेऊन गेलो तेव्हा ती अंथरूणात उठून बसली होती. तिचा चेहराही ताजातवाना दिसत होता.

''आता कसं वाटतं आहे.''

माझ्याकडे बघून हसत तिनं सांगितलं, ''तुमचे आभार कसे मानावेत तेच कळत नाही.''

''त्यात आभार कसले मानायचे? इतकं तर आपण एकमेकांसाठी केलंच पाहिजे.'' तिच्या हातात कप देत मी म्हटलं.

तिनं कप तोंडाला लावला आणि मी झट्कन अंगणातलं दार आणि खिडकी उघडून टाकली. स्वच्छ सूर्यप्रकाश आत आला.

असं काही होईल याची तिला कल्पना नव्हती. ती एकदम बावचळली. हातातली कपबशी घाईघाईनं खाली ठेवत, हाताच्या तळव्यानं चेहरा झाकत तिनं मान खाली घातली आणि ती उद्‌गारली.

''नको. नको. नको हो, हा उजेड मला सहन होत नाही.''

''काय झालं?'' मी काहीच न कळल्यासारखं दाखवत विचारलं.

''माझ्या डोळ्यांना या उजेडाचा फार त्रास होतो आहे. प्लीज, बंद करा ना दरवाजा.'' आणखीन खाली वाकून चेहरा आणखी लपवत ती म्हणाली.

''सॉरी. मला कल्पना नव्हती.'' असं म्हणत मी घाईघाईनं दार आणि खिडकी लावून घेतली.

पण माझं काम झालं होतं. तिनं तळव्यानं चेहरा झाकायचा प्रयत्न केला होता, तरी तिच्या चेहऱ्याचा बदललेला रंग मला दिसला होता आणि माझं मन आनंदानं नाचू लागलं होतं.

ती माझ्यासारखीच होती! माझ्या देशातून, म्हणजे खरं तर माझ्या ग्रहावरून आली होती. नक्कीच. नाहीतर सूर्यप्रकाशात तिचा रंग कसा बदलला असता? तिला माझं औषध कसं लागू पडलं असतं?

पण तिचा रंग खरंच बदलला होता का? की तो केवळ माझ्या मनाचा खेळ होता.

माझं रक्त इथल्या मानवापेक्षा वेगळं असल्यामुळे आणि त्यात फायब्रिनोजेन मुळीच नसल्यामुळे माझं रक्त वाहू लागलं तर ते कुठल्याही मानवनिर्मित औषधानं थांबत नाही हे खरं; पण माझ्या औषधानं मानवी रक्तस्त्राव थांबणार नाही हा आपला माझा नुसता अंदाज आहे. त्या औषधाचा प्रयोग कुणा माणसांवर अजून झालेलाच नाही. कुणी सांगावं मानवी रक्तस्त्रावही त्या औषधानं थांबत असेल आणि तसा तिचा रक्तस्त्राव थांबला असेल.

माझ्या मनात उलटसुलट विचारांचा एकच गोंधळ उडाला. एकदा वाटे ती आपल्यासारखीच आहे. कोणत्याही कारणानं, कोणत्याही प्रकल्पाचा किंवा संशोधनाचा भाग म्हणून ती पृथ्वीवर आलेली असली तरी नियतीनंच आपली भेट घडवली आहे. आपला एकटेपणा आता संपला आहे.

आपलं खरं स्वरूप तिला दाखवावं.

पण लगेच मनात विचार येई, ती मानवीच असली तर! तुझी खरी ओळख पटताच ती घाबरून तर जाईलच; कदाचित पळूनही जाईल. मग तिच्याकडून इतरांना ही गोष्ट कळली की तुझं काय होईल.

दिवसभर माझ्या मनात विचारांचं द्वंद्व चालू होतं. नक्की काहीच कळत नव्हतं. डोमिंगो तिच्यावर भुंकला नव्हता ही गोष्टही ती माझ्यासारखीच असल्याचं सुचवत होती. तिचा वास त्याला माझ्यासारखाच वाटला असला पाहिजे.

खात्री करून घेण्याचा एक मार्ग होता. तिची पावलं बघणं; पण ती तर सारखी मोजे घालून वावरत होती, माझ्यासारखीच.

हा विचार आला आणि माझं मन एकदम उल्हसित झालं.

मला खरंच माझी सखी भेटली होती. मी तिच्यासारखाच आहे हे कळलं की, तीही आनंदणार होती. माझा एकटेपणा आता संपणार होता. मात्र आधी सगळी शंका फेडून घ्यायला हवी होती.

त्या दिवशी तिला पुष्कळच उत्साह वाटत होता. ती घरातल्या घरात वावरू शकत होती. डोमिंगोच्या डोक्यावरून तिनं हात फिरवला तेव्हा त्यानं प्रेमानं तिला चाटलं. हे बघितलं आणि मला बरं वाटलं.

रात्री जेवणं झाल्यावर ती लगेचच झोपली. मीही बाहेरच्या खोलीत अंथरुणावर पडलो, पण मला झोपायचं नव्हतं. साधारण तासभर गेल्यावर मी उठलो आणि चोर पावलांनी तिच्या पलंगापाशी गेलो. तिची छाती संथपणे वरखाली होत होती. ती शांत झोपली होती.

मी हळूच तिच्या पायावरचं पांघरूण बाजूला केलं आणि तिचा एक पाय दोन्ही हातामध्ये धरून चाचपला.

"काय... काय झालं? हे काय... करता?" असं म्हणत ती एकदम धडपडत उठून बसली.

"सॉरी हं, अंधारात नीट दिसलं नाही आणि मी धडपडलो... माझं पुस्तक न्यायला आलो होतो मी. सॉरी, झोपा तुम्ही." असं म्हणून टेबलावरचं एक पुस्तक उचलून मी खोलीबाहेर पडलो.

थोड्याच वेळात ती परत झोपली असावी. मला मात्र आनंदानं झोप येईना. कितीतरी वेळ मी जागाच होतो. ती माझ्यासारखीच आहे याची आता खात्री पटली

होती. तब्बल आठ वर्षांनी मला सजातीय व्यक्ती भेटली होती. आठ वर्षांपूर्वी या ग्रहाचा अभ्यास करण्यासाठी आमचं तिघांचं पथक तब्बल साडेदहा वर्षांचा एकाएकी आणि जिकिरीचा प्रवास करून इथे पोहोचलं होतं. नीट योजना आखून आणि गणितं मांडून आमचं यान एका निर्जन प्रदेशात आम्ही उतरवलं होतं. पण दुर्दैवानं त्या निर्जन वाटणाऱ्या प्रदेशातच काही आदिवासी टोळ्या वास्तव्य करून होत्या. त्यापैकी एका टोळीनं आमच्या यानावर हल्ला केला होता, त्याची मोडतोड केली होती आणि आम्ही जीव घेऊन पळत सुटलो होतो. त्यात आमच्या तिघांची ताटातूट झाली होती. लपतलपत शेवटी मी या भागात येऊन इथे स्थायिक झालो होतो. माझ्या साथीदारांची आणि माझी त्यानंतर कधीच भेट झाली नव्हती. एकटेपणानं जगण्याची सवय मी स्वत:ला लावून घेतली होती.

पण आता हा एकटेपणा संपला होता. या आनंदातच मग केव्हातरी मला झोप लागली.

त्या आनंदातच मला सकाळी जाग आली. आता आपली खरी ओळख तिला करून द्यायची असं ठरवून मी तिच्या खोलीत गेलो आणि बघतच राहिलो; पलंग रिकामा होता!

रिकाम्या पलंगावर एक कागद ठेवलेला होता आणि त्यावर लिहिलं होते, 'आभारी आहे.'

ती निघून गेली होती. गुपचूप पळून गेली होती. काल रात्री मी तिचा पाय चाचपल्यामुळे तिचं खरं स्वरूप माझ्या लक्षात आलं असेल असं वाटून घाबरून ती गेली होती का? की माझ्या मदतीची आता तिला गरज नाही म्हणून ती निघून गेली होती?

ती गेली होती एवढं खरं.

दोन दिवसांची पाहुणी असल्यासारखी ती निघून गेली होती आणि मी एकटा राहिलो होतो, अगदी एकटा. या विशाल जगात एकटा कारण मी या जगातलाच नाही. मी ही तिच्यासारखाच एका दुसऱ्या जगातून आलो आहे; तेही तिच्याच जगातून. माझाही रंग प्रखर सूर्यप्रकाशात बदलतो आणि भोवतालच्या परिसराशी मिळता-जुळता होतो. माझ्याही पायांना पुढच्या बाजूला तीन आणि मागे टाचेकडे एक अशी चार जाडजूड बोटं आहेत. त्यामुळेच मी कायम बूट-मोजे घालून वावरतो आणि झाडा-झाडांवरून उड्या मारत भराभर पुष्कळ अंतर कापू शकतो.

ती रात्रीच्या अंधारातच निघून गेली. त्या अंधाराचा फायदा घेऊन तिनं उड्या मारत बरंच अंतर कापलं असणार. कोणीतरी पाहील या भीतीनं मी मात्र दिवसा-उजेडी असं करू शकत नव्हतो. शिवाय, ती कुठल्या दिशेला गेली हेही मला

माहीत नव्हतं. त्यामुळे ती परत येईल अशी आशा करत तिची वाट बघणं, एवढंच माझ्या हातात होतं.

गेले दोन दिवस मी हेच करतो आहे. माझ्या औषधानं तिचा रक्तस्राव थांबला याचा अर्थ कदाचित् तिच्या लक्षात येईल आणि ती परत येईल किंवा तिला पुन्हा काही मदतीची गरज भासेल आणि मग माझी मदत आठवून ती परत येईल.

असं घडण्याची शक्यता कमी आहे हे मला माहीत आहे; पण कुणी सांगावं, कदाचित ती येईलही.

मी वाट बघत राहणार आहे!

(सृष्टीज्ञान - नोव्हेंबर-डिसेंबर १९९४)

◆

कालचतुराची चित्तरकथा

रात्रीची जेवणं उरकल्यानंतर रूपाताई मागचं आवरायला लागली तशी मंदार बाहेर व्हरांड्यात गेला आणि समोरच्या काळोखाकडे बघत उभा राहिला. खरं म्हणजे बघण्याजोगं असं तिथे काही नव्हतं. पूर्वी कधीतरी हौसेनं वाढवलेल्या बागेत आता फारसं काही शिल्लक नव्हतं. अजूनही चिवटपणे तग धरून असलेली काही झुडपं आणि अस्ताव्यस्त वाढलेलं तण यांच्या जोडीला एक माड आणि दोन कडुलिंबाचे वृक्ष तेवढे अजून उभे होते. गेल्या तीन-चार वर्षात बाबांचं, त्याच्या वडिलांचं, बागेकडेच नव्हे तर घराकडेही पूर्ण दुर्लक्ष झालेलं होतं. पूर्वी ते वर्षातून निदान चार-पाच वेळा आपल्या या वडिलोपार्जित घरी येऊन दोन-चार दिवस राहून जात. आवश्यक ती डागडुजी करून घेत आणि परत सखारामवर घराची जबाबदारी सोपवून मुंबईला परतत; पण मंदारची आई अचानक एका अपघातात देवाघरी गेल्यापासून त्यांना कशातच रस वाटेनासा झाला होता. त्यामुळे त्यांच्या इकडच्या फेऱ्या कमी झाल्या होत्या. दोन वर्षांपूर्वी त्यांच्या मुलीचं, रूपाचं लग्न झाल्यापासून तर ते एकदाच इकडे येऊन गेले होते. सखारामनं घर बऱ्यापैकी स्वच्छ ठेवलं होतं, पण बागेची काळजी घेणं मात्र त्याला जमलेलं नव्हतं. तो, त्याची बायको जानकी आणि त्याचा चार वर्षांचा नातू गणेश असे तिघं जण घरामागच्या दोन खोल्यांमध्ये राहत होते. गेली तीस वर्षं तो घराची व्यवस्था बघत होता आणि खाल्ल्या मिठाला जागणारा होता, म्हणून घर इतपत तरी बऱ्या स्थितीत होतं.

हे सगळं मंदारनं रूपाताईच्या तोंडून गेल्या चार दिवसात अनेकदा ऐकलं होतं. नाहीतर गेल्या चार वर्षांतल्या घरच्या परिस्थितीची त्याला फारशी कल्पना नव्हती. आई गेल्यावर त्याच वर्षी त्याला ऑक्सफर्ड विद्यापीठात रसायनशास्त्र विषयात संशोधन शिष्यवृत्ती मिळाली होती आणि तो इंग्लंडला गेला होता. त्यानंतर तो

एकदाच ताईच्या लग्नासाठी आठ दिवस भारतात आला होता आणि त्यानंतर आत्ताच, बाबांना हृदयझटका आल्याचं कळल्यावर तो घाईनं परतला होता. बाबा त्या झटक्यातून उठलेच नव्हते. त्यांचं क्रियाकर्म झाल्यावर तो आणि रूपाताई या त्यांच्या जुन्या घरात आले होते, ते त्याची काहीतरी व्यवस्था लावावी, जमल्यास भाड्यानं द्यावं किंवा विकून टाकावं या विचारानं. आल्यापासून चार दिवस गावातले लोक येऊन त्यांना भेटून जात होते, पण घराचं काही जमेलसं दिसत नव्हतं. काहीच जमलं नाही तर परत घर बंद करून जावं लागणार होतं.

समोरचं अस्ताव्यस्त वाढलेलं तण, मध्येच डोकावणारी झुडपं आणि त्या सगळ्यांच्यावर सावली धरल्यासारखे दिसणारे, उंच वाढलेले वृक्ष बघत मंदार उदास मनानं व्हरांड्याच्या खांबाला टेकून उभा होता. आई, बाबा, रूपा, ऑक्सफर्ड, बाग, सखाराम, सगळेच विचार मनात गुंता करत होते. ऑक्सफर्डला परत जाण्याचाही विचार मनात डोकावत होता.

समोरच्या अंधारलेल्या बागेकडे असं उदासपणे बघताबघता मंदार एकदम चमकला. समोर काहीतरी चमकत होतं. पिवळट किंवा पांढरट-पिवळ्या प्रकाशाचा एक ठिपका कडुलिंबाच्या झाडाखाली दिसत होता. हा... कसला ठिपका आहे? तिथे कसा आला? कुठून आला? की तो आधीपासूनच तिथे आहे आणि आपल्या आत्ता लक्षात आला?

तो असा विचार करत असतानाच तो ठिपका हलू लागला. तो आपल्या दिशेनं येतो आहे हे त्याच्या लक्षात आलं आणि त्याचबरोबर हेही लक्षात आलं की तो नुसता ठिपका नाही, तर त्या ठिपक्याच्या मागे एक संपूर्ण माणूस आहे आणि त्याच्या कपाळावर तो ठिपका आहे.

तो माणूस मंदारच्या समोर येऊन उभा राहिला तेव्हा व्हरांड्यातल्या एकुलत्या एक दिव्याच्या प्रकाशात मंदारच्या लक्षात आलं की तो कोणीतरी वारकरी आहे. निदान त्याचा पोशाख तरी एखाद्या वारकऱ्यासारखा वाटत होता. मळकट धोतर, तितकाच मळकट झब्बा किंवा लांब बाह्यांचा शर्ट, डोक्याला मुंडासं, खांद्याला पडशी आणि एका हातात भगवी पताका.

हा वारकरी इतक्या रात्रीचा आपल्याकडे कशाला आला आहे असा विचार मंदारच्या मनात येत असतानाच वारकऱ्यानं हात जोडले आणि तो म्हणाला,

"रामराम, साहेब. वारकरी आहे मी."

"हो... रामराम." काय म्हणावं ते नक्की न कळून मंदार उत्तरला.

"साहेब, रात्रीपुरती जागा मिळेल का डोकं टेकवायला?"

त्याला राहायला जागा हवी होती.

"पहाटे उठून निघून जाईन साहेब मी." वारकरी अजिजीनं म्हणाला.

काय म्हणावं ते मंदारला कळेना. वारकरीच पुढे म्हणाला,

"साहेब, नाही म्हणू नका गरिबाला. खूप पायपीट झाली आहे आज. पायाचे तुकडेच पडायचे बाकी आहेत बघा. तेवढी रात्रीपुरती जागा द्या अंग टाकायला. मी तुम्हाला काही त्रास देणार नाही. उजाडायच्या आधीच निघून जाईन. विठोबाची आण."

बाहेर व्हरांड्यातल्या बोलण्याचा आवाज ऐकून रूपा बाहेर आली होती. हात जोडून गयावया करणारा वारकरी बघून ती म्हणाली,

"पण तुम्ही इकडे कसे आलात बाबा? आमचं गाव काही वारीच्या रस्त्यावर नाही आहे आणि आमचं घर तर अगदी गावाबाहेर आहे."

"काय सांगू ताई तुला!" व्हरांड्यात पायऱ्यांवर बसकण मारत वारकरी म्हणाला, "माझ्या जोडीदारांची आणि माझी झाली चुकामूक आणि मी आपला त्यांना शोधत चालत राहिलो, चालत राहिलो. नाही, रस्ता चुकला आहे हे माझ्या लक्षात आलं मघाशीच, पण कुठे तरी डोकं टेकायला जागा हवी ना, म्हणून चालत राहिलो. शेवटी इथे उजेड दिसला... नाही म्हणू नका ताई, माझा काही त्रास व्हायचा नाही तुम्हाला.

आणि त्यानं पायरीवर डोकं टेकलं.

मंदारनं रूपाकडे पाहिलं. त्याला त्या वारकऱ्याची दया येऊ लागली होती. एका रात्रीपुरतं त्याला तिथे राहू द्यायला हरकत नाही असं त्याला वाटू लागलं होतं. त्याचे विचार ओळखून रूपा म्हणाली, "मंदार, जरा आत ये."

तिच्या मागोमाग मंदार आत गेला. त्याच्याकडे वळून ती म्हणाली,

"ओळखीचा ना पाळखीचा, अशा या भणंग माणसाला घरात घ्यायचं नाही हं, मंदार. रात्री आपला खूनसुद्धा करायचा तो... नाहीतर दरोडा घालायचा. आपण दोघंच आहोत घरात."

मंदारला तिचं जरा हसू आलं. तो म्हणाला,

"ताई, अगं आपल्याकडे लुटण्यासारखं काही आहे तरी का? आपलं घर कायम बंद असतं आणि आपण आत्ता चार आठ दिवसांसाठी इथे आलो आहोत हे गावात सगळ्यांना माहीत आहे. दरोडेखोरांना तर अशा गोष्टी माहीतच असतात. आणि तो आपला खून कशाला करेल? आपण त्याचं काय घोडं मारलं आहे?"

"तरी पण इतक्या अनोळखी, परक्या माणसाला रात्रीचं घरात घेणं मला काही पटत नाही, मंद्या. आणि तो आत्ता या दिवसात इकडे कसा आला? पंढरपूरची वारी अजून व्हायची आहे का? वारी कधी असते?"

तिच्या या प्रश्नाचं उत्तर मंदारलाही माहीत नव्हतं. एक तर गेल्या चार वर्षांत

त्याचा या अशा गोष्टींशी संबंध राहिलेला नव्हता आणि पंढरपूरच्या वारीचं महात्म्यही एकविसाव्या शतकात कमी झालं होतं. लोकांची भाविकता, देवदर्शनाची आस, त्यासाठी कष्ट सोसण्याची तयारी या गोष्टी कमीकमीच होत गेल्या होत्या. त्यामुळे वारीसारख्या गोष्टींना मिळणारी प्रसिद्धी कमी झाली होती. परिणामी, वारीविषयी सर्वसामान्यांना माहिती असेनाशी झाली होती.

"वारी कधी असते?" रूपानं विचारलं, "ती होऊन तर गेली नसेल ना?"

"कुणास ठाऊक." मंदार म्हणाला. "पण एक रात्र त्याला इथे झोपू द्यायला काय हरकत आहे? फार तर आपण त्याला बाहेर, बैठकीच्या खोलीतच झोपायला सांगू."

"नाही हं, मला हे मुळीच पसंत नाही. रात्री त्यानं काही केलं तर...

"ताई, अगं, काही करणार नाही तो.... बरं तर, आपण त्याला बाहेर व्हरांड्यातच ठेवू; मग तर झालं?"

रूपा काही बोलली नाही तेव्हा तो तिचा होकार समजून मंदार बाहेर गेला आणि अजून पायरीवर बसून असलेल्या वारकऱ्याला म्हणाला,

"बाबा, आजची रात्र राहा तुम्ही इथे. इथे व्हरांड्यात एका बाजूला पसरा तुमची चादर."

वारकऱ्याला तो बेत फारसा पसंत नसावा. तो म्हणाला,

"दादा, फार थंडी वाजेल हो इथे रात्रीची."

त्याचं म्हणणं खरं होतं. दोन दिवसांपासून जरा थंडीच पडत होती, पण मंदार काही म्हणण्यापूर्वीच रूपा बाहेर येत म्हणाली,

"मी जाड चादर देते तुम्हाला पांघरायला, म्हणजे थंडी वाजणार नाही."

त्यावर बोलणं खुंटल्याप्रमाणे मान हलवत वारकऱ्यानं त्याच्या पडशीतून एक चादर काढली आणि ती तो पसरू लागला. रूपाला अजूनही त्याचं अचानक येणं आणि रात्रभरासाठी मुक्काम ठोकणं खटकत होतं

"बाबा, नाव काय तुमचं? कुठल्या गावचे तुम्ही?" तिनं विचारलं.

"तुकाराम म्हणतात मला आणि गाव म्हणाल तर... हे विश्वची माझे घर; पण तसा मी तासगावचा. नागपूरच्या बाजूचं."

"इतक्या लांबून वारीला येता तुम्ही?"

"यावंच लागतं नं ताई. विठोबाचं बोलावणं असतं, मग न येऊन कसं चालेल?"

"आणि तुमच्या कपाळावर काय गंधाचा टिळा आहे का तो, चमकणारा?" न राहवून रूपानं विचारलं. व्हरांड्यातल्या मंद उजेडात तुकारामाच्या कपाळावरचा पांढरट पिवळा ठिपका चांगलात चमकत होता.

"हो नं ताई, विठ्ठलाची कृपा." असं म्हणत त्यानं हात जोडून कपाळावर टेकवले.

त्या दोघांचं असं बोलणं होत आहे तोवर मंदारनं आत जाऊन एक चादर आणि एक ब्लँकेट आणलं. एका तांब्यात पाणीही आणलं. वारकऱ्यानं पाण्याचा तांब्या तोंडाला लावला आणि तो घटाघटा पाणी प्याला. नापसंतीनं त्याच्याकडे बघत असलेल्या रूपाकडे नजर टाकत मंदार म्हणाला,

"झोपा आता बाबा. आम्हीही झोपतो."

मंदार आत जाऊ लागला तशी रूपाही नाईलाजानं त्याच्यामागे आत गेली आणि तिनं व्हरांड्याचं दार बंद करून कडी आणि बोल्ट लावला. ती आणि मंदारही मग आपापल्या खोल्यात झोपायला गेले, तरी ती बराच वेळ जागी होती. बाहेर एक अनोळखी माणूस झोपला आहे या विचारानं तिला चैन पडेना. शेवटी ती उठली. घराचं पुढचं-मागचं दार घट्ट बंद आहे ना, हे तिनं पाहिलं. मग ती मंदारच्या खोलीत गेली. तो स्वस्थपणे गाढ झोपला होता आणि थोडासा घोरतही होता. थंडी पडली होती. काय करावं ते तिला न सुचल्यामुळे शेवटी ती तिच्या खोलीत गेली. तिथलीही खिडकी तिनं लावून घेतली आणि ती परत अंथरुणावर आडवी झाली. थोड्या वेळानं तिला झोपही लागली.

मंदारला या कशाचाच पत्ता नव्हता. तो आपला निश्चिंत झोपला होता. त्याला जाग आली ती काहीतरी आवाजानं. आवाज कसला आहे आणि तो कुठून येतो आहे हे त्याला आधी कळेचना; पण मग जरा कानोसा घेतल्यावर त्याच्या लक्षात आलं की, आवाज काहीतरी झटापट चालल्यासारखा आहे आणि तो व्हरांड्यातून येतो आहे. 'हे काय आणखी नवीन?' असं मनाशी म्हणत त्यानं घराचं दार उघडलं आणि तो बघतच राहिला.

व्हरांड्यात तुकाराम वारकऱ्याची कोणातरी माणसाबरोबर झटापट चालली होती.

"ए... हे... हे काय चाललं आहे? कोण आहेस तू?" तो ओरडला.

रूपाही तोपर्यंत बाहेर आली होती. ती म्हणाली,

"तरी मी तुला सांगत होते, उगाच कोणाला तरी घरात घेऊ नकोस म्हणून."

"अगं पण,... मला काय माहीत... एऽऽऽ बास, बंद करा एकदम ही मारामारी..."

पण त्याच्या ओरडण्याचा त्या दोघांवर काही परिणाम होत नाहीये आणि त्यांची गुद्दागुद्दी चालूच आहे हे बघून शेवटी मंदार त्या दोघांमध्ये पडला आणि त्यांना बाजूला करण्याचा प्रयत्न करू लागला. शेवटी एका क्षणी दोघं एकमेकांपासून वेगळे झाले. तुकाराम व्हरांड्याच्या पायऱ्या उतरून पळू लागला आणि एकाएकी दिसेनासा झाला!

मंदार आणि रूपा चक्रावून बघत राहिले. आत्ता तुकाराम पायऱ्यांखाली दिसत होता आणि आत्ता दिसत नाहीये. हे... हे... कसं शक्य आहे?

"तुम्ही त्याला पळून जायला मदत केलीत. तुम्ही मध्ये पडला नसता तर मी त्याला बरोबर कैद केलं असतं."

हे शब्द ऐकले आणि मंदारला त्या नवीन माणसाची एकदम जाणीव झाली.

"ए, तू कोण आहेस? आणि इथे कशाला आला आहेस?" त्यानं दरडावून विचारलं.

"सांगतो, सांगतो. पण आधी मला त्याच्या मागावर जायला हवं... पण मी परत येऊन तुम्हाला सगळं सांगेन... नक्की सांगेन, विश्वास ठेवा."

घाईघाईनं एवढं बोलून तो दुसरा माणूसही पायऱ्या उतरू लागला आणि एकदम दिसेनासा झाला! बावचळलेल्या मंदारचा दंड घट्ट पकडत रूपा उद्गारली,

"मंद्या, हे हे... काय चाललं आहे रे? कोण.. होते ते दोघं? भूत वगैरे तर नाही ना?"

"भूत? कुठलं भूत? भूत बीत काही नसतं... पण ते नाहीसे कसे..."

बोलताबोलता थांबून तो बागेकडे पाहू लागला. रूपाही तिकडे बघू लागली, कारण आता तिथे काहीतरी झटापट चालू होती. नीट काही दिसत नव्हतं कारण बागेत अंधार होता.

तेवढ्यात झटापट थांबली आणि दोन आकृत्या घराकडे येऊ लागल्या. त्या जरा पुढे आल्यावर त्या आकृत्या म्हणजे तुकाराम आणि तो दुसरा अनोळखी माणूस असे दोघं होते आणि त्या दुसऱ्या माणसानं गचांडी धरून त्याला व्हरांड्याकडे चालवलं होतं. तुकारामाचे हात समोर धरलेले होते आणि त्यात बेड्या होत्या!

अवाक् होऊन दोघं बघत असतानाच ती दोन माणसं पायऱ्या चढून वर आली.

"ए... हे काय चाललं आहे? कोण आहात तुम्ही? आणि इथे कशाला आला आहात?"

भानावर येत मंदारनं दरडावून विचारलं.

"सांगतो, सांगतो... पण तुमचा विश्वास बसेल की नाही कुणास ठाऊक... मी एक पोलीस इन्स्पेक्टर आहे, मुंबईच्या पोलीस खात्यातला. इन्स्पेक्टर माने."

आणि त्या माणसानं हस्तांदोलनासाठी हात पुढे केला. पण मंदारनं हात मिळवला नाही. कारण गडद हिरव्या रंगाचा गणवेश आणि त्यावर उजव्या बाहीवर एकच, शंखाच्या आकाराचं चकचकीत पदक... असा गणवेश मंदारनं कधीच बघितला नव्हता.

"मुंबई पोलिसांचा गणवेश असा नसतो." मंदार म्हणाला.

"हो ना!" रूपाही उद्गारली. "हा काही पोलिसांचा गणवेश नाही. अशा

थापांना आम्ही फसणार नाही. आणि इथे कशाला आला आहेस तू? आधी तो तुकाराम आला, मग तू, मग मारामारी... मध्येच तुम्ही नाहीसे झालात... काय चाललं आहे हे सगळं... तरी मी तुला सांगत होते, मंद्या की उगाच कोणाला तरी...''

''रागावू नका तुम्ही. मी तुम्हाला सगळं नीट सांगतो. तुमच्या सुरक्षिततेसाठी आणि..''

''आमच्या सुरक्षिततेसाठी म्हणजे?'' त्याचं वाक्य अर्ध्यावरच तोडत रूपानं ओरडून विचारलं.

''सांगतो ना. मी सांगतो ते सगळं तुम्ही शांतपणे ऐकून घेणं आणि त्यावर विश्वास ठेवणं मात्र आवश्यक आहे.... माझा गणवेश तुम्हाला ओळखीचा वाटत नाही, तसा तो वाटणारही नाही. कारण हा गणवेश २०९० सालातल्या मुंबई पोलिसांचा गणवेश आहे. मी २०९० सालातला पोलीस इन्स्पेक्टर आहे.''

''दोन हजार नव्वद सालातला! पण हे कसं...''

''मी कालप्रवास करून इथे आलो आहे, ते एका फार चलाख गुन्हेगाराचा, या कालचतुराचा पाठलाग करत. शेवटी आज तो माझ्या हाती लागला.''

''ए, फार गमज्या मारू नकोस, केव्हाच निसटून जाईन मी तुझ्या हातून. तुला पत्ताही लागणार नाही.'' चढेल सुरात तुकाराम म्हणाला. त्याच्याकडे आश्चर्याने बघत मंदार म्हणाला,

''हा तुकाराम गुन्हेगार आहे?''

स्वतःशी हसत आणि मान डोलवत तो इन्स्पेक्टर म्हणाला,

''बरोबर. त्यानं वारकऱ्याचा वेश केला होता, त्यामुळे त्यानं स्वतःचं नाव तुकाराम सांगणं अगदी योग्य आहे, पण त्याचं नाव कालचतुर आहे. म्हणजे हे त्याचं खरं नाव नाही, ते आम्ही म्हणजे पोलिसांनी त्याला दिलेलं नाव आहे. त्याचं मूळचं नाव त्याला स्वतःला तरी आता आठवतं की नाही कोणास ठाऊक.''

''हे काय चाललं आहे हेच मला समजेनासं झालं आहे... कालप्रवास काय, तुकाराम काय, कालचतुर काय... कालप्रवास ही केवळ कल्पना आहे असं मला वाटत होतं.'' वैतागलेल्या सुरात रूपा म्हणाली.

''तुमच्या काळात ती नुसती कल्पना होती, पण गेल्या वीस-बावीस वर्षांपासून ती सत्यात उतरली आहे; आणि कालप्रवास फार खर्चिक आणि थोडा धोक्याचा असला तरी कालसफरी करणारी अतिश्रीमंत माणसं अगदीच नाहीत असं नाही. आणि कालप्रवासाचा उपयोग करून सफाईनं गुन्हे करणारा कालचतुरासारखा एखादा अतिहुशार गुन्हेगारही आहे.''

''म्हणजे काय? तो गुन्हे करण्यासाठी कालप्रवास करतो म्हणजे... पण... तू पोलीस इन्स्पेक्टर आहेस. दोन हजार नव्वद सालातला... हे कशावरून? तूच

गुन्हेगार नाहीस, आमच्याच काळातला गुन्हेगार नाहीस हे कशावरून? आम्ही वाटेल त्या थापांवर विश्वास ठेवू असं वाटलं का तुला? तू आणि तुकाराम असे दोघं मिळून आम्हाला गंडवत असाल. आम्ही सहजासहजी फसू असं वाटलं की काय तुम्हाला? आम्ही इतके दुधखुळे नाही.''

बोलताबोलता मंदारचा आवाज चढत गेला; पण इन्स्पेक्टर मानेवर त्याचा फारसा परिणाम झाला नाही. तो म्हणाला,

''मी तुमच्या सुरक्षिततेसाठी इथे आलो आणि कालप्रवास करून आलो आहे हे मी तुम्हाला सिद्ध करून दाखवू शकेन.'' भूतकाळातून किंवा भविष्यकाळातून मी एखादी वस्तू तुम्हाला आणून दाखवू शकेन.''

''ठीक आहे.'' मंदार म्हणाला, ''येत्या रविवारचं वर्तमानपत्र मला आणून दाखव.''

''इथे तुमच्या घरी वर्तमानपत्र येतं?''

''नाही. इथे आम्ही थोडेच दिवस राहणार असल्यामुळे आम्ही पेपर लावलेला नाही. पण तू गावातल्या कुठल्याही घरातून किंवा ऑफिसातून पेपर आणू शकतोस.''

''मी माझ्या कालयंत्राचा उपयोग करून कालप्रवास करू शकतो, स्थलप्रवास नाही. इथून दुसरीकडे जाण्यासाठी मला माझ्या पायांचाच वापर करावा लागेल किंवा एखादं वाहन वापरावं लागेल... त्यापेक्षा मी असं करतो...'' बोलताबोलता त्यानं तुकारामाच्या... कालचतुराच्या हातातल्या बेडीची एक कडी त्याच्या हातातून काढून व्हरांड्याच्या कठड्याला अडकवली, कमरेजवळ काहीतरी चाचपडल्यासारखं केलं आणि तो दिसेनासा झाला!

''अरे... अरे... मंद्या...'' रूपा उद्‌गारली आणि ते दोघं चकित नजरेनं इकडेतिकडे बघू लागले. मात्र त्यांना फार वेळ वाट बघावी लागली नाही. दोन-तीन मिनिटांतच इन्स्पेक्टर त्यांच्यासमोर परत प्रकट झाला, मात्र आता त्याची जागा थोडी बदलली होती आणि त्याच्या हातात दोन सफरचंदं होती.

तो म्हणाला, ''तुमच्या जेवणाच्या टेबलवर पाच सफरचंदं होती. त्यातली ही दोन सफरचंदं आहेत.''

रूपाला आठवलं, काल ती स्वयंपाक करत असताना तिची नजर टेबलावर गेली तेव्हा तिला तिथे तीनच सफरचंदं दिसली होती. उरलेली दोन सफरचंदं कुठे गेली असं मनाशी नवल करत तिनं हातातलं काम पुरं केलं होतं आणि टेबलाशी येऊन बघितलं होतं. टेबलावर पाच सफरचंदं होती. म्हणजे काल टेबलावरची दोन फळं घेऊन 'तो' आत्ता त्यांना दाखवत होता? आणि नंतर...

''मी ही सफरचंदं आधी ठेवून येतो...'' असं म्हणून तो परत दिसेनासा झाला आणि दोन मिनिटातच दिसू लागला.

“पण... तुम्ही आत जाताना आम्हाला कसे दिसला नाहीत?” रूपानं विचारलं.

“मी दिसलो नाही, कारण मी आधी कालच्या सकाळच्या काळात शिरलो. काल सकाळी तुम्ही स्वयंपाकघरात काम करत होता आणि हे बाहेर बागेत होते. त्यामुळे व्हरांड्यात मी तुम्हाला दिसलो नाही. मी फळं उचलली तेव्हा तुमची माझ्याकडे पाठ होती. तुम्ही काहीतरी चिरत होता बहुतेक, आणि म्हणत होता- “आता आज जर मंद्यानं भाजी आणली नाही तर मी उद्या भाजीच करणार नाही. रोजरोज काय बटाट्याची भाजी खायची.” तुमचं भाजी चिरण्याचं काम चालू असताना मी सफरचंदं उचलली.

त्यामुळे तिची नजर गेली तेव्हा तिला तीनच सफरचंदं दिसली आणि जरा वेळाने तिनं नीट बघितलं तेव्हा मात्र परत सगळी पाच सफरचंदं होती, कारण तेवढ्यात तो ती परत ठेवून गेला होता.

गेला होता की आला होता?

आणि त्यानं सांगितलेले उद्‌गार काल तिनं थोड्या वैतागानं खरंच काढले होते!

रूपानं आश्चर्यानं तोंडात बोट घालायचंच तेवढं बाकी होतं. खरंच असा कालप्रवास करणं शक्य झालं होतं? म्हणजे पुढे शक्य होणार होतं?

“पण... हे सगळं तुम्ही आम्हाला... म्हणजे आमच्याशी याचा काय संबंध?” मंदार म्हणाला.

“तेच तर मला तुम्हाला सांगायचं आहे... कालचतुराच्या मागावर मी तुमच्या काळापर्यंत आलो आहे, कारण तो तुमच्या मंदारचा खून करण्यासाठी या काळात आला आहे...”

“काय??” मंदार आणि रूपा एकदमच ओरडले.

“आज ना उद्या किंवा... काल... मी नक्कीच याचा जीव घेणार आहे.” कठड्याशी जखडलेला कालचतुर ओरडला.”

“आणि मी तुझा बेत हाणून पाडणार आहे.”

“पण... तो माझा खून कशाला करेल? काहीतरीच काय? मी तर त्याला ओळखतसुद्धा नाही... म्हणजे... कसा ओळखणार? आम्ही एका काळातलेसुद्धा नाही... असं तुम्हीच म्हणताय...” गोंधळलेल्या आवाजात मंदार म्हणाला.

“तुम्ही त्याच्या काळातले नसूनसुद्धा तुम्ही त्याच्या मार्गात आडवे येताय, तुमच्यामुळे त्याला पूर्वीसारख्या बेधडक चोऱ्या करता येत नाहीत, चोरी करताना तो पकडला जातो आणि म्हणून तो तुम्हालाच नाहीसं करायला आला आहे.”

“तुम्ही काय म्हणता ते मला तर काही उमगेनासं झालं आहे.” मंदार म्हणाला. रूपानं तर तिथेच बसकण मारली आणि ती म्हणाली,

“माझं तर डोकंच गरगरायला लागलं आहे.”

"मी तुम्हाला सविस्तर सगळं सांगतो... कालचतुर हा सफाईनं चोऱ्या करणारा आणि सहसा पोलिसांच्या हाती न सापडणारा चोर आहे. चोरी हा त्याचा पिढीजात धंदा आहे आणि त्यामुळे वेगवेगळ्या प्रकारांनी चोरी करणं, प्रसंगी तिजोरी फोडून आतला माल लंपास करणं यात त्याचा हातखंडा आहे. वयाच्या नवव्या वर्षापासून तो चोऱ्या करतो आहे आणि आत्तापर्यंत तीन वेळा तुरुंगात जाऊन आलेला आहे. त्याच्यावर आणि इतरही सराईत चोरांवर आमच्या खात्याचं लक्ष असतं. त्यासाठी आम्ही अत्याधुनिक यंत्रतंत्राचा वापर करत असल्यामुळे चोरी, दरोडा यांसारखे गुन्हे अलीकडे खूप कमी झाले होते; पण २०८१ सालापासून मात्र मोठ्या चोऱ्यांचं प्रमाण एकदम वाढलं. गावोगावी बँका, सुरक्षा कक्ष चालवणाऱ्या खाजगी कंपन्या, श्रीमंतांच्या घरच्या तिजोऱ्या फोडल्या जाऊ लागल्या आणि कोट्यावधी रुपयांचा माल लंपास होऊ लागला."

"आम्ही नेहमीच्या चोरांना पकडून आणून, दम भरून चौकशी करायला सुरुवात केली; पण या चोऱ्या कोण करतो आहे, त्यांच्यामागे एखाद्या टोळीचा हात आहे की एकच व्यक्ती हे गुन्हे करते आहे याचा काहीच तपास लागेना, कारण या चोऱ्या कशा होतात हेच आम्हाला कळत नव्हतं. जिथे चोरी व्हायची त्या प्रत्येक ठिकाणी अगदी कडक सुरक्षा व्यवस्था असायची. काहीकाही ठिकाणी तर सर्व खोल्यांमध्ये कॅमेरेही बसवलेले असायचे आणि तरीही चोर आतपर्यंत पोहोचून सगळा ऐवज लुटून न्यायचा. ज्या खोलीत चोरी व्हायची तिथला कॅमेरा तेवढा फोडून टाकलेला असायचा आणि स्फोटकांचा वापर करून तिजोरी फोडलेली असायची. स्फोटाचा आवाज ऐकूनच सुरक्षाधिकारी सावध व्हायचे आणि धावत सुटायचे, पण तिथे पोहचेपर्यंत चोर नाहीसा झालेला असायचा. सगळ्या दारखिडक्यांची कड्या कुलुपं मात्र तशीच शाबूत असायची. चोर जणू अदृश्य झालेला असायचा."

"आत्ता तुम्ही अदृश्य होता तसे." मंदार उद्गारला.

"बरोबर... कालयंत्राचा वापर करून ह्या चोऱ्या होत असाव्यात असा संशय आम्हाला येऊ लागला. कालयंत्र ही गोष्ट तेव्हा अजून खूप महाग होती आणि वापरायला सोयीस्कर, सुटसुटीत असं तिचं रूप अस्तित्वात आलेलं नव्हतं. शिवाय त्याचा वापर करून काळात पुढेमागे जाता येतं, म्हणजे कालप्रवास करता येतो; पण एका ठिकाणाहून दुसऱ्या ठिकाणी जाण्यासाठी नेहमीची प्रवासाची साधनंच वापरावी लागतात. म्हणजे, एखाद्या ठिकाणी चोरी करायची असली तर त्या पूर्वीच्या किंवा त्यानंतरच्या काळात चोराला त्या ठिकाणी पोहोचायला हवं, आणि तसं तिथे पोहचायचं म्हणजे ते ठिकाण उघडं असताना आणि तिथले व्यवहार चालू असताना सुरक्षा कर्मचाऱ्यांची नजर चुकवून खाली जायला हवं. ही गोष्ट सोपी होती; पण सगळं काम बंद झाल्यावर त्या ठिकाणी लपून राहणं मात्र अशक्य होतं, कारण

आत गेलेली सर्व माणसं आणि कर्मचारी बाहेर पडले आहेत अशी खात्री करून घेऊनच अशी ठिकाणं बंद केली जातात. कालयंत्राचा आकार तेव्हा बराच मोठा असायचा. त्यामुळे ते घेऊन आत जाणं ही गोष्टही अशक्यच होती...''

"... चोर चोरी कशी करतो ते आम्हाला नक्की उलगडत नव्हतं, पण मयंकाचा - तेव्हा हा मयंक नावानं वावरत होता- दाट संशय होता. तशातच अहमदनगरच्या एका प्रसिद्ध व्यापाऱ्याची तिजोरी फोडली गेली. नेहमीप्रमाणेच, पुरावा काही नव्हता; पण स्फोटकाच्या आणि फुटलेल्या तिजोरीच्या तुकड्यांमध्ये वर्तमानपत्राचा एक तुकडा आम्हाला सापडला. तो १९२० सालच्या 'केसरी' नावाच्या वर्तमानपत्राचा होता!''

"अगं बाई, इतका जुना?''

"हो. तो तुकडा सापडला आणि चोरी कशी केली जाते ते आम्हाला कळल्यासारखं वाटू लागलं. मग आम्ही मयंकाच्या राहत्या जागी धाड घातली. तिथे अनेक गावांच्या इतिहासाची पुस्तकं आणि नकाशे सापडले.''

"पण त्यावरून तो चोरी करतो असं...''

"सिद्ध होत नव्हतं, पण चोरीची पद्धत आम्हाला समजली... त्याच्याकडे आम्हाला अहमदनगरचाही नकाशा सापडला. त्या नकाशात नगरच्या ज्या व्यापाऱ्याकडे चोरी झाली होती त्याच्या पेढीचं स्थान लाल रंगात दाखवलेलं होतं, त्याच्याभोवती ठळक ठिकाणं दाखवलेली होती आणि त्या ठिकाणांपासूनचं पेढीचं अंतर नोंदवलेलं होतं... अक्षांश रेखांशांच्या दृष्टीनंही पेढीचं निश्चित स्थान नोंदवलेलं होतं... आणि पेढीच्या आतल्या भागाचा सविस्तर नकाशा गावाच्या नकाशाबरोबर जोडलेला होता.''

"म्हणजे त्या पेढीची जागा अगदी बारकाईने नक्की केली तर.'' मंदार म्हणाला.

"हो तसंच... तुमच्या लक्षात आलंच असेल, नगरची चोरी कशी झाली होती ते... चोर आधी नगरला गेला, पेढीचं स्थान त्यानं नकाशावर बारकाईने नक्की केलं, त्या जागेच्या जवळच एखादी जागा तात्पुरती भाड्याने मिळवली; रात्री सर्वत्र सामसूम झाल्यावर दार बंद करून कालयंत्र सुरू केलं आणि तो भूतकाळात गेला. ज्या काळात त्या भागात फारशी वस्ती नसेल असा त्याचा अंदाज होता, त्या काळातल्या रात्री तो त्या भागात प्रकट झाला. आसपास कोणी नसल्यामुळे त्याला कोणी बघण्याचा फारसा संभव नव्हता आणि त्यातून कोणी पाहिलं आणि घोटाळा होऊ लागला तर यंत्राची कळ फिरवून तो परत येऊ शकला असता...

जुन्या काळात गेल्यावर मग त्यानं बरोबर आणलेल्या नकाशाप्रमाणे पेढीची जागा प्रत्यक्ष जमिनीवर बारकाईनं नक्की केली आणि तो तिथे जाऊन पोहोचला. पेढीत तिजोरी कुठे ठेवलेली असते ते त्यानं आधी तिथे जाऊन पाहून ठेवलेलं

असणार... पेढीच्या नकाशाप्रमाणे मोजमाप करून त्यानं तिजोरीच्या खोलीची जागा निश्चित केली तो त्या जागी जाऊन उभा राहिला, त्यानं कालयंत्र सुरू केलं आणि तो आधुनिक काळात आला... रात्रीच्या वेळी कुठलंही कुलूप न उघडता आणि कुणालाही चाहून न लागता तो तिजोरीशी पोहोचला होता! पुढचं काम सोपं होतं. स्फोटकानं तिजोरी फोडल्यावर सुरक्षा कर्मचारी तिथे येऊन पोहोचण्यापूर्वी तिजोरीतील माल घेऊन तो कालयंत्राच्या साहाय्यानं जुन्या काळात परत गेला... मालासकट चालत तो त्याच्या भाड्यानं घेतलेल्या जागेच्या स्थानापाशी पोहोचला आणि त्यानं कालयंत्राची कळ फिरवली... आता तो त्याच्या बंद खोलीत होता. माझ्या अंदाजानं, तो गेला त्या पूर्वीच पाच मिनिटं तो परत आला असावा.''

''म्हणजे त्याच्याजवळ चोरीचा माल होता, पण चोरी मात्र अजून व्हायची होती!''

''पण कसं शक्य आहे... मला तर काही कळेनासं झालं आहे...'' रूपा म्हणाली.

''शिवाय, प्रत्यक्षात जेव्हा स्फोटाचा आवाज झाला तेव्हा तो आपल्या खोलीतच होता. एकच बारीकशी चूक त्याच्या हातून झाली होती... कधीतरी १९२० सालात गेला असताना तेव्हाच्या वर्तमानपत्राचा एक तुकडा त्याच्याबरोबर आला होता. तो तुकडा तिजोरीपाशी पडला आणि ते त्याच्या लक्षात आलं नाही. माझ्या अंदाजानं काहीतरी गुंडाळून घेण्यासाठी...''

एकदम जोराचा हसण्याचा आवाज झाला आणि या तिघांचं लक्ष कठड्याशी जखडलेल्या तुकारामकडे गेलं. पण तो तुकाराम की कालचतुर की मयंक की... मंदारच्या मनात हे विचार येत असतानाच तुकाराम म्हणाला,

''म्हणजे लोकमान्य टिळकांमुळे मी पकडला गेलो तर.''

सगळे जण त्याच्याकडे आश्चर्यानं बघू लागले. तशी तो म्हणाला,

''१९२० सालात मी गेलो असताना सहज एक वर्तमानपत्र हातात घेतलं तर त्यात लोकमान्य टिळकांच्या मृत्यूचं आणि अंत्यसंस्कारांच्या वेळी जमलेल्या गर्दीचं इतकं रसभरीत वर्णन होतं की मला वेळेचं भानच राहिलं नाही. आजूबाजूला माणसं जमल्यावर मी भानावर आलो आणि घाईघाईनं तिथून निसटून आडोशाला गेलो. कालयंत्राची कळ दाबून मी तातडीनं परत आलो खरा, पण त्या गडबडीत वर्तमानत्र माझ्या हातातच राहिलं. मग केव्हातरी मी ते फाडून त्यात काहीतरी लहान हत्यार गुंडाळलं. हे सगळं मी विसरूनच गेलो होतो. पोलीसांना माझी चोरीची पद्धत कशी कळली हे मला कळत नव्हतं, त्याचा उलगडा आत्ता झाला... पण नगरची खरी गंमत तुला माहीतच नाही मान्या. स्फोटाचा मोठ्ठा आवाज झाल्यावर मी दार उघडून घाईघाईने बाहेर आलो, आरडाओरडा करून आजूबाजूच्या लोकांना जागं केलं आणि

मग आम्ही सगळे घोळक्यानं स्फोटाच्या जागी गेलो. पोलिसांना मदत करण्यासाठी म्हणून मी त्यांच्या कामात बरीच लुडबुडही केली. शेवटी त्यांनी मला तिथून अक्षरशः हाकलून दिलं.''

माने इन्स्पेक्टर सांगत असलेल्या हकिकतीवर विश्वास ठेवणं मंदारला जड जात होतं; पण ते दोघं दिसेनासे झालेले आणि परत दिसू लागलेले त्यानं स्वत:च्या डोळ्यांनी बघितलं होतं. म्हणजे भविष्यकाळात कालप्रवास खरंच शक्य होणार होता?

समजा तसं घडणं शक्य असलं, तरी त्या सगळ्याशी त्याचा काय संबंध होता?

''अहो माने, तुम्ही म्हणता तसा कालप्रवास करणं शक्य होणार असलं तरी आमच्या मंदारचा त्याच्याशी काय संबंध? हा तुकाराम त्याच्या जिवावर का उठला आहे?'' मंदारच्या मनातला प्रश्न रूपानं बोलून दाखवला.

''तुमच्या मंदारमुळे या कालचतुराला चोऱ्या करणं जवळजवळ अशक्य झालं आहे!''

''असं कसं होईल? आम्ही तर त्या काळातसुद्धा नाही.''

''त्याच्या कपाळावरचा तो चमकदार पांढरट-पिवळा ठिपका तुमच्या लक्षात आला आहे का?''

''तो गंधाचा टिळा ना? जरा वेगळाच वाटतो खरा.''

''वेगळा वाटतो आहे, कारण तो गंधाचा टिळा नाही आहे. तो कालदर्शक टिळा आहे. त्याच्या जोडीची कालदर्शक पट्टी माझ्या कमरेला असलेल्या कालयंत्रात बसवलेली आहे. या कालचतुर चोराच्या जवळ असलेल्या कालयंत्रातला काळ त्या टिळ्यामध्ये टिपला जातो आणि टिळ्यातल्या काळाची सूचना माझ्या यंत्रात बसवलेल्या कालदर्शक पट्टीत मिळते. त्यामुळे हा बिलंदर कोणत्या काळात आहे हे मला कळत राहतं. मीही याच्याबरोबर त्याच काळात जातो.''

''तुझ्या त्या पट्टीनं माझं जिणं हराम करून टाकलं आहे मान्या; पण तरी एक दिवस मी तुझ्या हातावर तुरी देईनच बघ.'' तुकाराम करवादला.

''पण या सगळ्याशी आमचा म्हणजे मंदारचा काय संबंध?'' रूपा म्हणाली.

''सांगतो. ह्याच्या कपाळावरचा टिळा तुम्हाला वेगळाच वाटतो आहे ना? हा टिळा कोणत्याही साबणानं किंवा कशानंही पुसला जाणार नाही. तो एक्सटीपी - ५ या पदार्थापासून बनलेला आहे. हा पदार्थ अंगावर चोवीस तास राहिला की त्वचेच्या तिन्ही थरांमध्ये मुरतो आणि कशानंही पुसला जात नाही. अट्टल गुन्हेगारांना ओळखण्यासाठी हा टिळा त्यांच्या कपाळावर लावण्याचा कायदाच आता करण्यात आलेला आहे... टिळा काढून टाकण्यासाठी मोठं ऑपरेशन करावं लागतं. तसं केलं

तर टिळा नाहीसा होतो, पण ऑपेशनची खूण तिथे राहते आणि त्यामुळे गुन्हेगार ओळखता येतो...''

''पण...''

''कालयंत्राला पूरक होणाऱ्या या चमकदार पदार्थाच्या शोधाचा मान तुमच्या भावाकडे, मंदारकडे जातो.''

''अगं बाई!'' रूपा उद्गारली.

''माझ्या शोधामुळे? पण मी... म्हणजे मी असा शोध...''

''पुढे कधीतरी लावणार आहात. आमच्या दृष्टीनं तुम्ही तो कधीच लावलेला आहे, पण तुमच्या दृष्टीनं अजून ती भविष्यकाळातली घटना आहे.''

''पण हा तुकाराम मंदारच्या जिवावर उठण्याचं काय कारण?'' रूपानं विचारलं.

''मंदारच्या शोधामुळे या कालाचतुराला चोरी करणं अशक्य होऊन बसलेलं आहे. काहीही करून त्याला त्याच्या कपाळावरचा टिळा मिटवायचा आहे; पण ती अशक्य गोष्ट आहे, हे त्याला माहीत आहे. म्हणून तो टिळ्याचा पदार्थ निर्माणच होऊ नये, एक्सटीपी - ५ चा शोधच लागू नये अशा प्रयत्नात तो आहे... आणि त्याचसाठी संशोधकालाच नाहीसं करणं हा सेपा मार्ग आहे असं त्याला वाटतं आहे... शोध लागण्यापूर्वीच मंदारला मारलं म्हणजे हातावर तुरी देऊन त्याला हव्या त्या काळात जाता येईल आणि चोरी करून निसटून जाता येईल असा सरळ हिशोब आहे.''

''पण... असं कसं होईल? जर मी मेलो...''

''असा कसा मरशील? या चोरालाच फाशी होईल. उगाच कोणाच्याही जिवावर उठून त्याला मारायसाठी...'' रूपा तावातावानं बोलू लागली तशी तिला थांबवत मंदार म्हणाला,

''अगं मी मरणार नाहीये. चोराला पोलिसानं पकडलंच आहे. पण हा चोर-पोलीस खेळ खेळून या कालचतुराचा काही फायदा होणार नाही हे मी त्याला समजावून देण्याचा प्रयत्न करतो आहे. त्याचाच काय, कोणाचाच काही फायदा होणार नाही. उलट, सर्वांचाच तोटा होईल. कदाचित या दोघांपैकी कोणी जन्मालाच येणार नाही; जर त्यानं मला मारलं तर आणि मी पुढे मोठं संशोधन करणार आहे हे खरं असलं तर.''

''जन्माला येणार नाही? मी आणि मान्या जन्माला येणार नाही? असं कसं... काहीतरी फेकू नकोस...'' गोंधळलेला कालचतुर रागानं म्हणाला.

''मी काहीतरीच सांगतो आहे असं वाटत असलं तर या मान्यांना विचार, ते तुझ्या इतक्या का मागे लागले आहेत ते. इन्स्पेक्टर दर्जाचा एक माणूस केवळ तुझ्या एकट्यावर पाळत ठेवण्यासाठी का नेमला असेल असं वाटतं तुला?''

मग तोच पुढे म्हणाला, "तू कालप्रवास करून कुठल्यातरी काळात जाऊन त्यात ढवळाढवळ करू नयेस आणि इतिहास बदलू नयेस म्हणून हा सगळा खटाटोप आहे."

"म्हणजे काय? इतिहास कसा बदलेल?" रूपानं न कळून विचारलं.

"हे बघ, जगात घडणारी कुठलीही घटना सुटी, एकटी अशी नसते. प्रत्येक घडणारी गोष्ट, प्रत्येक घटना ही आधीच्या घटनांवर आधारित असते, आधी घडून गेलेल्या घटनांचा परिपाक असते. उदाहरणार्थ, राम-रावण युद्ध का झालं? तर रावणानं सीतेला पळवली म्हणून. त्यानं सीतेला का पळवली? तर ती एकटी सापडली म्हणून. ती एकटी का होती? तर लक्ष्मणाला तिनं रामाच्या मदतीला जायला भाग पाडलं म्हणून. तिनं तसं का केलं? तर मारिचानं रामाच्या आवाजात हाका मारल्या म्हणून. मारीच का ओरडला? तर रामानं त्याला बाण मारला म्हणून. रामानं बाण का मारला? तर सीतेला कांचनमृग हवा होता म्हणून. प्रत्येक घटना आधीच्या घटनेच्या परिणामस्वरूप घडत गेली... अशा तऱ्हेनं घटनांची ही साखळी मागे-मागे जाते. यातली कोणतीही एक घटना घडली नसती तर राम-रावण युद्ध घडलं नसतं. कारण पुढच्या घटना वेगळ्याच काही घडल्या असत्या..."

"त्याप्रमाणे ज्या घडून गेलेल्या घटना आहेत, म्हणजे आमच्या दृष्टीनं ज्या घडून गेलेल्या घटना आहेत त्या जर घडल्याच नाहीत, म्हणजे मंदारनी जर एक्सीटीपी -५ या पदार्थाचा शोध लावलाच नाही तर त्यावर अवलंबून असणाऱ्या घटना घडणार नाहीत, त्यामुळे त्या घटनांवर अवलंबून असणाऱ्या घटनांएवजी दुसरंच काही घडेल." माने म्हणाले.

मंदार पुढे म्हणाला, "अशी ही घटनांची साखळी मग वेगळ्याच दिशेला वाढत जाऊ शकेल आणि त्यातल्या कड्या काही वेगळ्याच असतील. जगभर घडणाऱ्या घटना काही ना काही स्वरूपात एकमेकींशी प्रत्यक्ष वा अप्रत्यक्षरित्या जोडलेल्याच असतात. सगळं जग परस्परावलंबी असतं. घटनांच्या साखळ्या एकमेकींच्यात गुंतून एक प्रचंड जाळं तयार झाल्यासारखं असतं. या जाळ्यातली एखादी कडी जरी तुटली, तरी ती साखळी पुढे कोणत्या बाजूला वाढेल हे सांगता येत नाही. जाळ्याचं स्वरूपच बदलून जाईल आणि या बदललेल्या स्वरूपात कोणाचा अंतर्भाव असेल आणि कोणाचा नसेल हे सागणं अशक्य आहे... म्हणून मी म्हटलं की, कदाचित हा तुकाराम आणि हे माने जन्मालाच येणार नाहीत किंवा वेगळेच कोणी म्हणून ते जन्म घेतील."

"अरं, मग बरंच होईल की." तुकाराम म्हणवणारा तो कालचतुर चोर म्हणाला, "मी जन्मलोच नाही तर मला त्याचं काही दुःख होणार नाही. कारण मी

असणारच नाही ना! आणि मी दुसरा कोणी झालो तर बरंच होईल की. मग मला चोरी करावीच लागणार नाही; करावीशी वाटणारही नाही. कोणी सांगावं, मी एखाद्या श्रीमंत घरातही जन्माला येऊ शकेन. काय मान्या, खरं की नाही?'' तुकाराम हसत म्हणाला.

''कोणी सांगावं, तू जन्मजात आंधळा किंवा बहिराही असू शकशील.'' मान्यांनी असं म्हणताच तुकारामाचं हसणं थांबलं. माने पुढे म्हणाले,

''मला मात्र स्वत:चं व्यक्तित्व आणि कर्तृत्व, दोन्ही पसंत आहे बुवा. ते बदलून जावं अशी काही माझी इच्छा नाही आणि त्यापेक्षाही महत्त्वाचं म्हणजे यापुढच्या सगळ्या पिढ्यांचं, सगळ्या जगाचं भविष्य बदलण्याचा आपल्याला कुणालाही अधिकार नाही आणि म्हणून कालप्रवास करणाऱ्यानं कुठल्याही काळात ढवळाढवळ करायची नाही असा नियम आहे. मी तुला असा हस्तक्षेप करू देणार नाही.''

''म्हणजे तुम्ही याला परत घेऊन जाताय तर!'' रूपा म्हणाली.

''अर्थात्. त्याला सोडून मी जाणारच नाही. पण जाण्यापूर्वी मला तुमची क्षमा मागायची आहे. आज आमच्यामुळे तुम्हा दोघांना बराच त्रास झाला. त्याबद्दल मी आमच्या काळातर्फे तुमची क्षमा मागतो.'' माने म्हणाले.

''पण माने साहेब, आजच्या घटनांमुळे माझ्या मनात नवीन शोधाचे विचार आत्तापासूनच सुरू झाले आहेत. त्या विचारांचा परिणाम म्हणून हा भविष्यातला शोध लवकर लागला तर? तसं झालं, तरी पुढचं सगळं भविष्य बदलून जाईल, नाही का?'' मंदार म्हणाला.

''तसं होऊ नये अशी काळजी मी घेणार आहे. मात्र तुमचं सहकार्य हवं त्यासाठी.''

''कसलं सहकार्य?''

''तुम्ही दोघं इथे पायरीवर बसा आणि माझ्याकडे बघा.''

त्यांनी सांगितल्याप्रमाणे मंदार आणि रूपा पायरीवर बसले आणि त्यांच्याकडे बघू लागले. ते काय करणार आहेत त्याचा अंदाज मंदारला आला होता.

माने एकटक त्यांच्याकडे बघू लागले आणि मग संथपणे, आवाजात ठराविक चढउतार करत ते बोलू लागले,

''आता तुम्हाला झोप येते आहे. खूप झोप येत आहे. तुमचे डोळे मिटताहेत... तुम्हाला आता अगदी गाढ झोप लागली आहे... अगदी शांत झोप लागली आहे... दहा मिनिटांनी तुम्हाला जाग येईल तेव्हा तुम्ही अगदी ताजेतवाने झालेले असाल... तुम्हाला तुकाराम आठवणार नाही, त्याच्या भेटीनंतरची कुठलीही गोष्ट आठवणार नाही...''

डोळे मिटलेले मंदार आणि रूपा भारल्यासारखे बसून आहेत अशी खात्री झाली, तशी मान्यांनी तुकारामाच्या हातातल्या बेडीचं दुसरं टोक हातात घेतलं आणि ते म्हणाले,

"हं, चला मिस्टर तुकाराम. मी काही तुला सोडत नाही."

आणि ते दोघं दिसेनासे झाले.

मंदार आणि रूपानं डोळे उघडले तेव्हा फटफटायला लागलं होतं. आपण कुठे आहोत हे क्षणभर त्यांच्या लक्षात आलं नाही. मग रूपा म्हणाली, "या पहाटेच्या वेळेला ही समोरची अस्ताव्यस्त वाढलेली बागसुद्धा बरी वाटते नाही? पण आता आपल्याला परत जायला हवं. घराचं काही जमेलसं दिसत नाही."

"हो. परत जायला हवं आता." मंदार म्हणाला आणि मग सामान आवरण्याचे विचार मनात घोळवत ती दोघं घरात गेली.

(विज्ञानयुग - दीपावली १९९९)

◆

धावती भेट

अमावस्येची रात्र होती आणि शिवाय आकाश ढगांनी भरलं होतं. त्यामुळे सगळीकडे मिट्ट काळोख पसरला होता. रात्री तीनसाडेतीनची वेळ होती. सगळं गाव चिडिचूप झोपलेलं होतं. अशा वेळी एक छोटंसं यान ढगांतून खाली आलं आणि म्हसोबाच्या देवळाच्या पाठीमागच्या माळरानावर अलगद उतरलं. यानाचा दरवाजा उघडून साडी नेसलेली एक व्यक्ती खाली उतरली आणि यान परत आकाशात झेपावलं.

गावाबाहेरचा ओसाड भाग आणि सर्वदूर पसरलेला अंधार यामुळे यानातून उतरलेल्या व्यक्तीला बघणारं कोणीच नव्हतं. तरीही ती व्यक्ती झपाझप चालत देवळाच्या पूर्वेला असलेल्या झाडीत शिरली आणि आसपास कोणी नसल्याची खात्री करून घेऊन तिथल्याच एका मोठ्या वडाच्या झाडाखाली विसावली.

आता बराच वेळ त्या झाडीत लपून राहून काढायला हवा होता. उजाडल्यावर गावातल्या लोकांचे व्यवहार सुरू होणार होते. तसे ते झाले आणि रस्त्यांवर गर्दी वाढू लागली की, मग त्या व्यक्तीला लपलेल्या जागेतून बाहेर पडून गर्दीत मिसळता येणार होतं, आपलं निरीक्षणाचं काम करता येणार होतं. तोपर्यंत असंच लपून राहावं लागणार होतं; पण म्हणून बेसावध राहून चालणार नव्हतं.

झाडाखालचं स्वतःचं आसन नीट जमवून साडीतली ती व्यक्ती सतर्कपणे समोर बघत बसून राहिली. स्वतःच्या नकळत थोडी सैलावली आणि मग त्या वेळी त्या झाडीत येऊन लपून राहीपर्यंतचा प्रवास तिच्या डोळ्यासमोर उलगडू लागला.

परग्रहसंशोधनाच्या मोहिमेवर त्यांचं यान निघालं तेव्हा त्यात सहा जण होते. अंतराळातल्या कुठल्या भागात संशोधन करायचं ते आधीच ठरलेलं होतं. त्याप्रमाणे ठरलेला प्रवास पूर्ण करून त्यांचं यान ठरलेल्या ठिकाणी पोहोचलं होतं. मग त्यातून

दोन लघुयानं बाहेर पडून वेगवेगळ्या दिशांना झेपावली होती. प्रत्येक लघुयानात दोन दोन अंतराळवीर होते. दोघं जण मुख्य यानात थांबले होते. ठरलेल्या मुदतीत आपलं संशोधन पुरं करून लघुयानांनी मुख्य यानात परतायचं होतं आणि मग मुख्य यान त्यांच्या ग्रहावर परतणार होतं.

साडी नेसलेली व्यक्ती म्हणजे त्यांच्या लघुयानाचा कप्तान होता. यानाची त्याला खडा न् खडा माहिती होती आणि या हिरव्यानिळ्या दिसणाऱ्या ग्रहाचं संशोधन करण्याच्या मोहिमेचा तो नेता होता.

जवळजवळ महिनाभरापूर्वी त्यांचं यान या ग्रहाच्या वातावरणात प्रवेश करतं झालं होतं. तेव्हापासून तो आणि त्याचा सहकारी सतत या ग्रहाचा अभ्यास करत होते. दुरून शक्य होती तेवढी निरीक्षणं त्यांनी केली होती. ग्रहाचा आकार, वस्तुमान, हवामान, वातावरण, वनस्पती आणि प्राणीसृष्टी यांच्याविषयीची भारंभार माहिती एव्हाना त्यांच्याजवळ जमली होती; पण अतिशय महत्त्वाची अशी माहिती अजून गोळा करायची होती.

ग्रहाच्या भूगर्भात कशा प्रकारची रचना आहे? ग्रहाचा बराच मोठा भाग व्यापणाऱ्या पाण्याच्या साठ्यात कशा प्रकारची जीवसृष्टी आहे? इथे दिसणाऱ्या असंख्य प्रकारच्या वनस्पती कोणत्या द्रव्यांवर पोसल्या जातात?

आणि सर्वांत महत्त्वाचं म्हणजे इथले सजीव कितपत हुशार आणि विकसित आहेत? इथे येऊन वस्ती करणं शक्य आहे का?

इथल्या सजीवांमध्ये दोन पायांवर चालणारे आणि वेगवेगळ्या भाषा बोलणारे द्विपाद सर्वांत हुशार आणि विकसित आहेत हे त्यांच्या पहिल्या काही दिवसांतच लक्षात आलं होतं. त्यांच्याजवळच्या भाषायंत्रांनी ग्रहावरच्या तीन-चार भाषा नोंदून घेऊन त्यांची फोडही केली होती. त्यामुळे आता ग्रहाच्या जवळ जाऊन त्यांनी त्यांचे ध्वनिग्राहक सुरू केले की त्यातून कानांवर पडणाऱ्या आवाजांपैकी संभाषणांचे आवाज वेगळे काढून तेवढेच ऐकले की त्यांना संभाषण कळू लागणार होतं.

वेगवेगळ्या रंगाचे कपडे घालणारे आणि सारखे इकडून तिकडे जा-ये करताना दिसणारे द्विपाद स्वतःला मानव म्हणवतात. जमिनीवर, हवेत आणि पाण्यावर संचार करू शकणारी छोटी-छोटी वाहनं ते बनवू शकतात. आपल्या ग्रहाभोवती त्यांनी अनेक छोटेछोटे उपग्रह फिरत ठेवलेले आहेत आणि अंतराळसंशोधनासाठी त्यांची खटपट चाललेली आहे. नैसर्गिक आणि कृत्रिम प्रकारे बनवलेल्या अनेक वस्तूंचा ते उपभोग घेतात आणि या सगळ्याच्या बळावर ते स्वतःला अतिशय विकसित समजतात हे त्या दोघांच्या लक्षात आलं होतं.

पण स्वतःला अतिशय शहाणे समजणारे हे द्विपाद, ही माणसं एकदा इमारतींमध्ये घुसली की काय करतात हे मात्र त्यांना कळलं नव्हतं. इमारतींच्या

दारांवर आणि खिडक्यांवर आपले कॅमेरे रोखून त्यांनी आतल्या हालचाली टिपण्याचा प्रयत्न केला होता, पण त्यात त्यांना फारसं यश आलं नव्हतं. काही ठिकाणी वस्तुविक्रीचा व्यवहार चालतो आणि काही ठिकाणी माणसं बसून लिहित असतात एवढंच त्यांना कळलं होतं.

शिवाय, रोज सकाळी ठराविक वेळी असंख्य स्त्री-पुरुष घाईघाईनं ठराविक इमारतींमध्ये शिरतात आणि संध्याकाळी तीच माणसं त्या इमारतींमधून बाहेर पडतात, आपापल्या ठिकाणी जातात हेही त्यांनी टिपलं होतं.

ही माणसं दिवसभर काहीतरी काम करतात आणि संध्याकाळी ही कामं संपवून परत जातात, हे त्यांच्या लक्षात आलं होतं.

वेगवेगळ्या इमारतींमध्ये कोणतीकोणती कामं चालतात हे मात्र त्यांना समजू शकलं नव्हतं. शेवटी विचारांती त्यांनी खाली पृथ्वीवर उतरून प्रत्यक्ष एखाद्या ठिकाणी जाऊन बघण्याचा निर्णय घेतला होता.

त्यामुळे दोन गोष्टी साध्य होणार होत्या. एक तर त्यांना अधिक माहिती मिळणार होती आणि शिवाय ते इथल्या मानवांच्यात मिसळून राहू शकतात की नाही की लगेच त्यांचा वेगळेपणा ओळखू येतो हे कळणार होतं.

जमिनीवर उतरण्याचा निर्णय थोडा धाडसाचा असला तरी खास धोकादायक आहे असं त्या दोघांना वाटत नव्हतं. कारण त्यांचं रूप बरंचसं मानवांसारखंच होतं. त्यांना दोन पायांबरोबर एक पायांइतकीच लांब आणि बळकट अशी शेपटी होती. त्या शेपटीचा उपयोग करून अतिशय जलद चालणं, पळणं, चढउतार करणं या गोष्टी त्यांना अतिशय सुलभ होत होत्या.

त्यांच्या शेपटीमुळे ते इतर माणसांपेक्षा एकदम वेगळे लक्षात आले असते; पण शेपटी अतिशय सहजपणे कपड्यांमध्ये लपवणं शक्य होतं, आणि म्हणून जमिनीवर उतरताना नेत्यानं साडी नेसण्याचं ठरवलं होतं. शिवाय साडी नेसणाऱ्या व्यक्तीचं त्या दोघांनी पाचसहा दिवस सूक्ष्म निरीक्षण केलं होतं आणि मग साडी नेसून पायात चपला आणि गळ्यात एक रंगीत मण्यांची माळ घालून आणि मुद्दाम तयार केलेली पर्स हातात घेऊन नेता लघुयानातून अलगदपणे पृथ्वीवर उतरला होता. एखादं संकट आलं तर सहकाऱ्यांशी संपर्क साधण्यासाठी एक छोटासा कम्युनिकेटर त्यानं कानामागे बसवला होता.

झाडाखाली बसल्याबसल्या नेत्याला हे सगळं आठवत होतं. आपण सहजपणे माणसांच्यात मिसळून जाऊ असा त्याला विश्वास वाटत होता. साडी नेसल्यावर त्याचं बाह्यरूप एखाद्या मानवी स्त्रीसारखंच दिसत होतं. शहरातल्या रस्त्यांवर वावरणाऱ्या हजारो लाखो माणसांच्यात तो वेगळा ओळखू येणं कठीण होतं. अमानवी व्यक्ती ओळखण्याचं काही विशेष इंद्रिय माणसाजवळ असलं तरच तो

वेगळा ओळखला जाणार होता; पण तेवढा धोका पत्करायलाच हवा होता.

हळूहळू उजाडलं. देवळाकडे येणाऱ्या रस्त्यावर ये-जा सुरू झाली. नेत्यानं आणखी काही वेळ जाऊ दिला. वर्दळ पुरेशी वाढली आहे असं वाटल्यावर तो हळूच झाडीतून बाहेर आला आणि रस्त्यावरच्या रहदारीत मिसळून शहराच्या दिशेनं चालू लागला.

खरं तर माणसांपेक्षा कितीतरी अधिक वेगानं तो चालू शकला असता; पण आजूबाजूचं निरीक्षण करत, मनातल्या मनात नोंदी करत तो चालला होता. रस्त्यावरून चालणाऱ्या माणसांना त्याचं वेगळेपण जाणवलं असल्याचं दिसत नव्हतं.

थोडा वेळ गेला. तो आता बराचसा निर्धास्त झाला. गाव जवळ आलं होतं. रस्त्याच्या दोन्ही बाजूंना छोटीमोठी घरं दिसू लागली होती.

रस्त्यावरून चालताना आसपासच्या घरांच्या दारं-खिडक्यांमधून दृष्टी टाकत कुतूहलानं इकडेतिकडे बघत तो चालत होता आणि अचानक कुठूनतरी तीनचार कुत्री पळत आली आणि त्याच्या अंगावर भुंकू लागली.

तो एकदम दचकून उभा राहिला, तशी कुत्रीही त्याच्यापासून थोडे अंतर सोडून उभी राहिली आणि सगळा जीव एकवटून भुंकत राहिली. कुत्री एका जागी उभी राहिलेली बघून तो परत चालू लागला, तशी ती कुत्रीही भुंकत त्याच्यामागे चालू लागली. त्यानं वेग वाढवला. त्याबरोबर कुत्री रागावली आणि आणखी जोरात भुंकत त्याचा पाठलाग करू लागली. त्यानं आणखी वेग वाढवला, तशी ती चारही कुत्री पळू लागली.

रस्त्यावरून एक बाई वेगानं पळते आहे आणि चार कुत्री तिचा पाठलाग करत जोरजोरात भुंकताहेत हे लक्षात येताच रस्त्यावरचे लोक आश्चर्यानं बघत उभे राहिले, तर दोन-तीन तरुण तिच्या मदतीला पुढे धावले.

''हाड्, हाड्' करत दोघंजणं कुत्र्यांच्या अंगावर दगड फेकू लागले. त्यामुळे अधिकच चिडून की काय, त्या चार कुत्र्यांमधल्या सगळ्यात थोराड काळ्या कुत्र्यानं पुढे झेप घेऊन त्या पळणाऱ्या नेत्याचा पाय पकडायचा प्रयत्न केला.

अनपेक्षितपणे कुत्रा अंगावर आल्यामुळे काही विचार करण्याआधीच नेत्याच्या बळकट शेपटीची प्रतिक्षिप्त हालचाल झाली आणि तिनं कुत्र्याला पकडून एका सपाट्यात दूर फेकून दिलं.

कुत्रं केंकाटत दूर जाऊन पडलं, तशी इतर कुत्री भेदरून थबकली. नेत्यानं त्यांच्याकडे रागानं बघितलं, तशी त्यांनी शेपट्या घातल्या आणि मग आपण घाबरलो नाही असं दाखवण्यासाठी भुंकल्यासारखं करत ती तिन्ही कुत्री उलट दिशेला तोंड करून पळून गेली.

कुत्री मागे लागल्यामुळे पळत सुटलेल्या बिचाऱ्या स्त्रीच्या मदतीला धावून आलेले ते दोघं तरुण आश्चर्यानं स्तंभित होऊन उभे राहिले. अंगावर धावून गेलेल्या

कुत्र्यानं त्या स्त्रीला चावण्याऐवजी त्या स्त्रीनं त्या खवीस कुत्र्याला इतक्या दूर फेकून दिलेलं बघून तर ते चकित झाले होतेच. शिवाय, या कुत्र्याला पकडून फेकून देणारं काहीतरी जाड शेपटीसारखं त्यांना क्षण-दोन क्षण दिसलं होतं आणि त्यांचा स्वत:च्या डोळ्यांवर विश्वास बसत नव्हता!

कुत्री पळून गेलेली बघून नेत्यानं सुटकेचा नि:श्वास सोडला आणि तो परत चालू लागला.

चकित झालेले ते दोघं तरुण भानावर आले. त्यांनी एकमेकांकडे बघितलं मग बोलावं की नाही असा विचार करत त्यांच्यातला एक जण म्हणाला,

"तू बघितलंस का? कुत्र्याला तिनं कसं फेकून दिलं ते?"

"म्हणजे तूही पाहिलंस नं... शेपटी असल्यासारखं वाटलं, नाही का रे?"

"हो. शेपटीच वाटली मला ती. पण कसं शक्य आहे ते?"

"हो नं. कसं शक्य आहे... पण, सखाराम, खरंच शेपटी असेल का रे ती?"

"म्हणजे भयकथांमध्ये वगैरे असते तशी? छट्, काहीतरी काय? अशा गोष्टी फक्त कथा-कादंबऱ्यांमध्येच असतात.

"पण मग आपल्याला दिसलं ते काय?"

"काय की बुवा! काहीतरी होतं खरं. नाहीतर एवढ्या दांडग्या कुत्र्याला इतकं दूर फेकून देणं कसं शक्य आहे एका बाईला?... आपण जवळ जाऊन बघायचं का नीट?"

"चल, तिच्या मागेमागे जाऊ आणि मग जरा जवळ जाऊन नीट निरखून बघू शेपटीसारखं काही साडीतून लोंबताना दिसतंय का ते."

"नाहीतर असं करू, तिच्याजवळ जाऊन पटकन साडीचा मागचा काठ वर करून बघू."

"ए गाढवा! जिवंत राहशील का तू असं केलंस तर? रस्त्यावरचे लोक हाणणार नाहीत तुला?"

"बरं राहिलं. पण तिचा पाठलाग तर करून बघू." सखाराम म्हणाला आणि ते दोघं भराभर दूरवर दिणाऱ्या त्या स्त्रीच्या दिशेनं चालू लागले. झपाझप चालत त्यांनी त्या स्त्रीमधलं आणि स्वत:तलं अंतर कमी केलं.

कुत्र्यांनी आपलं वेगळेपण कसं ओळखलं असेल याचा विचार करत नेता चालत होता. आता रस्त्यावर चांगलीच रहदारी होती. त्यामुळे त्याला परत थोडं सुरक्षित वाटू लागलं. चालतचालत तो एका चौकात पोहोचला. आता कुठे जावं असा विचार करत त्यानं आसपास नजर टाकली आणि त्याला ते दोघं तरुण दिसले.

कुत्री आपल्या मागे लागली असताना त्यांना हाकलायचा प्रयत्न करणारे तरुण हेच होते का? नेत्यानं त्यांच्याकडे नीट निरखून बघितलं.

होय. ते दोघं नक्की तेच होते. इतकंच नव्हे, तर त्याच्याकडे नजर रोखून त्याच्याच दिशेनं येत होते. त्यांनी त्याला ओळखलं होतं की काय?

नेत्यानं मान फिरवली आणि काहीही विचार न करता तो झपाझप चालू लागला.

तारस्वरातले हॉर्न आणि करकचून लावलेले ब्रेक्स यांच्या आवाजाच्या जोडीला गाड्यांचे दरवाजे आपटल्याचे आवाजही वातावरणात उसळले आणि भांबावून नेता उभा राहिला. त्याच्या तिन्ही बाजूंना वाहनं उभी होती आणि रागावलेले वाहनचालक तावातावानं खाली उतरत होते.

नेता अचानक रस्त्यात आल्यानं चांगल्या वाहत्या रहदारीला खीळ बसली होती. वेगात असलेल्या वाहनांना करकचून ब्रेक लावावे लागल्यानं, अपघात टळला तरी सगळे वाहनचालक रस्त्यात उभ्या असलेल्या बाईवर भयंकर चिडले होते.

"अहो बाई, मरायचं आहे का? खुशाल रस्त्यात घुसताय ते!" एक जण करवादला.

"मरायचं असलं तर तिकडे आगगाडीखाली जीव द्या नं, इथे आम्हाला का त्रास?" दुसरा उद्‌गारला

"चांगली सुशिक्षित, शहाणी वाटतेय बाई आणि साधा रस्ता नीट ओलांडता येत नाही."

"कसली सुशिक्षित आणि शहाणी? तद्दन अडाणी आहे. चांगली साडी गुंडाळली आणि हातात पर्स घेतली म्हणजे कोणी सुशिक्षित होत नाही. खरं स्वरूप असं उघडं पडतं. मी चांगला ओळखून आहे असल्या बेगडी शहाण्यांना."

हे शब्द कानावर पडले तशी नेत्यानं घाबरून त्या दिशेनं पाहिलं, बोलणारा माणूस त्याच्याच दिशेनं येत होता.

म्हणजे? यानं आपल्याला ओळखलं की काय? आपलं खरं स्वरूप कळलं आहे त्याला?

एव्हाना भोवताली बरीच गर्दी गंमत बघायला जमली होती.

भोवताली जमलेल्या गर्दीत मुसंडी मारून, त्यातून वाट काढून नेत्यानं पलीकडचा फूटपाथ गाठला आणि तो परत झपाझपा चालू लागला.

त्याच्या पाठोपाठ सखाराम आणि त्याचा मित्र नरेन्द्र असे दोघंही गर्दीतून वाट काढत पलीकडे पोहोचले.

नेता भराभर चालत होता. चालताना त्यानं मागं वळून बघितलं आणि त्याला नरेन्द्र आणि सखाराम दिसले.

ते दोघं नक्कीच त्याचा पाठलाग करत होते!

काहीतरी करून त्यांना चुकवायला हवं होतं, काय करावं, काय करावं असा विचार करत तो एका बसस्टॉपपाशी पोहोचला. बसची वाट बघत तिथे बरेच लोक उभे होते, तेवढ्यात एक बस आली. काही माणसं खाली उतरली आणि बसमध्ये चढण्यासाठी एकच झुंबड उडाली.

आपण बसमध्ये चढून जावं, नेत्याच्या मनात विचार चमकून गेला आणि क्षणात तोही त्या गर्दीत घुसला. त्याचा पाठलाग करणारे अजून थोडे दूर होते.

त्याला बसमध्ये चढताना बघितलं आणि सखारामनं एकदम बसच्या दिशेने धाव घेतली. नरेंद्रची प्रतिक्रिया व्हायला काही सेकंदांचा वेळ लागला, पण नंतर तोही बसच्या दिशेनं धावू लागला.

सखाराम बसजवळ पोहोचला आणि बस सुटली. त्यानं पळतच दरवाजाचा दांडा पकडला आणि बसच्या दारात उडी घेतली. नरेंद्र मात्र खालीच राहिला.

बसमध्ये बरीच गर्दी होती, त्यामुळे नेत्याला उभंच राहावं लागलं. नाहीतरी आपली जाड शेपटी संभाळत आणि ती कुणाच्या लक्षात येऊ नये अशा तऱ्हेने सीटवर बसणं अशक्यच होतं.

बसमध्ये नवीन चढलेल्यांना तिकिटं देतदेत कंडक्टर नेत्यापाशी पोहोचला आणि त्यानं आपला चिमटा वाजवला. समोरच्या बाईची काहीच हालचाल दिसली नाही तशी त्यानं परत एकदा चिमटा वाजवला आणि तो म्हणाला,

"हं, बोला–"

बोला? काय बोला? नेता बावचळून नुसताच बघत राहिला. माणसांना बसमध्ये चढता-उतरताना त्यानं अनेकदा पाहिलं होतं, पण बसच्या अंतर्भागात काय होतं हे त्याला माहीत नव्हतं!

"अहो बाई, बोला नं?"

आता तोंड उघडायलाच हवं होतं. इतका वेळ कोणाशी बोलायची वेळ आली नव्हती, पण आता नाईलाज होता.

"काय बोलायचं?" नेत्यानं हळूच विचारलं–

"च्यामारी" कंडक्टर उद्गारला. नेत्याचा पुरुषी आवाज आणि त्यानं विचारलेला प्रश्न ऐकून तो वैतागला होता.

"अहो बाई, तिकीट बोला ना!"

"तिकीट" नेता म्हणाला.

त्यासरशी आसपासच्या प्रवाशांमध्ये खसखस पिकली, पण कंडक्टर मात्र जाम वैतागला.

"ओ बाई, काय चाललंय काय? नीट सांगता येत नाही कुठलं तिकीट पाहिजे ते?"

"कुठलं तिकिट पाहिजे म्हणजे?"

काहीतरी सांगायलाच पाहिजे होतं. नेत्यानं म्हटलं, "ही बस कुठे जाते?"

कंडक्टर भडकला.

"बस जाते चंद्रावर आणि तिथून थेट मंगळावर जाऊन गुरूची भेट घेऊन मगच परत येते. आयला नसता वैताग, बाई... तुम्हाला बऱ्या बोलानं तिकीट काढायचं आहे की नाही? नाहीतर खाली उतरा तुम्ही."

आणि त्यानं बेल मारली पण तेवढ्यात एका प्रवाशाचं स्त्रीदाक्षिण्य जागं झालं आणि तो म्हणाला,

"जाऊ द्या हो कंडक्टर. कधीकधी होतं असं माणसाचं... मॅडम, तुम्हाला कुठं जायचं आहे? टर्मिनसपर्यंत जायचं आहे का?"

सहानुभूतीनं बोलणाऱ्या त्या प्रवाशाकडे कृतज्ञतेनं बघत नेत्यानं मान हलवली.

"पीडा साली." नेत्याकडे बघत कंडक्टर पुटपुटला. बेल मारून त्यानं बस सुरू करायला सांगितली आणि तिकीट फाडून नेत्यापुढं धरलं.

नेता त्या तिकिटाकडे नुसताच बघत राहिलेला पाहून त्याच्या मदतीला धावून आलेला प्रवासी म्हणाला,

"मॅडम, पैसे द्या नं कंडक्टरला."

"पैसे?"

"अहो, तुमची पर्स उघडा आणि तिकिटाचे पैसे काढून द्या." तो सहप्रवासीही आता वैतागू लागला होता.

"पर्स उघडा" हे शब्द ऐकले आणि नेत्यानं पर्स उघडली; पण तो पैसे कुठून देणार होता? पर्समध्ये पैसे नव्हतेच, कारण मानवी स्त्रियांच्या हातातल्या पर्ससारखी दिसणारी पर्स त्यांनी बनवली असली तरी तिचं अंतरंग त्यांना ठाऊक नव्हते.

नेत्याच्या आसपास उभ्या असलेल्या प्रवाशांना आणि कंडक्टरलाही पर्सचं ते संपूर्ण रिकामं अंतरंग दिसलं होतं आणि ते सगळे चकित झाले होते.

एव्हाना बसमधल्या सगळ्या प्रवाशांचं लक्ष या प्रकाराकडे लागलं होतं आणि हळूहळू टवाळी सुरू झाली होती.

"वा, वा, काय छान रिकामी आहे रे." एक उभा प्रवासी हेटाळणीच्या सुरात म्हणाला,

"याला म्हणतात, झाकली पर्स सव्वा लाखाची–"

"मॅडम, अहो तुमच्या पर्समध्ये पैसेच नाहीयेत की." मदत करायला धावलेला सहप्रवासी वैतागून म्हणाला,

"अं... नाही, पैसे लागतील हे मला माहीत नव्हतं." घायकुतीला येत नेता म्हणाला.

"ऑ? माहीत नव्हतं? माहीत नव्हतं?... उतरा, खाली उतरा. खाली उतरा आधी तुम्ही." आणि कंडक्टरनं रागारागानं परत बेल मारली. तो आता वैतागण्याच्याही पलीकडे गेला होता.

"काय आफ्रिकेतून वगैरे आली आहे की काय ही बाई?" कुणीतरी कुत्सितपणे बोलले.

"आफ्रिकेतून? छे! छे! अहो, परग्रहावरूनच आली आहे ती. त्यामुळे इथलं काहीच माहिती नाही तिला."

हे शब्द ऐकले आणि नेता जवळजवळ उडालाच.

एव्हाना बस थांबली होती.

उभ्या असलेल्या प्रवाशांमधून वाट काढत, लोकांचे शिव्याशाप खात नेता घाईघाईने खाली उतरला. बस सुरू होऊन पुढे निघून गेली, तेव्हा कुठे त्याच्या जिवात जीव आला.

सखाराम इतका वेळ दरवाजाजवळ उभा राहून सगळं बघत आणि ऐकत होता. "परग्रहावरून आली आहे ती..." हे टवाळीचे शब्द त्यानं ऐकले तेव्हा तो एकदम चमकला. 'खरोखरच ही बाई परग्रहावरून आली असेल का?' त्याच्या मनात विचार आला आणि त्याला एकदम झटका बसल्यासारखं झालं. 'हे कसं शक्य आहे? अशा गोष्टी फक्त विज्ञानकथेमध्येच घडतात. असं कधी होत नसतं; पण त्या बाईत काहीतरी चमत्कारिक वेगळेपणा आहे हे नक्की. तो काय आहे, ती कोण आहे हे आपण शोधून काढायचं आणि त्यासाठी तिचा पिच्छा काही सोडायचा नाही; त्यानं ठरवलं.

बस थांबल्यावर पुढच्या दारानं नेता खाली उतरला त्याचवेळी सखारामही मागच्या दरवाजानं खाली उतरला.

नेता खाली उतरल्यावर जरा वेळ आसपास बघत उभा राहिला. या मोहिमेवर येण्यापूर्वी त्या दोघांनी मिळून शहराचा नकाशा तयार केला होता. त्यातला, अनेक मोठमोठी कार्यालयं ज्या भागात होती तो भाग निवडून काढला होता. यानापासून त्या भागात जाण्याचा मार्ग आखला होता आणि तो मार्ग, तसंच एकंदर शहराचा नकाशाही नेत्यानं पक्का स्मरणात ठेवला होता. त्या मार्गानंच तो गावात यायला निघाला होता; पण वाटेतल्या घोळामुळे तो आता कुठे पोहोचला होता हे त्याला काहीच उमगत नव्हतं.

आणि मुख्य म्हणजे अजून तो एकाही इमारतीत शिरला नव्हता. कुठल्याही ठिकाणी काय काम चालतं याची माहिती त्यानं मिळवली नव्हती. उलट तो पकडला जाण्याची शक्यता मात्र निर्माण झाली होती.

तो धोका पत्करण्यापेक्षा आपण आत्ताच परत जावं का? आपल्या सहकाऱ्याला सांगितलं, तर तो आपण उतरलो त्या ठिकाणी यान उतरवून आपल्याला घेऊन

जाईल; पण त्यामुळे आपल्या यानाचं अस्तित्व या माणसांच्या लक्षात येईल आणि आपल्या सगळ्या मोहिमेलाच धोका निर्माण होईल. आपल्याला वाटलं होतं त्यापेक्षा हे मानव जास्त प्रगल्भ आहेत. त्यातल्या काहींनीतरी आपल्याला नक्की ओळखलंय. शिवाय, आपण अशी हार खाऊन, अंगावर घेतलेलं काम पुरं न करताच परत जायचं? मुळीच नाही. एखाद्या तरी इमारतीत शिरून निरीक्षण करूनच यायचं.

नेत्यानं आसपास पाहिलं. बऱ्याच मोठमोठ्या इमारती दिसत होत्या. कार्यालयं सुरू होण्याची वेळ असल्यानं खूप लोक इमारतींमध्ये शिरत होते. माणसांच्या एका घोळक्याच्या मागोमाग नेताही एका उंच इमारतीत शिरला.

त्याच्या मागोमाग, जरा अंतर सोडून सखारामही त्या इमारतीत शिरला.

आत शिरलेले लोक लिफ्टसाठी वाट बघत उभे राहिले, तशी नेताही त्यांच्यापासून जरा अंतर सोडून उभा राहिला. काही लोक जिन्यानं वर चढू लागले होते, पण जिना चढताना साडीतून आपली शेपटी बाहेर डोकावण्याची शक्यता आहे हे लक्षात आल्यामुळे नेता इतर लोकांच्याबरोबर उभा राहिला. ते जसे आणि जिथे जातील तिथे तोही जाणार होता.

तेवढ्यात लिफ्ट खाली येऊन थांबली. नेत्यासकट सात-आठ जण लिफ्टमध्ये शिरले आणि लिफ्ट चालू झाली. ''दोन'' ''फोर्थ'' ''फर्स्ट'' असं कोणीकोणी सांगितलं. त्याला त्याचा अर्थ न कळून तो नुसताच गप्प उभा राहिला.

पहिल्या मजल्यावर दोघं जण उतरले. दुसऱ्या मजल्यावर चौघंजण लिफ्टबाहेर पडले तेव्हा नेताही बाहेर पडला आणि आसपास बघू लागला.

तो एक मोठा रुंद कॉरिडॉर होता. दोन्ही बाजूंना दरवाजे होते. जरा विचार करून नेता एका दरवाजातून आत शिरला.

तो एक मोठा हॉल होता. त्याच्या अर्ध्या भागात पार्टिशन्स घालून लहानलहान केबिन्स बनवल्या होत्या. हॉलच्या पुढच्या भागात स्वागतकक्ष होता आणि त्याच्या मागे अनेक टेबलांवर कारकून आणि टंकलेखक बसले होते.

दरवाजातून आत आलेल्या नेत्याला घुटमळताना स्वागतिकेनं पाहिलं आणि विचारलं,

''येस, मे आय हेल्प यू?''

नेता केबिन्सवरच्या पाट्या वाचत होता. तो काहीच बोलला नाही तेव्हा स्वागतिकेनं विचारलं,

''मॅडम, कुणाला भेटायचं आहे तुम्हाला?''

जवळच्या केबिनवर पाटी होती ''सुरक्षा अधिकारी''. ती बघून नेत्यानं सांगितलं,

''सुरक्षा अधिकाऱ्यांना''

या बाईचं सुरक्षा अधिकाऱ्याशी काय काम असावं याचा अंदाज करत स्वागतिकेनं इंटरकॉम उचलला आणि ती म्हणाली,

"गार्ड? गार्ड ड्यूटीवर कोण आहे आता? इकडे या लगेच"

गार्डबरोबर ती त्या बाईचं नाव आणि काम चिठ्ठीवर लिहून सुरक्षा अधिकाऱ्यांकडे पाठवणार होती. सुरक्षाव्यवस्थेतल्या माणसाखेरीज इतर कोणी त्यांच्या केबिनमध्ये गेलेलं त्यांना आवडत नसे.

स्वागतिकेच्या तोंडचा 'गार्ड' हा शब्द ऐकला आणि नेत्याचा धीर सुटला. स्त्री गार्डला बोलवत होती, म्हणजे तिनं त्याला ओळखलं होतं!

तो गर्रकन वळला आणि झपाझप चालत हॉलच्या बाहेर पडला.

इतक्यात गार्ड आला आणि त्यानं आपल्याला पकडलं तर? घाबरलेला नेता पळू लागला. पळतच त्यानं जिना गाठला आणि भराभर उड्या मारत तो जिना उतरू लागला. जिन्यातले लोक आ वासून ते दृश्य बघत राहिले.

नेता लिफ्टमधून वर गेला तेव्हा सखारामला त्या लिफ्टमध्ये जागा न मिळाल्यानं तो खालीच राहिला होता. आता काय करावं ते न कळून लिफ्टपाशी घुटमळत होता. तेवढ्यात त्याला जिन्यावरून पळत, उड्या मारत येणारी 'ती' स्त्री दिसली. ती पळतच इमारतीबाहेर पडली हे बघून सखारामही तिचा पाठलाग करत पळू लागला.

चांगले कपडे घातलेली, सुशिक्षित वाटणारी एक स्त्री भर रस्त्यावरून पळते आहे आणि एक तरुण तिचा पाठलाग करतो आहे हे दृश्य रस्त्यातले लोक आश्चर्यानं बघू लागले. चौकात रहदारीचं नियंत्रण करत उभा असलेल्या पोलिसानंही ते बघितलं आणि तो एकदम रागावला.

भर दिवसा, इतक्या लोकांसमोर एक मवाली एका बिचाऱ्या बाईच्या मागे लागला आहे! काही लाज, शरम आहे की नाही? कायद्याची, पोलिसांची काही भीतीच वाटेनाशी झाली आहे आजकाल गुंडाना! त्यांना वाटतं त्यांचंच राज्य आहे! आपला पोलिसी हिसका त्यांना दाखवलाच पाहिजे!

रहदारी-नियंत्रण सोडून पोलीस खाली उतरला आणि सखारामला पकडायला त्याच्या मागे धावू लागला.

रस्त्यावरची रहदारी चुकवत पळणाऱ्या तीन व्यक्तींची ती शर्यत लोक चकित होऊन बघत राहिले.

पण थोड्याच वेळात पोलिसानं सखारामला गाठलं. त्याला पकडून त्यानं आधी एक सणसणीत थोबाडीत ठेवून दिली आणि विचारलं,

"काय रे ए, काही लाज, शरम आहे की नाही? तुला काय वाटलं, पोलीस सगळे मेले? एका सभ्य बाईला त्रास देतोस?"

"अहो हवालदारसाहेब, तसं नाहीये. ती वाटते तशी बाई नाहीये." सखाराम धापत म्हणला.

"जादा शाणपणा नाही पायजेल. मुकाट्यानं आपला रस्ता धर. का टाकू आत?"

"अहो खरंच, मी सांगतोय ते ऐकून तर घ्या."

सखारामनं समजावून सांगण्याचा प्रयत्न केला, पण हवालदारानं त्याचं काही ऐकून घेतलं नाही. तो वाद घालू लागला तेव्हा हवालदारानं त्याला चौकात आपल्याजवळ अर्धा तास उभा करून ठेवला आणि मग सोडून दिला.

आपल्यामागे काय घडलं याची काहीच कल्पना नसलेला नेता पळतच म्हसोबाच्या देवळापाशी पोहोचला आणि त्यानं सहकाऱ्याशी संपर्क साधला. थोड्या वेळानं त्यांचं लघुयान जमिनीवर झेपावलं आणि नेत्याला घेऊन परत ढगाआड गेलं.

ते यान आसपासच्या लोकांनी बघितलं, पण ते काय असावं त्याचा अंदाज कोणालाच आला नाही. एखादं नवीन प्रकारचं विमान आपल्या संरक्षण खात्यानं बनवलं असावं आणि त्याच्या चाचण्या सुरू असाव्यात असा अंदाज काहींनी बांधला. इतरांनी तर त्या गोष्टीवर इतका विचारही केला नाही.

मुख्य यानात परतल्यावर परग्रह संशोधन मोहिमेच्या अहवालामध्ये पृथ्वीवरील सजीवांसंबंधी माहिती देताना नेत्यानं लिहिलं,

'या ग्रहावर विविध प्रकारची जीवसृष्टी असून ती प्रगतीच्या वेगवेगळ्या टप्प्यांमध्ये आहे. त्यापैकी मानव किंवा माणूस म्हणवणारे द्विपाद अतिशय प्रगत आहेत. परकीय सजीवांचा माग काढण्याची काहीतरी अतिशय कार्यक्षम अशी यंत्रणा किंवा इंद्रिय त्यांच्यापैकी काही जणांजवळ आहे. त्यामुळे इथे येऊन वस्ती करणं सहजसाध्य होण्यासारखं नाही.'

(सृष्टीज्ञान- दिवाळी १९९०)

◆ ◆ ◆